# ஆட்டுக்குட்டியும் அற்புத விளக்கும்

**பிரியா விஜயராகவன்**

பரிசல்

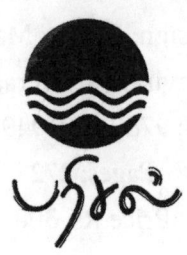

ஆட்டுக்குட்டியும் அற்புத விளக்கும்
பிரியா விஜயராகவன்©
பரிசல் முதல் பதிப்பு: ஏப்ரல் 2022

வெளியீடு: பரிசல் புத்தக நிலையம்
235, P. பிளாக் MGR முதல் தெரு,
MMDA காலனி, அரும்பாக்கம், சென்னை – 600 106.
பேச: 93828 53646, 8825767500

மின்னஞ்சல்: parisalbooks@gmail.com
அச்சுக்கோப்பு: வி. தனலட்சுமி
பிழை திருத்தம்: சலேத் ஸ்டெஃபி க்ராஃப்
அட்டை வடிவமைப்பு: ஓவியர் மணிவண்ணன்
அச்சாக்கம்: ரவிராஜா பிரிண்டர்ஸ், சென்னை – 600 005.

பக்கம்: 272

விலை ரூ: 300

Aatukuttyim Arpudha Vilakkum
Priya Vijayaragavan©
Parisal First Edition: April 2022

Published by: Parisal Putthaga Nilayam
No. 235, 'P' Block, MGR First Street,
MMDA Colony, Arumbakkam, Chennai - 600 106.
Mobile: 93828 53646, 8825767500

Email: parisalbooks@gmail.com
DTP: V. Dhanalakshmi
Grammar check : Saleth Steffi Graph
Cover Design: Oviyar Manivannan
Printed at: Raviraja Printers, Chennai - 5.
ISBN: 978-93-91949-14-3
Pages: 272
Price Rs. 300

## சமர்ப்பணம்

இந்த வாழ்வில் பிறப்பாலும், திருமணத்தாலும் இரண்டு அன்பான அம்மாக்கள் வாய்க்கப் பெற்றிருக்கிறேன். இந்த புத்தகம் திருமதி. யமுனா விஜயராகவன் மற்றும் திருமதி. கேத்தரின் மங்களம் செல்லகுமார் இருவருக்கும்

## சொல்ல முயற்சிப்பது:

"அற்றவைகளால் நிரம்பியவள்" 2018ல் பதிப்பிற்கு வரும்போதே, "ஆட்டுக்குட்டியும், அற்புத விளக்கும்" புத்தகமும் தயாராக இருந்தது.

பால் முதலில் "அற்றவைகளால் நிரம்பியவள்" வெளிவர வேண்டும் என்பதில் வெகு தெளிவாக இருந்தார். தோழர் வெயிலிடம் பேசியபோது, அவர் புத்தகத்தை மேலும் மெருகேற்றி அவருடைய கொம்பு பதிப்பகம் மூலம் வெளியிட்டார். அதன்படியே அந்த புத்தகம் வெளிவந்து தமுஎகச விருதும், நல்ல அங்கீகாரமும் பெற்றது.

கலை என்பதே மனித பயணங்களின் உள்வெளி குவிப்பாக நடக்கும் internal and external dialogue தானே!

வெவ்வேறு நாடுகள், கலாச்சாரம், நூற்றுக்கணக்கான மக்களின் ஊடாக புகுந்து வந்த "அற்றவைகளால் நிரம்பியவள்" சுயசரிதையும் மிகுபுனைவும் கலந்த கட்டமைப்பு. இதிலிருந்து முற்றிலும் மாறி இந்த புத்தகமான "ஆட்டுக்குட்டியும் அற்புதவிளக்கும்" இரண்டே பேரை மட்டும் சுற்றி நடக்கும் வாழ்க்கை நிகழ்வுகளும், பரிணாம வளர்ச்சியையும், ஏற்ற தாழ்வுகளையும், மனவோட்டங்களையும் மட்டும் மையமாக வைத்திருக்கிறது.

எழுதுவது ஒரு cathartic process என்பதை நான் உணர்கிறேன்.

அற்றவைகளால் நிரம்பியவளின் இரண்டாவது ட்ராஃப்டையும், ஆட்டுக்குட்டியும் அற்புத விளக்கும் முதல் ட்ராஃப்டையும், வேறு சில கதைகளையும் ஒன்றாகவே என்

வேலைகளுக்கு நடுவே, 2016ல் தொடங்கி 2018ல் எழுதி முடித்தேன்.

முதல் புத்தகம் எழுதும்போது, தாங்கமுடியாது போகும்போது, எங்கோ ஒரு தேசத்திற்குள் ஓடி, ஏதோ ஒரு நிகழ்வின் பின்னோ, யாரோ ஒருவரின் வலியின் பின்னோடி ஒளிந்துக்கொள்ள இடங்கள் நிறைய இருந்தது. என்னை மையமாக நிறுத்தவேண்டாம் என்று தோன்றுகையில், வேறு யாரையாவது என்னால் பிடித்திழுத்து எனக்கு முன்னால் கேடயம் போல நிறுத்திவிட முடிந்தது.

ஆனால் இந்த புத்தகத்தில் அப்படியாக ஓடி ஒளியும் இடங்களோ, ஆட்களோ எதுவுமே இல்லாத வெற்று பெருவெளி.

இந்த புத்தகத்தில் எப்படி திரும்பிப் பார்த்தாலும் இரண்டே ஜீவன்கள் மட்டும்தான். தாங்கவே முடியவில்லை என்றாலும் உடம்பு கண், மூளை, மனம், சிந்தனை முழுக்க சூப்பர் க்ளூ தடவி இறுகப்பிடித்து முன்னிறுத்தப்படும் நிகழ்வில் இருந்து நகரமுடியாதபடி, கண்களை மூடமுடியாதபடி, வாய் திறக்கமுடியாதபடி அடக்கி அந்த இருவரை மட்டுமே பார்த்தபடி உட்காரவைத்ததைப் போலிருந்தது.

1927ல் அமெரிக்காவைச் சேர்ந்த எட்வின் லிங்க் என்பவர் Flight simulation device என்றொரு கருவியைக் கண்டுப்பிடித்தார்.

கார் ஓட்ட கற்றுக்கொள்வதைப் போல விமானம் ஓட்டமுடியாது. மிக சிறிய தவறு என்றாலும் அது பலரின் உயிரைப் போக்கிவிடும் வெகு ஆபத்தான வேலை.

அதனால் விமானம் ஓட்ட பயற்சி எடுக்கும் எல்லா விமானிகளும், விமானத்தைக் கட்டுப்படுத்தும் விசைகள் கொண்ட காக்பிட் எனப்படும் முன்பகுதியைப் போலவே தயார் செய்யப்பட்ட simulation deviceல் அமர்ந்து, நிகழக்கூடிய எல்லா அசம்பாவிதங்களையும் சமாளிக்க பழகுவார்கள்,

ஒரு விமான பயணத்தில் என்னவெல்லாம் நிகழலாமோ, அதையெல்லாம் அந்த பாவனை இயந்திரம் செய்யத்தொடங்கும். ஒரு இக்கட்டான சூழலை அந்த இயந்திரம் செய்கையில் விமானி எப்படி எதிர்கொள்கிறார் என்பதைப் பதிவு செய்து நான்கைந்து மணி நேர பயிற்சிக்கு பின் அந்த நாள் முடிகிறது. அந்த

விமானியை உட்கார வைத்து, பதிவு செய்ததைப் போட்டுப் பார்க்க சொல்கிறார்கள். அதில் என்ன நன்றாக செய்தார், என்ன தவறாக செய்தார், எதை மெருகேற்ற வேண்டும், எதை தவிர்க்கவேண்டும் என்பதை அவரே தன்னைப் பார்த்து மதிப்பிடுகிறார்.

இப்படியாக குறைந்த பட்சம் 1500 மணி நேர simulation பயிற்சி இருந்தால் மட்டுமே விமானி ஆகமுடியும்.

இந்த கதையை எழுதும்போதும், எழுதியதை மீண்டும் வாசிக்கையிலும், கடந்து வந்த வாழ்க்கையின் நிமிடங்களை மீண்டும் relive செய்வது அப்படியான simulation deviceக்குள் என்னை நிறுத்தி விசித்திரமாக உணரவைத்தது.

நம் வாழ்வில் நாம்தானே நமக்கு ஹீரோ.

என்ன நடந்தாலும், நான் என்ற ஈகோ ஒரு பக்கம், என்னைச் சுற்றி இருப்பவர்களைக் காட்டிலும் நான் மட்டும் எப்போதும் நியாயமானவள் என்ற தற்பெருமை / கர்வம் ஒரு பக்கம், எனக்கு மட்டும் ஏன் இப்படி நடக்கிறது என்ற victim mentality யோடு என்னைப் பார்த்துக் கொண்டிருந்தேன்.

வெள்ளை தாளில் கருப்பு சொற்களாக்கி மிதக்கவிட்டப்பின், அதில் இருந்து வெளி வந்த நிகழ்வுகள் என்னை டைம் ட்ராவல் செய்ய வைத்து, என்னை பல நூறு கூறாக்கி, மில்லிமீட்டர் இடைவெளியிலும், 360 டிகிரியிலும் என்னையே எனக்கு சுற்றிக் காட்டியது.

The wound is the place where the light enters you என்கிறார் ரூமி.

நான் என்பதன் மீது ஒட்டியிருக்கும் ஜிகினா துகள்கள் கழண்டு விழுகையில், அதன் அடியே தெரியும் மேற்பரப்பின் அழுக்குகளையும், உடையும் பகுதிகளில் உள்ளிருப்பதையும் பார்ப்பது போல, இந்த புத்தகம் என்னை உள்நோக்கிப் பார்க்க சந்தர்ப்பம் கொடுத்தன.

இது போன்ற rewind, fast forward, pause, stop, slow replay செய்யும் தருணங்கள் மனிதர்களுக்குப் பெரிதாக அமைவதில்லை. எழுதுவது அப்படியான தருணத்தை எனக்கு தந்தது. I found it to be a very humbling experience.

வாழ்க்கை ஒருபக்கமாக அடித்துக்கொண்டு செல்கையில், எதை பற்றிப்பிடிப்பது?

அற்றவைகளால் நிரம்பியவள் எழுதும்போதே எனக்கு எழுத வராது; எழுத்துலகில் எத்தனை பெரிய ஜாம்பவான்கள் இருக்கிறார்கள், மலை போன்றவர்கள் மத்தியில், இவர்கள் எல்லோரையும் தாண்டி நான் என்ன பெரிதாக சொல்லிவிட போகிறேன் என்ற கடுமையான imposter syndrome கொண்டிருந்தேன்.

புத்தகம் வெளிவந்த பிறகு, "நீங்கள் உள்ளிருப்பதை எல்லாம் கொட்டிவிட்டீர்கள். இனி உங்களிடம் இருந்து வேறு எந்த நல்ல படைப்பும் வர வாய்ப்பில்லை" என்று சிலர் சொன்னார்கள்.

மனம் விளிம்பில் அமர்ந்திருக்கும் போது, கீழே விழ, விழுந்த பிறகு எழவே முடியாது தரையிலேயே கிடக்க எனக்கு காரணங்கள் தேவை இருக்கவில்லை.

வேலை, வாழ்க்கை, மனம் துவண்ட நிலை, உந்துதல் எதுவும் இல்லாது என்னை எழுதவிடாது நாட்களுக்குள் புதைத்து விட்டது. இனி என்னால் எழுதவே முடியாதோ என்றும் கூட தோன்றியதுண்டு. எழுதாது இருந்த சமயம் மனதுக்குள் சிடுக்கான constipated உணர்வை அதிகரித்துக் கொண்டே சென்றது மட்டும் உண்மை.

இருப்பினும், ஆட்டுக்குட்டியும் அற்புதவிளக்கும் புத்தகத்தின் முதல் ட்ராஃப்டை இந்த சில வருடங்களில் என்னுடைய ஆண், பெண் தோழமைகளோடு பகிர்ந்துக் கொண்டேன்.

நான் இந்த கதையைப் பகிர்ந்துக்கொண்ட பாதி பேர் புத்தகமாக்க வேண்டும் என்றும், வேறொரு பாதி போடவேண்டாம் என்று சொல்லவும், கடைசியில் மிகவும் குழம்பி, இந்த புத்தகத்தைப் பதிப்பிற்குக் கொண்டுவரவேண்டாம் என்று யோசித்திருந்தேன்.

"எப்பொருள் யார் யார் வாய் கேட்பினும்" என்று என்னை நோக்கி வந்த கேள்விகள், அபிப்பிராயங்கள் எல்லாவற்றையும் நான் மனதுக்குள் இழுத்து, அசைப்போட்டபடி இருந்தேன்.

யோசிக்க நான்கு வருடங்கள் எடுத்துக்கொண்டேன்.

எனக்கு இப்போது அவர்களின் கேள்விகளுக்கு பதில் சொல்லமுடியும் என்று தோன்றுகிறது.

என்னுடைய கதையை நான் ஏன் சொல்லவேண்டும்? என் கதையின் மூலம் நான் எதை உணர்த்த முயல்கிறேன்? அது எதை உணர்த்தவேண்டும்? என் கதை சொல்வதற்கு காரணம் இருக்கிறதா? காரணம் இருக்கவேண்டுமா?

நீ படித்தது என்ன? செய்வது என்ன? இது என்ன முட்டாள்தனம் / பைத்தியக்காரத்தனம் / வெட்டிவேலை? என்று பலவாறு கேள்விகள் என் உள்உடைபாடுகளின் ஊடே என்னை இறுக்கிப் பிடிக்கிறது.

கேள்விகள் உள்ளே உடைத்து உடைத்து செல்ல, என் உட்சிதைவுகளை விலக்கிப் பார்க்கையில், எனக்கு புரிபடுவதைச் சொல்கிறேன்.

உள்ளுக்குள் உடைபடுதல் எல்லோருக்கும் நிகழ்வதுதான். அப்படி உடைந்ததும், ஒருவருக்குள் இரண்டு விதமாக மாற்றம் நிகழ வாய்ப்பிருக்கிறது. அடப்போடா! எது நடந்தாலும் எல்லாம் நன்மைக்கே என்று அமைதியாகிவிடலாம் அல்லது யாரையுமே நம்பமுடியாது இறுகிவிடுலாம். இதில் யார் எந்த பாதையோ! அது அவரவர் தேர்வு மாத்திரமே.

உணர்தல் மனிதர்களின் பெருவரம்.

என் வாழ்க்கையைக் குறித்து யோசிக்கையில், கணக்கிலடங்கா கோபங்களும், வெறுப்புகளும், அவமானங்களும், வேதனைகளும் நிறைய தேக்கிவைத்திருக்கிறேன்.

உணர்வுகள் என்றால் என்ன? எப்படி அதை கையாளவேண்டும்? எப்படி கோபத்தையோ, அவமானத்தையோ, எரிச்சலையோ சரியாக பார்க்கவேண்டும்? நாம் மனிதத்துடன் வளர இந்த உணர்வுகளை எப்படி சரியாக கையாள வேண்டும் என்பதை இந்த சமூகமும், குடும்ப அமைப்பும், கல்வி நிறுவனங்களும் சொல்லித்தரவில்லை.

எப்படி கையாள்வது என்றுத் தெரியாத ஒன்றை என்ன செய்வது? உணர்தலில் இருந்து என்னை விலக்கிவைத்தே வாழ்ந்திருக்கிறேன்.

உணர்வது புரியாதபோது, என் இயல்பு எது என்று மட்டும் எப்படி புரியப்போகிறது?

இந்த உலகில் பிறந்த எல்லோருக்கும் இறந்து போய்விட்ட மனதுக்கு நெருக்கமான குடும்பத்தினரோ, நண்பர்களோ தன்னைப் பற்றி ஏதோ கேவலமாக நினைத்திருக்கக்கூடும் என்று உள்ளுக்குள் வைத்து வெட்கி கூனிக்குறுகியபடி இருப்பார்கள். அதைப் பற்றி பேசி மன்னிப்பு கேட்கவோ, தன் தரப்பு நியாயத்தைச் சொல்லவோ, அடுத்தவரின் நியாயத்தைக் கேட்கவோ நேரம் எடுக்காது காலம் தாழ்த்தியதன் விளைவு you are destined to carry sacksful of shame and guilt.

மனதில் உணரும் உண்மையை தவிர இந்த உலகத்திற்கு பகிர என்னிடம் ஒன்றுமே இல்லை என்பதை மனதார உணர்கிறேன். என் உண்மை எல்லோரின் உண்மையா என்றால், அதுவும் இல்லை. இது என் உண்மை மட்டுமே.

எழுதுவது எனக்கு மிகவும் பிடித்திருக்கிறது என்பது என்னுடைய நிஜம். என் மருத்துவ வேலையை விட எனக்கு எழுதுவது பிடித்திருக்கிறது.

"இத்தனை கோடி மக்களில், நான் எழுதும் ஒரு வார்த்தை கூட ஒருத்தருக்கும் பிடிக்கவில்லை என்றால் அதை நான் எப்படி உணர்வேன்? நான் எப்படி அதை ஏற்றுக்கொள்ளுவேன்? எழுதுவதே பகிர தான். ஆனால் பகிர யாரும் இல்லாமல் போனால், நான் எழுதுவதை நிறுத்தவிடுவேனா? நிறுத்திவிட வேண்டுமா?" என்றுக் கேட்டு கொள்கிறேன்.

கலையைப் படைக்கும், படைத்த பல பிரமாண்ட படைப்பாளிகள் கூட, அவர்களின் படைப்பை மற்றவர்கள் குறை சொல்லக்கூடுமோ என்று யோசித்து யாரும் பார்ப்பதற்கு முன்னரே அழித்திருக்கிறார்கள். மோனே வரைந்த water lilies, டிக்கின்ஸ் எழுதிய 20 வருட கடிதங்கள், கட்டுரைகள் என்று எதுவும் விதிவிலக்கல்ல.

என் உண்மையையும், கதையையும், என் உணர்வால், என் மொழியில் சொல்ல என்னால் மட்டும் தான் முடியும் என்பதையும் நான் எழுதுவது பிடித்தாலும், பிடிக்காவிட்டாலும் பரவாயில்லை என்பதை எனக்கான சுதந்திரமாகவும் இந்த சமயத்தில் நான் உணர்கிறேன்.

என் வேதனையான வாழ்க்கையை எழுதி பரிதாப பிச்சை எடுக்கிறேன் என்ற ஒரு முன்னாள் தோழியின் கனமான கேள்வியும், தொணியும், முகபாவமும் என்னுடைய ஈகோவை அவ்வப்போது வந்துப்போகும் அலை போல நெருங்குகிறது.

நடந்து முடிந்துவிட்ட ஒரு கணத்தின் வலியை, அதற்கு அடுத்த நொடியே அரவணைத்தாலும், லட்சம் வார்த்தைகள் தூவினாலும், கடந்தது கடந்ததுவே.

என்னைப் பற்றி யாருக்கு என்ன மதிப்பீடுகள் இருந்தாலும், அது இருந்துவிட்டுப்போகட்டும்.

தோல்விகள், வேதனைகள், இழப்புகள் அனைத்தும் என்மீது இதுவரை ஒட்டி வளர்த்திருக்கின்ற தேவையில்லாதவைகளை கிழித்துப்போட்டு எனக்கு எது நிஜத்தில் தேவை என்பதை உணர்த்தியிருக்கிறது. அதற்கு நான் மிகுந்த நன்றியை சொல்லிக்கொள்கிறேன்.

என்னுடைய நிஜம் பகிர முற்படும் இந்த சமூகம் யாரால் நிரம்பியிருக்கிறது?

This world is filled with cynical, indifferent, hate spewing, emotionally crippled society.

சிறு வயதில் ஏற்படும் வலிகள் மனதை களங்கமில்லாத மெலிதான innocenceல் இருந்து கழண்டு விழவைத்து கடூரமான cynicism உள்ளே தள்ளிவிடுகிறது.

ஏன் cynicism பெரும் கொடுமை என்றால் எதுவுமே தெரியாத அப்பழுக்கில்லாத குழந்தை மனது வழுக்கி, வலியில் சுருண்டு எதையுமே நம்பவோ, அன்பு பாராட்டவோ முடியாது காயமாகி, கல்லாகி உறைந்து போகிறது.

One might go from feeling everything to absolutely nothing.

எப்பேர்ப்பட்ட ஊனம் கண்ணுக்குத் தெரியாமல் மனதிற்குள் விழுந்துவிடுகிறது.

பொருள்சார் உலகைப் பற்றிய தெள்ளத்தெளிவான முழு புரிதல் இருப்பினும், மனம்சார் உலகில் ஒவ்வொரு மனிதனும் தராசு தட்டாக முளைத்து எழுந்து கற்களாக வலம் வரும் அவலம் இன்று இருக்கிறது.

A Book must be the axe for the frozen sea within us என்கிறார் காஃப்கா.

தான் பார்க்காத, கேட்காத, வாழாத பல்லாயிரம் பேரின் வாழ்க்கையை, உலகத்தை, வலிகளை கதைகளின் மூலம் மட்டுமே அப்படியே உணரும் பெரும் ஆற்றல் கொண்டவர்கள் மனிதர்கள். வேறு எந்த உயிரினத்திற்கும் இல்லாத பெருவரம் இது.

ஆனால் தானாக உணராதவற்றின் மீது அலட்சியமும், Apathyயும், முழு அன்பு பாராட்ட இயலாத கடினத்தன்மையும் கொண்டவர்களுக்கு அவர்களுக்கு மட்டுமே மிக பரிச்சயமான வாழ்க்கைக்குள் மட்டும் தங்களை முழுக்க பொதித்து வாழ்பவர்கள் பலர். "வேறொருவரின் வாழ்வை வாழ நேர்ந்திருந்தால்" என்ற கேள்வியே புகாத வண்ணம் அவர்களின் சுவர்களே அவர்களை இறுக்கிக்கொண்டே இருக்கிறது

தன்னைத் தாண்டிய எதையும் பார்க்கவோ, கேட்கவோ, உணரவோ முடியாத கற்சுவர்களை மனமாகக் கொண்டால், மற்றவர்களின் கூக்குரலோ, ஓலமோ கேட்க வாய்ப்பில்லை. அடுத்தவரின் காயங்களைப் பார்க்கவும் வாய்ப்பில்லை. வேறு ஒருவரையும் முழுக்க தெரியவும் வாய்ப்பில்லை. அதற்கு நேரம் ஒதுக்க மனமும் இல்லை.

Such humans don't realise that they are incapable of neither osmosis nor diffusion for their entirety, to ever reach a state of equilibrium.

மனதால் குறுக்கிக்கொண்டுத் தன்னை மட்டுமே மையப்படுத்தி, வாழ்ந்து மரிக்கும் மனிதர்கள் சிறியவர்கள், கெட்டவர்கள், கொடுமைக்காரர்கள் என்றெல்லாம் சொல்லவில்லை.

கண்பார்க்கவும், மனம் உணரவும் கொள்ளளவு எவ்வளவோ அவ்வளவே இந்த மனிதர்களின் விஸ்தாரம். எதுவுமே அவர்களுக்கு போதாது. எதுவுமே அவர்களை அமைதி படுத்தாது. எல்லாமே தற்காலிகம் தான். அந்த கணத்தைத் தாண்டியதும், வெறுமைக்குள் மீண்டும் பொறுத்திக்கொள்வார்கள்.

மனதால் எதையுமே முழுமனதாக அன்பு பாராட்டவோ, மன்னிக்கவோ, மன்னிப்பு கேட்கவோ, மறக்கவோ முடியாது, யாரையும் நம்பவோ, சார்ந்து நிற்கவோ முடியாது, மனதைக்

குறுக்கிக் கொண்ட இந்த மனிதர்கள் பார்க்கும் பூதங்கள் எத்தனை அதிபயங்கரமாக இருக்கும்

அவரவர்களின் பயங்களிலும், வெறுப்புகளிலும், கோபங்களிலும், தற்பெருமைகளிலும், ஆதங்கங்களிலும், கசப்புகளிலுமே நட்டு வளர்ந்து தனிமையில் மடிந்தும் போகிறவர்களை இந்த நிமிடம் நினைத்து நான் மனதார இரங்குகிறேன்.

இந்த "ஆட்டுக்குட்டியும் அற்புதவிளக்கில்" வருவது போல பல லட்சம் snapshots கொண்டதுதான் ஒவ்வொருவரின் வாழ்க்கையும்.

அம்மாவைத் தாண்டி வராத யாரும் இங்கில்லை, whether present or lack thereof!

இந்த கதையில் வரும் அம்மாவும், மகனும் அசாதாரணமானவர்கள் இல்லை. ஆனால் எப்படி ஒரு கைரேகை போல இன்னொரு கைரேகை இல்லையோ, அது போல இவ்வருவரின் வாழ்க்கை தனித்தன்மை வாய்ந்தது. அது பெரியதும் இல்லை! சிறியதும் இல்லை!

ஒரே வாழ்க்கையின் நிகழ்வுகளுக்குள் இருக்கும் அம்மா கவனிக்கும் மகனும், மகன் கவனிக்கும் அம்மாவும், அவர்களைச் சார்ந்த அவரவர்களின் புரிதல்களும் வெவ்வேறு. எந்த பெருமிதங்களும் இல்லாது, அவரவரின் உண்மைகளைச் சொல்ல முற்பட்டதுதான் இந்த புத்தகம்.

இந்த வாழ்க்கையின் நோக்கம் அன்பை கண்டடைவது இல்லை. மாறாக அன்பை உள்வாங்க, நமக்குள்ளே நாம் வளர்ந்திருக்கும் தடைகளைக் கண்டுப்பிடித்து உடைப்பதே ஆகும் – ரூமி.

உங்களுக்கு இந்த புத்தகம் பிடித்திருந்தால் மகிழ்ச்சி! என்னுடைய வாழ்க்கையை உங்களோடு பகிர்ந்துக்கொள்வதில் எனக்கும் மகிழ்ச்சியே!

★ ★ ★

# 1

## குக்கூ: வயது 16

கருங்குழம்பு இருட்டு வானிலிருந்து சுருண்டு, புரண்டு இறங்கிய ஒளிமின்னல் கீற்றுகள் தரைக்குள் விதையாய் விழுந்து, எதிரெதிரே கொழுந்து விட்டெரியும் இரண்டு நெருப்பு கங்குமரங்களாகி வளர்ந்து நின்றதைப் போல, அந்த வீட்டின் மதிய குளிர்வெயில் உள்நுழையும் ஹாலில் குக்கூவும், அவனுடைய அம்மாவும் நின்றிருந்தார்கள்.

ஒரு அறைக்குள் இருவர் திகுதிகுவென எரிந்து கொண்டு நிற்பது சாத்தியமா?

மனதுக்குள் இருக்கும் மனநிலைக்கு ஏற்ப தோலின் நிறம் மனிதர்களுக்கும் பச்சோந்தியைப் போல தன்னிச்சையாக மாறினால், உலகம் இன்னேரம் என்னவாகி இருக்கும்? எத்தனை பெரிய விடுதலையையும், சாபத்தையும் மனித இனத்திற்குக் கொடுக்காது விட்டுவிட்டார் கடவுள்.

16 வயது மகனுடைய பெயர் குக்கூவாக இருக்கும்போது, அவனுடைய அம்மாவிற்குப் பெயர் என்னவாக வைக்கலாம்? அவள் பெயரையும் கழுகு, டோடோ, ஆந்தை, பூணில் பறவை, ஆல்பட்ராஸ், ஃப்ளமிங்கோ, காக்கா இப்படி ஒன்றாக வைத்திருந்தால் பொருத்தமாக இருந்திருக்கக்கூடும் தான். மேலே சொன்ன எல்லாமே அவளுக்குப் பொருந்தும் என்றாலும் இந்தக் குழப்பக்கதையில் மேலும் குழப்பம் ஏற்றுவதைத் தவிர்க்க அந்த குக்கூவின் அம்மாவை நாம் நிலா என அழைக்கலாம்.

குக்கூ சொன்னது கால்கள் முளைத்து நிலாவின் காதில் இன்னமும் நுழைந்துகொண்டிருந்தது. அவன் வாயிலிருந்து வந்து விழுந்த வார்த்தைகள், பல நூறு சத்த மரவட்டைகளாக மாறி, பல்லாயிரம் குத்தூசிக் கால்களோடு ஊர்ந்து, வளைந்து, சுருண்டு, நீண்டு, நெளிந்து மூளைக்குள் நுழைய நேரம் எடுத்தது.

"குக்கூ! நீ என்ன சொன்னே?" என்று நிலா இன்னும் நம்பமுடியாது திரும்பக்கேட்டாள்.

அலட்சியமான நக்கலும், உணர்ச்சி துடைத்த முகத்தில் சின்ன ஏளனமான சிரிப்போடும், அடக்கமான சீற்றத்துடன் ஆனால் வெகு தீர்மானமான குரலில், 'நீங்க ஒண்ணும் அவ்வளவு நல்லவங்க இல்லை. என் அம்மாங்கிறதனால மட்டும்தான் உங்கள எனக்கு பிடிக்கும். நீங்க வேறொருத்தரா இருந்திருந்தா, எனக்கு உங்களைப் பிடிச்சே இருக்காதுமீ' என்று தெளிவாகவும், மிக சுலபமாகவும் சொல்லிவிட்டுப் படிக்கட்டுகளில் ஏறி சென்றுவிட்டான்.

அடுத்து என்ன செய்வது என்று புரியாது நிலா சோஃபாவில் அமர்ந்துவிட்டாள்.

வெளியே ஏதோ கார் சென்று தேயும் சத்தம் தவிர வேறொரு சத்தமும் கேட்கவில்லை. அந்த அறையில் அடர்த்திருந்த நிசப்தத்தில் மகனின் வார்த்தைகளும், அவை அடுக்கடுக்காய் வெடித்துச் சிதறியபடி சென்றதன் மிச்சமீதங்களும் இன்னும் மிதந்து கொண்டிருந்தன.

சரியான அழுத்தமும், உபகரணமும் கொண்டு பாம்புகளின் விஷத்தை கறக்கமுடியும். அது போல மனிதர்களுக்கும் சரியான ஒரு உந்துதல், ஒரு காரணம், ஒரு உள்ளுடைப்பைக் கொடுத்தால் கோபத்தையும், வெறுப்பையும், எரிச்சலையும், உள்பயங்கரங்களையும் கங்கு போல கக்குவார்கள் என்பதை நிலா நன்கு உணர்ந்தவள்தான்.

மனதால் விழுங்கி தாண்டிவிடவே முடியாத கடினமான, கனமான, ஆழமான வலி மிகுந்த வார்த்தைகளையும், செய்கைகளையும், உதாசீனங்களையும் எப்போதும், யாரிடமிருந்தும் கேட்கும் பார்க்கும் வாழ்க்கை நிலாவிற்குப் புதிதில்லைதான்.

ஆனாலும் தன் மகனின் இந்த வார்த்தைகளின் கடும்கசப்பு, நிதானமான கூர்மை, அவனிடமிருந்து வெளிவந்த வார்த்தைகளின் எடையும், அடர்வும் நிலாவை மிக சாதாரணமாக நிலைகுலைய செய்து சட்டென புரட்டிப்போட்டது.

'பெற்றுவிட்டால் மட்டும் என் குழந்தைக்கு என்னைப் பிடித்துவிடவேண்டுமா என்ன? அன்பைத் தான் அடித்து வாங்கிவிட முடியுமா? அன்பைக் கூட்டல், கழித்தல் கணக்காக்கி, இத்தனை வரவு, இத்தனை செலவு என்று சொல்லி, நீ எனக்கு இன்னும் இத்தனை அன்பை மீதம் செலுத்தவேண்டும் என்று சொல்லி கணக்கை தீர்த்துவிடமுடியுமா?' என்று நினைக்கத் தொடங்கினாள்.

தலையைப் பின்னோக்கிச் சாய்த்து அமர்ந்தவள் காதுகளில் மகனுடைய வார்த்தைகள் இன்னமும் திரும்ப திரும்ப கேட்டுக்கொண்டே இருந்தது. மகன் சொன்ன வார்த்தைகளின் இருந்த அவனுடைய உண்மையைப் பொறுமையாக முகர்ந்தாள்.

நேரம் ஒரே கோட்டில் வெகு வேகமாகவும், மிக மெதுவாகவும் சென்றது.

'நான் உன் தாய். நான் உனக்காக மட்டுமே உயிர் வாழ்கிறேன். எனக்கு உலகில் உன்னைத்தான் மிகவும் பிடிக்கும். நீயில்லை என்றால் எனக்கு வாழக் காரணங்களே இல்லை' என்று சொல்லிக் கொள்வதில் ஒட்டிவரும் பெருமித மண்ணாங்கட்டிகள் எல்லாம், கொஞ்சம் ஈரம் காய்ந்ததும், உடையில் இருந்து உதிரும் மணலாக விழுந்ததும், கொஞ்சம் அமைதியாகியது நிலாவின் மனது. ஆனாலும் அலை போல குக்கூவின் முகமும், பேச்சும் நிலாவை நோக்கி வந்து வந்து போய்க்கொண்டிருந்தது.

அப்படியாக நிலாவை ஒரு அலை முழுங்கியபோது, 'அப்படி குக்கூ என்னை பார்த்துச் சொல்லும்படி நான் என்ன செய்துவிட்டேன்? என்ன சொல்லிவிட்டேன்?' என்று நினைக்கும்போதே எப்போதும் போல நிலாவின் முன் ஆளுயரக் கண்ணாடிகளும், பூதக்கண்ணாடிகளும் எகிறிக்குதித்து வந்து அவளை சுற்றி சூழ்ந்தன.

நானோமீட்டர் அளவில், தன்னையே உள்ளிருந்து வெளிவரை, வெளியிருந்து உலகின் எல்லாவற்றோடும்

ஒப்பிட்டுக், கூறுபோட்டுக் குறைகண்டுப் பிடிக்கத் தொடங்கி சில நிமிடங்கள் ஆன பின், 'சீ! இது என்ன பைத்தியக்காரத்தனம்?' என்று சத்தமாகத் தனக்குத்தானே சொல்லிக்கொண்டாள்.

குழந்தை கருவில் உருவானதில் இருந்து ஏழு வயதுவரை மனித மனம் உருவாகும் காலம் என்கிறார்கள். ஏழு வயதிற்குள்ளே நிகழும் சாதக பாதகங்கள் மனிதனின் ப்ளூப்ரிண்ட் ஆக மாறுவதாக உளவியல் அறிஞர்கள் சொல்கிறார்கள்.

'ஏன் என் வாழ்க்கையில் திரும்ப திரும்ப ஒரே போன்ற சோதனைகளையே சந்திக்கிறேன்?' என்பது பலரிடம் இருக்கும் கேள்வி. அதற்கு காரணம் இந்த ஏழுவயதுக்குள் ஒருவருக்குள் உருவாகும் ப்ளூப்ரிண்ட் தான் காரணம் என்கிறார்கள்.

சிறுவயதிலேயே தொடங்கும் இந்த உள்ளமைப்பு, பேரண்டத்தில் எதிரொலித்து வாழ்க்கையை வடிவமைக்கிறது என்பதை "Life is not happening to you, you are creating it" என்றுச் சொல்கிறார்கள்.

சிக்கலான புள்ளிக்கோலம் போடத் தொடங்கும் முன், எங்கு தொடங்குவது என்று தெரியாது போனாலும், வரைய வரைய ஒன்றைத் தொட்டு ஒன்றென அதன் வடிவம் வெளிப்படுவது போல, யார் என்ன சொன்னாலும், கட்டாயம் தன் மேல் மட்டும்தான் தவறு என்ற நிலாவிடம் படிந்திருந்த மன இயல்பு எகிறி வெளியே குதித்தது.

"நீங்க ஒண்ணும் அவ்வளவு நல்லவங்க இல்லை – இதன் ஸ்பெக்ட்ரம் தான் எத்தனை பெரியது?

கொலை செய்து, பொய் பேசி, பிறகுடிகளைக் கெடுத்து, குடித்து, சூதாடி, நம்பவைத்து ஏமாற்றி, பொருளுக்காக எதற்கும் துணிந்து, பொறுப்பில்லாது திரிந்து, பார்ப்பவர்களோடெல்லாம் கூடி கூத்தாடி இப்படி எங்குத் தொடங்கி எங்கு வரை நீளும்? இதில் நான் யார் என்று என் மகன் நினைத்திருக்கிறான் என்று நிலா யோசித்தாள்

குக்கூ குரல் வந்த வழி திரும்பிப் பார்க்கையில், நிலாவின் வாழ்க்கையில் அவளுக்குத் தெரிந்த எல்லா ஆண்களும், பெண்களும் ஒன்றன்பின் ஒன்றாக வரிசை கட்டி நின்றிருந்தார்கள்.

அதிலும் ஆண்கள் வரிசையில் நிலாவின் தாத்தாக்களில் தொடங்கி, அப்பா, அண்ணா, தம்பி, நண்பர்கள், காதலர்கள், கணவன், தெரிந்தவர்கள், தெரியாதவர்கள் என்று மைல் கணக்கில் ஆண்கள், அவளைப் புரிந்தோ புரியாமலோ, அவர்களின் கணக்கீட்டுக்குள் தன்னைச் சுருட்டிவிட முயன்றபடி இருப்பதைப் பார்த்தாள்.

'இவ்வளவு சிரித்தால், இவ்வளவு பேசினால், இவ்வளவு உணர்ந்தால், இவ்வாறு உடை உடுத்தினால், இவ்வாறு நடந்தால், இவ்வாறு அமர்ந்தால், இப்படி நடந்து கொண்டால் மட்டும்தான் நல்லவள். இல்லாது போனால் "ஆள் சரியில்லை" என்ற இறுகிப்போன நியதிகள் கொண்ட மன அமைப்பைக் கொண்டவனாகவா என் மகனும் வளர்ந்து நிற்கிறான்?'

'யார் எப்படியோ அப்படியே அவர்களை எடை போடாது, முழுமனதோடு ஏற்றுக்கொண்டு அன்பு செலுத்தும் வகையில் என் மகனை நான் வளர்க்கவில்லையா?' என்று நிலா நினைத்தாள்.

'நீ அப்படி வளர்த்ததால்தான் உன் மகன் அவன் மனதில் படுவதை எந்த பயமும் இல்லாமல், உன்னிடம் சொல்ல முடிந்தது' என சிறுகுரல் நிலாவிற்குள் ஒலித்தது.

வலி, தன்னுடைய செறுக்கு உடைபட்டதால் மட்டும்தான் என்று மீண்டும் கொஞ்சம் தெளிந்தாள். ஆனாலும் அந்த நொடியின் ஆயாசத்தில் மறத்து அமர்ந்திருந்தாள்.

வாழ்வதற்கான காரணங்கள் இந்த சில வருடங்களில் குறைந்து போயிருந்தன. தன் முழு வாழ்வின் பொருளே தன் குழந்தைதான் என்று குக்கூவை ஆணிவேர் போல இறுகப்பற்றி யிருந்த நிலையில் அதுவும் அறுந்ததை அடுத்து பிரமாண்ட வெறுமை மனதில் விரிந்தது.

மாடிக்குச் சென்ற குக்கூ தன் அலைபேசியை எடுத்து அவனுடைய நண்பர்களோடு பேசத் தொடங்கியது நிலாவுக்குக் கேட்டது. அவனுடைய வார்த்தைகள் ஏற்படுத்தியிருந்த விளைவை பற்றிய எந்த பிரக்ஞையும் இல்லாது, மிக சாதாரணமாகவும், மிக மகிழ்ச்சியாகவும் இருந்தான்.

இங்கிலாந்தின் ஒரு குட்டி கிராமப்பள்ளியில் அவனோடு படிக்கும் ரியோ குக்கூவிற்கு மிக நெருங்கிய நண்பன்.

எப்போதும் இருவரும் குசுகுசுவெனப் பேசிக்கொண்டோ, குறுந்தகவல் பரிமாறியபடியோ இருப்பார்கள்.

ரியோ, "இன்னைக்கு என்னோட அம்மா என்னை செல்லுல கூப்பிட்டாங்க" என்றதற்கு, குக்கூ, "நீ எப்படா உன்னோட அம்மாவை கடைசியாப் பார்த்தே?" என்றுக் கேட்டான். அப்பாவிடம் வளரும் ரியோவும், அவனுடைய அக்காவும் தன் தாயைப் பார்த்து ஒரு வருடம் மேலே ஆகப்போவதைச் சோகமாக சொன்னான்.

ரியோவின் அம்மா குடிபோதைக்கு அடிமையானவர். பல வருடம் அவரை அந்தப் பழக்கத்தில் இருந்து மீட்டுவிட முயன்று தோற்றுப்போன ரியோவின் அப்பா மனைவியைப் பிரிந்துவிட்டார். தன்னை விட தன் அம்மாவிற்குக் குடிப்பதுதான் முக்கியம் என்று தேர்ந்தெடுத்து சென்றுவிட்டதை சாதாரணமாக சொல்லிக்கொண்டிருந்த வேளையில், குக்கூ தன் அம்மாவைப் பற்றி நினைத்துப் பார்க்கத் தொடங்கினான்.

ரியோவிடம் தன் அம்மாவிடம் போட்ட சண்டையைப் பற்றிப் பேசத்தொடங்கினான் குக்கூ.

"என்னோட அம்மா கொஞ்சம் பாவம்தான்டா. ஆனா என்னோட டாடி என்கூட இருந்திருக்கலாம். ஐ மிஸ் ஹிம். சில நேரம் என்னோட அம்மா சிரிச்சாலோ, ஜாலியா இருந்தாலோ எனக்கு எரிச்சல் எரிச்சலா வருது என்று சொல்லத் தொடங்கி யிருந்தான்.

"என்னோட உடம்பு சரியில்லாம ஆன பிறகு எனக்கு அவங்க செய்யுற எதுவுமே எனக்கு புடிக்கல, ரொம்ப நச்சறாங்க" என்றான் குக்கூ.

குக்கூ பிறந்த பின் நிலாவைப் பல விஷயங்கள் ஆச்சரியப்படுத்தின.

எங்கிருந்தாலும், என்ன உடை உடுத்தியிருந்தாலும், குக்கூ கொஞ்சம் கேவினாலும் அழுதாலும் மார்பின் மேல் படியத் தொடங்கிவிடும் ஈரவட்டங்கள்; எவ்வளவு குளித்தாலும் எப்போதும் நிலாவின் மேல் அடித்த பால்வாசம் என தான் பார்த்து வளர்த்த தன் உடல், அவள் வசத்தில் இல்லாது ஒரு குழந்தையின் அழுகைக்கேற்ப விதவிதமாக கோலம் கொள்வது அவளுக்கு ஆச்சரியத்தையும், குழப்பத்தையும் ஏற்படுத்தியது.

கும்மென்ற அமைதியில் மிதந்து கொண்டிருந்த நிலாவின் மூளைக்குள் வெவ்வேறு நிகழ்வுகளுக்குள் வந்து போய் கொண்டிருந்தன.

குக்கூ பிறந்து எட்டு மாதம் இருக்கும்போது, ஒரு நாள் இரவு அவனுக்குப் பால்கொடுத்துக் கொண்டே தூங்கிப்போய்விட்டதை நிலா யோசிக்கத் தொடங்கினாள்.

தூக்கத்திலிருந்து நிலாவை சுரீரென உயிர் போகும் வலி எழுப்பியது.

வாழ்க்கையில் தனக்கு மிகவும் வலித்த நொடிகளைப் பட்டியல் இட்டால் முதல் வரிசையில் இடம் பிடித்துவிடும் வலி அது.

குழந்தை பால் வரவில்லை என்று முளைக்கத் தொடங்கி யிருந்த முன்பற்களால் மார்காம்பை அழுந்தக் கடித்துவிட்டான். தூக்கக் கலக்கத்தோடு, கண்களில் கண்ணீர் கொட்ட, அடித்துப்பிடித்து எழுந்து, ரத்தம் கசியும் மார்காம்பைக் கைகளில் அழுந்தப்பிடித்துத் தடவியபடி, கோபத்தோடு குக்கூவைப் பார்க்கையில், அவன் தன் சின்னக் கீழுதட்டைச் சப்பிக்கொண்டு நல்ல உறக்கத்தில் இருந்தான்.

குக்கூவைப் பளாரென அறைய வேண்டும் என்று எழுந்த கோபத்தோடும், வலி தந்த அழுகையோடும் இருந்தாலும், ஒரு வயது குழந்தை தூங்குவதைப் பார்க்கையில் மனது வாஞ்சையில் நெகிழ்வதை மிக ஆச்சரியமாகக் கவனித்த இரவு அது.

இருவர் மட்டுமே வசிக்கும் இந்த வீடு முழுக்க, காற்றில்லாதது போல திடீரென மூச்சு முட்டியது. சட்டென வெளியே ஓடிவிட வேண்டும் என்ற அழுத்தம் நிலாவிற்கு அதிகரித்துக்கொண்டே போனது. கண்களில் கண்ணீர் நிரம்பி யிருந்ததையே அப்போதுதான் அவள் உணர்ந்தாள்.

குக்கூ கீழே இறங்கிவரும் சத்தம் கேட்டதும், நிலாவிற்குள் பதட்டம் ஏற்பட்டது. 'உன் வார்த்தைகள் என்னைக் காயப்படுத்தும் அளவு நீ பெரியவன் இல்லை' என்று அவனுக்குக் காட்டவேண்டும் என்ற உந்துதலுடன் கண்களை வேகமாகத் துடைத்தாள் நிலா.

ஆனால் அதற்குள் அம்மா அழுவதைப் பார்த்துவிட்ட குக்கூ பதறிப்போய் நிலாவின் அருகில் அமர்ந்து, தோளில் கையைப் போட்டு, “மீ! ஏன் அழறீங்க?” என்று கேட்டான். அவன் சொன்ன வார்த்தைகள் எப்படியானவை என்றே அவனுக்குத் தெரியவில்லை என்பதால். நிலாவிற்குத் தன் அழுகை எதனால் என்று விளக்கத் தோன்றவில்லை.

“ஒண்ணுமில்லை மோனா!” என்று சொல்லும்போதே, தன் மனக்குழைவையும், உடைந்த நிலையையும் அவன் பார்க்கிறான் என்பது நிலாவிற்கு திடீரென கோபத்தை வரவழைத்தது. அதனால் எழுந்த கழிவிரக்கம் மேலும் அழுகை தந்தது.

குக்கூ மிக பதட்டமாகி, “மொம்மீ! என் மனசுக்கு பட்டதை சொன்னேன். அதை நீங்க ஒண்ணும் பெருசா எடுத்துக்க வேண்டாம். Look past my words. உங்கள எனக்கு என் அம்மாவா ரொம்ப ரொம்ப பிடிக்கும். நான் சொன்னது உங்களை வருத்தப்படுத்தியிருந்தா ரொம்ப சாரி” என்றதைக் கேட்டு, இன்னமும் அவளுக்குள் ஏனோ கோபம் கூடியது.

மூச்சுவிடவே சிரமமாகி நிலா தடதடவென எழுந்து கார் சாவியை எடுத்துக்கொண்டு கிளம்ப முயற்சிக்கையில், குக்கூ பதறியபடி “நீங்க கொஞ்சம் அமைதியாகிட்டு போங்க மீ! மீ, ப்ளீஸ் மீ! மீ” என்று தடுத்து நிறுத்தினான். அவளுக்கு மூச்சே வரவில்லை. அவனைத் தாண்டி கதவை திறந்துக்கொண்டு காரில் ஏறி வேகமாகக் கிளம்பிவிட்டாள்

குக்கூ அவனுடைய அலைபேசியில் இருந்து தொடர்ந்து நிலாவை அழைத்துக்கொண்டே இருந்தான். அலைப்பேசியை ஏரோப்ளேன் மோடில் போட்டுவிட்டு கார் ஓட்டத் தொடங்கினாள் நிலா.

ஆயிரம் குரல்கள் வெவ்வேறு தொனியில், நிலாவைப் பார்த்து சிரித்து, ‘நீ ஒண்ணும் அவ்வளவு நல்லவ இல்லை’ என்பதில் தொடங்கி, ‘நீ கெட்டவ’ என்று எதிரொலித்து அடங்கி, மீண்டும் எழுந்தன.

சிந்திக்கத் தொடங்கியதில் இருந்தே நிலாவிற்கு தன்னைப் பற்றி தான் கொண்டிருந்த அபிப்பிராயங்கள் எதுவுமே பிடித்தமானதாக இருந்ததில்லை. வத்தல்குச்சி போல ஒல்லியாக இருந்த சமயத்தில் கூட, நான் குண்டாக இருக்கிறேன் என்று

உடலைப் பார்த்துப் பிடிக்காது அழுதிருக்கிறாள். 'என் முகம் பிடிக்கவில்லை. என் தோல் பிடிக்கவில்லை. என் பற்கள் பிடிக்கவில்லை. என் குரல் பிடிக்கவில்லை. என் நடை பிடிக்கவில்லை. எப்படி இப்படியாக என்னையே பிடிக்காது நான் வளர்ந்தேன்?' என்று யோசித்தாள் நிலா.

'நான் சரியாக வளரலையா? என்னைச் சரியாக வளர்க்கலயா?'

'எனக்கே பிடிக்காத நான் பல்லாயிரம் கைகள், கால்கள், கண்கள், வாய்கள் கொண்ட பிரமாண்ட அமீபா போல, என்னை பார்க்கும் ஒவ்வொவரின் மனதுக்குள்ளும் "பெண்ணாகப்பட்டவள் எப்படி இருக்கவேண்டும் என்றால்" என்று சதா பிடித்துக்கொண்டே அலையும் சமூக நியதிகளுக்குள் மனித மெர்குரி திரவமாக மாறி மாறி நிறைந்து, அவரவருக்கு பிடித்த மாதிரி மாறிவிட முயன்று கொண்டே இருந்திருக்கிறேன். எத்தனை கோலங்கள் கொண்டாலும் அவை எதுவுமே நிறைவாக இருக்கவில்லை.'

'நான் என்றால் என்ன என்று என்னைக் கண்டுப்பிடிக்கவே பல தசாப்தங்கள் கடந்து வயதாகி விட்டது' என்று எண்ணியபடியே கார் ஓட்டுகையில், ரோட்டின் இருபக்கம் உருண்டு மறையும் மரங்கள், மனிதர்கள், வீடுகள் நிலப்பரப்போடு நிலாவின் யோசனைகளும் சுழன்றன.

ஒரு கட்டத்தில் எப்படி உருவெடுத்தாலும் எல்லோருக்கும் தன்னிடம் சொல்ல ஏதோ குறையிருந்துக் கொண்டே இருந்தது. அதனால், அந்த பிரயத்தனத்தைத் தூக்கி கடாசிவிட்டாள்.

பிறந்து வளர்கையில் சுற்றி இருப்பவர்கள் மற்றும் நடப்பவைகள் உருவாக்கும் அச்சுக்குள் குழைந்து விழுந்து இறுகிப்போன ஒன்றை உடைத்து வேறொன்றாக மாறுவது கடினம்.

வெகு சமீபத்தில்தான் தன்னையே எந்த எதிர்ப்பார்ப்பும் இல்லாது நிலா காதலிக்கப் படிக்கத் தொடங்கியிருந்தாள். அது அத்தனை எளிதில்லை.

திபெத்தியன் மதகுருக்கள் நீண்ட இருண்ட சுரங்கத்துள் நடக்கதொடங்கும்முன் அந்த சுரங்கத்தின் முன் இருக்கும்

பிரியா விஜயராகவன்

உலோக தட்டை ஒலிக்க செய்தவுடன், ஒலி அந்த சுரங்கத்துள் பல மைல் தூரம் வரை அமைக்கப்பட்டிருக்கும் கிரிஸ்டல்களைத் தாக்கி, சப்த அலைகள் அந்த க்ரிஸ்டலை அதிர்வடைய வைத்து ஒளிர்ந்து வழி காட்டும் என்று கேள்விப்பட்டிருந்தாள் நிலா.

தன் மகனின் வார்த்தைகள், வலிகளாலும், அவமானங்களாலும், போதாமைகளாலும் அவளுக்குள் வெகு ஆழத்தில் குடையப்பட்டு ஒளிந்திருந்த நீண்ட வலி மிகுந்த சுரங்கம் ஒன்றை வெளிச்சம் போட்டுக் காட்டியபடியேச் சென்றுகொண்டிருந்தது.

தொடக்கமும் இல்லாத, முடிவும் இல்லாத மொபியஸ் ஸ்ட்ரிப் போன்ற வலி. நிலா தனக்குள் உற்று நோக்குகையில், சிறு விரிசலில் விழுந்து வேரூன்றி எந்த கவனிப்பும் தேவைப்படாது ஆக்ரோஷமாக வளர்ந்து நிற்கும் ஆலமரம் போல அமைதியாக நிலாவையே பார்த்தது அவளுக்குள் அகண்டு விரிந்திருந்த விரிசல்கள்.

குக்கூ கைகால் நடுங்க, நிலாவின் செல்லுக்குப் பலமுறை விடாது கூப்பிட்டுக்கொண்டே இருந்தான். அவனுடைய பயங்களைப் பகிர்ந்து கொள்ள யாரும் இல்லை. முழுக்க பகிரும்படி யாரையும் நம்பவும் முடியவில்லை. சொந்த ஊர் போல, வெளியே நடந்துப்போய் நின்றால் "என்னப்பா! நல்லா இருக்கியா?" என்று கேட்கும் ஊரில் இல்லை. இத்தனை பரந்து விரிந்த உலகில், இந்த நொடி பற்றிக்கொள்ள இருக்கும் ஒரே ஒரு துணை அம்மா மாத்திரமே என்று உணர்ந்த நேரம் அவனுக்குள் பயம் வளர்ந்தது.

அம்மாவின் மேல் எனக்கு ஏன் கோபம் என்று குக்கூ யோசிக்கத் தொடங்கிய நேரம், நிலா யோசனைகள் அற்றுப்போன மனதோடு காரை ஓட்டிக்கொண்டிருந்தாள்.

அந்தி சாயும் நேரம். கார் இலக்கில்லாமல் ஆளரவமற்ற புல்வெளிகளைத் தாண்டிச் சென்று கொண்டிருந்தது. இரு பக்கமும், கண்பார்வை அடிவானம் வரை ஓடியது. அகண்டு விரிந்த இயற்கையைக் கண்ணில் இருந்து மறைக்க மைல்கணக்கில் எந்த மனித இடையீடுகளும் இல்லை.

மந்தமான மாலை சூரியன் எல்லாவற்றையும் பொன் நிற போர்வை போர்த்தி அமைதியாக்கியது. எல்லாவற்றிற்கும் சாயம்

பூசிய களைப்பில், சாலையின் இடது பக்கம், சூரியன் சிகப்பு தக்காளியாகி அடங்கத்தொடங்கியது.

நிலாவின் சலிப்பாலும், விம்மல்களாலும், இளையராஜாவின் பாட்டாலும் காரின் உட்புறம் நிரம்பியிருந்தது.

நிலாவின் கார் பாய்ந்தோடி செல்லும் பாதையின் இருபுறமும் அவளோடு அந்த பெருவெளியும் பயணப்பட்டது. பரந்த புல்வெளி ஒன்றைத் தாண்டி செல்கையில், தரையிலிருந்து ஆயிரக்கணக்கான பறவைகள் முளைத்தெழுந்து பறக்க தொடங்கின

நிலா கண்களைத் துடைத்துக்கொண்டு, காரை ஓரம் கட்டி நிறுத்தி, இறங்கி நின்று அந்த பறவைகள் ஒன்றாகப் பறப்பதை ஆச்சரியமாகப் பார்க்கத் தொடங்கினாள்.

பெரும் மாயஇசைக்கு ஏற்றாற்போல எல்லா பறவைகளும் ஒன்றாக பறந்தன; திரும்பின; ஏறின; இறங்கின; பிரிந்தன; சேர்ந்தன; கலைந்தன; கூடின. தூரத்தில் அவைகளைப் பார்க்கையில், ஆயிரக்கணக்கான ஈக்கள் கூட்டமாக மொய்ப்பதைப் போல இருந்தது. இங்கிலாந்தில் இதை எப்போதாவது பார்க்கலாம். இதை Murmuration என்றார்கள்.

நிலா அந்தப் பறவைகளைத் தியானம் போல பார்த்துக்கொண்டே நின்றாள்.

கண்ணுக்கெட்டியவரை பரந்து விரிந்த வெளி, பல அடர்த்தியில் மஞ்சள், ஆரஞ்சு, சிகப்பாய் விரிந்து அகண்ட மாலை வானம், கொக்கரிப்பாய் எதிரொலித்த பறவைகளின் கீச்சு சத்தமும், நர்த்தனமும், அத்தோடு தூரத்தில் பட்டர் பேப்பர் போர்த்தியது போல தூரத்தில் மங்கலான நிலாவும், காடும்.

பிரமாண்டங்களின் நடுவே ஒரு சிட்டிகை! இல்லையில்லை! சிட்டிகையில் ஒரு சதவிகிதம்! சதவிகிதம் கூட இல்லை. அதிலேயும் ஒரு தூசு. அந்த சிறு துளியைப் பார்த்து நின்று அவள் தன்னை சிறு துரும்பென உணர்ந்தாள்.

அதுவரை வழிந்து கொண்டிருந்த கண்ணீர் இப்போதும் வழிந்தது. ஆனால் அது அந்த அற்புத கணத்தினால் வழிந்த கண்ணீர்.

A moment of Micro – Macrocosmic ego death.

நான் என்பது ஒன்றுமே இல்லாது தொலைந்து போனால் அதன்பின் எதை பிடிப்பது? இறப்பு எப்பேர்ப்பட்ட விடுதலை. இந்த முகம், உடல், பெயர், அறிவு, உறவு, நினைவுகள், இந்த வாழ்வின் சுகதுக்கங்கள், இப்படி அடுக்கு அடுக்காக கழட்டிவிட்டால், எது மிஞ்சும்? நினைவுகள் ஏதுமில்லாது, உணர்வுக்கு விளங்கிய எல்லாமே இல்லாது போன இருப்பு நிலையில், எவ்வளவு துழாவினாலும், "நான்" என்னும் நிலை கிட்டாது போனபின், எது நான்?

நான் என்பது கரைந்த நிலையில் கண்ணீரோடு நிற்கையில், காருக்குள் இருந்து திருவாசகம் பாடத்தொடங்கியது.

**'இன்பமுந் துன்பமும் இல்லானே உள்ளானே!**
**அன்பருக் கன்பனே!"ாவையுமாய் அல்லையுமாய்!**
**சோதியனே! துன்னிருளே! தோன்றாப் பெருமையனே!**
**ஆதியனே அந்தம் நடுவாகி அல்லானே**
**ஈர்த்தென்னை ஆட்கொண்ட எந்தை பெருமானே**
**கூர்த்தமெய்... ஞானத்தாற் கொண்டுணர்வார் தங்கருத்தின்**
**நோக்கரிய நோக்கே நுணுக்கரிய நுண்ணுணர்வே**
**போக்கும் வரவும் புணர்வுமிலாப் புண்ணியனே'**

என்று தோன்றவும், திடீரென நிலாவிற்கு ஏதோ எல்லாம் விளங்கியது.

'என்னை இங்கே, இந்த நொடி அழைத்துவர, இந்த நொடி இப்படி உணரவைக்க எத்தனை பெரிய திட்டம் இந்த பேரண்டம் தீட்டியிருக்கிறது' என்று நிலா நினைத்தாள். Diabolical!!!

எவ்வளவு நேரம் என்று தெரியாது, கண்முன் நிகழ்ந்த வான்வெளி நடனத்தைப் பார்த்துக்கொண்டே இருந்தாள். சட்டென தொடங்கியது போலவே சட்டென பறவைகள் கலைந்து சென்றுவிட்டன. நிலா பேச்சற்று, யோசனையற்று, கண்ணீர் வழிய, பரவசமாகி நின்றிருந்திருந்தாள்.

மனம் இன்னும் நெகிழ்ந்து இருந்தது. மூச்சை விம்மலாக இழுத்திழுத்து, ஆழப்படுத்தி மீண்டும் தரை இறங்கினாள். சோகம், கோபம் எல்லாம் பொடிப் பொடியாக உதிர்ந்தன.

கண்களைத் துடைத்துக்கொண்டு, கைகளைத் தூக்கி வணங்கி நன்றி சொன்னாள்.

உள்ளும் வெளியும் எல்லாமே அமைதியான பிறகு நிலா காருக்குள் ஏறினாள்

அலைபேசியை ஆன் செய்துப் பார்க்கையில் 20, 25 மிஸ்ட் கால் குக்கூவிடம் இருந்து வந்திருந்தது. “வீட்டில் தனியா விட்டுவிட்டு வந்துட்டேனே என் குழந்தைய. அவன் பயந்திருப்பானோ? என்ன இருந்தாலும் என் குழந்தைதானே? இந்தப் பெரிய உலகத்தில் இந்த நிமிடம் என்ன விட்டால் யார் இருக்காங்க என் மகனுக்கு? உடம்பு சரியில்லாத பிள்ளையாச்சே!” என்று அடுக்கடுக்காய் வந்த கேள்விகள், மிச்சமீதி கோபத்தையும், கர்வத்தையும் போர்த்தி அணைத்தது.

அமைதியாக இருட்டைப் பார்த்துக்கொண்டு அமர்ந்திருக்கையில், அலைப்பேசி மீண்டும் அடித்தது. நிலா அதை எடுத்து, “சொல்லு மோனே!” என்றாள்.

குக்கூ பதட்டமாக “மீ! ஆர் யூ ஓகே!” என்றான்.

நிலா “ம்ம்ம்” என்று சொல்லவும், அவன், “நான் அப்படி சொல்லியிருக்கக்கூடாது மீ! ஐ ஏம் சாரி ஃபார் ஹர்டிங்க் யூ. சீக்கிரம் வந்துடுங்க! எனக்கு ரொம்ப பயமா இருக்கு. ப்ளீஸ் மீ” என்றான். அவன் அப்படி சொன்னதும் அவளுக்குள் சட்டென எங்கேயோ உடைந்து பதைத்தது.

நிலா “ம்ம்ம்! சீக்கிரம் வீட்டுக்கு வந்திடறேன் மோனே” என்று சொல்லி வைத்துவிட்டாள். கண்கள் மூடி சாய்ந்து அமர்ந்தாள்.

காரை தொடக்கி, வீட்டுக்குத் திரும்ப சென்றதும், கதவை திறந்த குக்கூ, வேகமாக நிலாவைக் கட்டிப்பிடித்து “சாரி மீ! ரொம்ப சாரிமீ! You are bit extra at times. எனக்கு உங்களை எப்படி ஹேண்டில் செய்யணும்னு தெரியலை. எனக்கு எரிச்சலாகிடுச்சு. அதாலதான் அப்படி சொல்லிட்டேன். சாரீ” என்றான்.

நிலா அவனைக் கட்டிப்பிடித்துக்கொண்டு, “மோனே! நீ என்கிட்ட எதை வேணும்னாலும் சொல்லலாம். ஆனா குரல் உயர்த்தாம, ஆங்காரமா இல்லாம சொல்லு! நான்.

கேட்டுக்கிறேன். I know we love each other a lot but there are moments when we might not have to like each other. That is ok. சமாதானம் ஆனப்பிறகு பேசித் தீர்த்துக்கலாம்" என்றாள்.

குக்கூ, "நீங்க ஏன் திடீர்னு கொஞ்சம் டூ மச் மாதிரி நடந்துக்கிறீங்க?" என்றான்.

அவன் எதைப் பற்றி பேசுகிறான் என்று நிலாவிற்குப் புரியவில்லை.

இந்த "டூ மச்" என்பதன் ஸ்பெட்டரமும் எத்தனை பெரியது. ஒரு மூலையில் இருந்து இன்னொரு மூலைவரை விரியும் டூ மச்சுக்குள் நிலா எந்த இடத்தில் நிற்கிறாளோ?

சில வருடங்களுக்கு முன்பு, இணையத்தளத்தில் "வாட் கலர் இஸ் திஸ் ட்ரெஸ்" என்று ஒரு படம் பெரும் சர்ச்சை உருவாக்கியது. ஒரு உடையின் படத்தைப் பார்க்கையில் ஒரே சமயத்தில் பலருக்கு அது நீலநிறமாகவும், பலருக்கு தங்க நிறமாகவும் தெரிந்தது. அது போல நம்மைப் பற்றி நாம் ஒன்றாகப் புரிந்திருந்தாலும், பார்ப்பவர்களுக்கு நாம் என்ன நிறத்தில் தெரிவோமோ? ஆண்டவனுக்கே வெளிச்சம்.

என்ன புரிந்தாலும் தான் சிரிப்பதையோ, கிறுக்கைப் போல ரசிப்பதையோ, காதலிப்பதையோ நிறுத்தப்போவதில்லை. 'நானாக இல்லாமல் நான் வேறு யாராக மாற முடியும். டூ மச்சாகவே இருந்தாலும் என்னை யாருக்கும் புரியவைக்க தேவைப்படாது' என்று இப்போது நிலாவிற்குத் தெரியும்.

கழுவிய கண்ணாடி போல இருந்த வழுவழு மனதுக்குள் 'என் மகனே! உன்னுடைய மனதுக்குள் இருக்கும் படிம அச்சுக்குள்ளும் நான் சிக்காது நழுவிபோகிறேன். கடவுளுக்கு நன்றி ' என்று யோசித்து சிரித்துக்கொண்டாள்.

நிலா இன்னமும் அமைதியாக இருப்பதை பார்த்து, "மீ! ரொம்ப சாரி!" என்று சொல்லியபடியே குக்கூ கன்னத்தில் முத்தம் கொடுத்துவிட்டு, அணைத்தப்படியே நின்றான். நிலாவும் குக்கூவை அழுந்த அணைத்துக்கொண்டாள்.

மெல்ல மார்க்காம்பில் கடித்த வலி, பிறப்புறுப்பு கிழிந்த வலி, இதயம் அறுந்த வலி எல்லாம் அடங்கிப்போனது.

மார்வல் காமிக்ஸில் வரும் சூப்பர் ஹீரோக்கள் ஹல்க், டெட் பூல், வொல்வரைன், வண்டர் வுமன் போல அடிப்பட்டு, வெட்டுப்பட்டு, குத்துப்பட்டு, எலும்பு உடைந்து, ரத்தம் வழிய, குத்துயிரும் குலையுயிருமாக இருந்தாலும், கண்முன்னாலேயே காயம் தன்னாலே ஆறிப்போய் மூடிக்கொண்டு, வெட்டப்பட்ட உறுப்புகள் மீண்டும் வளர்ந்து முழு செயல்பாட்டுக்கு வந்து உயிர் மீள்வதை நிலா பார்த்திருக்கிறாள்

இந்த அழகான வாழ்க்கையில், மனதின் ஆழத்திலிருந்து அன்பு பாராட்டி, வலியை மறந்து மீண்டும் அரவணைக்கும் எல்லோரும் ஒரு emotional X–23 சூப்பர் ஹீரோ தான்.

★ ★ ★

# 2

## குக்கூ: வயது 9

பச்சைப் புல்வெளி, சிகப்பில் வெள்ளை கோடு போட்ட மெல்லிய பெட்ஷீட்டில் பக்கம் பக்கம் நிலாவும், குக்கூவும் படுத்தப்படி வானத்தை பார்த்துக் கொண்டிருந்தார்கள். வானம் முழுக்க வெளிர் நீல வெள்ளையில் யானை நிற மேக கம்பளி நூலால் இறுக்கி தைத்து ஸ்வெட்டர் போட்டது போலிருந்த நாள் அது.

எப்போதாவது மேகம் விலகி, வெளிச்சம் வந்து முகத்தைக் கீற, இருவரும் மந்தமான சூரிய ஒளிக்குக் கண்களை இடுக்கியபடி, கைகள் பற்றியபடிப் படுத்துக் கிசுகிசுவெனப் பேசிக்கொண்டிருந்தார்கள்.

நிலா மெல்ல தலையை உயர்த்தி அவளைச் சுற்றி பார்த்தாள். அவர்கள் படுத்திருந்த இடம் சிறிய பூங்கா. அவர்களின் வீட்டிற்கு எதிரே இருந்த அந்த பூங்காவில் அங்கங்கே அழகாய் சீராக்கப்பட்ட பூச்செடிகளும், மரங்களும் நிறைந்து இருந்தது. சற்று தூரத்தில் சிறு குளத்தில் கொக்குகளும், வாத்துகளும் சத்தம் இட்டப்படி மிதந்துக் கொண்டிருந்தது.

அவர்களைச் சுற்றியிருந்த அனைத்து உயிரனங்கள் எதுவும் யாருக்காகவும் காத்திருக்கவும் இல்லை, பயப்படவும் இல்லை, சோகமாகவும் இல்லை. அதனதன் இடத்தில் அதனதன் விதத்தில் முழுமையான நிறைவோடு மிளிர்ந்து, அந்த ஒளி

அவர்களைக் பட்டுக்கூடு போல போர்த்தியிருந்தது. மூச்சை யிழுத்தால், நுரையீரலின் அடியாழம் வரை அந்த பசுமையான குளிர்ச்சி பரவிய காலை பொழுது அது.

வெயில் காலம் ஆதலால் குளிர் அதிகமில்லாது மிதமாக இருந்த தட்பவெப்பநிலை. வெயில் உடம்புக்குள் மிக மெலிதாக அமிழ்ந்தது. சாலையில் வேக வேகமாக கடந்து செல்லும் கார்களும், பஸ்களும் ஒரு புறமும், அங்கங்கே அமைந்திருந்த இருக்கைகளில் அமர்ந்திருந்த வயதானவர்களும், ப்ராம்களோடு இருந்த அம்மாக்களும், வியர்க்க விறுவிறுக்க ஜாகிங் ஓடுபவர்களையும் பார்த்துவிட்டுச் சுவாரசியப்படாது, மீண்டும் படுத்து குக்கூவோடு வானத்தைப் பார்க்கத் தொடங்கினாள்.

குக்கூ, "மொம்மே அல்லது மீ!!!" என்றழைத்தான். நிலா பிறந்ததில் இருந்து இன்றுவரை நிறைய செல்ல பெயர்கள் மிதந்துக்கொண்டிருந்தது. ஆனாலும் குக்கூ அழைக்கும் மீ மற்றும் மொம்மேயின் ஆழம், அவன் குரலின் தன்மை, நிலாவின் இதயத்தின் ஆழத்தில் இன்னமும் எங்கோ மிச்சம் இருக்கும் ஏதோ ஒரு புசுபுசு மிருகத்தை இறுக்கக் கட்டித் தடவிக் கொடுப்பது போல இருந்தது.

உள்ளுக்குள் லேசாகச் சிரித்தப்படி அவனுடைய பக்கம் மெல்ல திரும்பி, "என்னடீ?" என்றாள். "நம்ம வீட்டில இருக்க எல்லா பொருளுக்கும் திடீர்னு சாமி வாய்ஸ் (voice) குடுத்து பேசவச்சிட்டா, நீங்க யார்க்கிட்ட பேசுவீங்க? என்ன சொல்லுவீங்க? மொம்மே" என்று குக்கூ கேட்டான். நிலா "எங்க இருந்துடீ இப்படியெல்லாம் கேள்வி வருது உனக்கு! புத்திசாலி குட்டிடீ நீ" என்று சொல்லிச் சிரித்தாள்.

"ஆன்ஸர் மீ மொம்மே" என்று பக்கத்தில் படுத்து பேசிக் கொண்டிருந்த 9 வயது மகனின் நாக்கின் ஆங்கிலத்தில் இங்கிலாந்தின் சாயம் தோயத் தொடங்கி இருந்தது.

"அம்மாக்கு தெரியலையேடீ, மோனு (மகனே)! நீ யார்ட்ட பேசுவே?" என்று நிலா கேட்டாள்.

நெற்றிக்கு நடுவே பெரும் சிந்தனை சிடுக்கு அவனுக்கு. நிலாவிற்கு. அந்த சிந்தனை சிடுக்கை மெல்ல நீவிவிட்டு முத்தமிட வேண்டும் போல இருந்தது. இப்போதெல்லாம் வெளி

யிடத்தில் அவனைத் தொட்டு பேசுவதையும், முத்தமிடுவதையும் அவன் விரும்புவதில்லை.

சிறிது நேரம் யோசித்தவன், "நான் மொத நம்ம டாய்லெட் கிட்டதான் சாரி கேப்பேன்" என்று வெகு சீரியஸாகச் சொன்னான். பொங்கி வந்த சிரிப்பை அடக்கியபடி, அந்த பக்கம் திரும்பிச் சிரித்தாள்.

குக்கூ எப்போதும் கேள்விகளோடு உலவிக்கொண்டே இருப்பான். "மீனுக்குத் தண்ணீ தாகம் வருமா, மீனு உச்சா போகுமா மீ?", "மீ. ஏன் என்னால என் கண்ணைப் பாக்க முடியலை?" இப்படியாகத் தொடரும்.

குக்கூ சொல்வதைக் கேட்டுச் சிரித்தால், அவனுக்குக் கொஞ்சம் ஈகோ குத்துப்பட்டு முகம் வாடிவிடுகிறது இப்போது தான் குழந்தைகளுக்கும் ஈகோ உண்டு என்றவளுக்குப் புரிய தொடங்கியது. மீண்டும் இருவரும் மேகத்தைப் பார்க்கத் தொடங்கினார்கள்.

மழை தூற தொடங்கியது, அவர்கள் அதுவரை படுத்திருந்த மந்திர இடத்தில் இருந்து மீண்டும் சாதாரண பூங்காவிற்குத் திரும்ப கொண்டுவந்து தரை இறக்கியது.

குக்கூ "கிக்கிக்கி" என்று சிரிக்கத்தொடங்கினான். அவனுடையக் கையைப் பிடித்துக்கொண்டு, தரையில் விரித்திருந்த விரிப்பைத் தூக்கிக்கொண்டு, வீட்டை நோக்கி ஓடத்தொடங்கினார்கள். அவனுடைய கருப்பு முடி மழையில் நனைய தொடங்கியதும், குக்கூ தும்ம தொடங்கினான். ஓடியபடியே நிலா "காட் ப்ளெஸ் யூ" என்றாள். அவனும் சிரித்தபடி அவளோடு ஓடிக்கொண்டே, "மொம்மே! சாமி தும்மினாருனா என்ன சொல்லி ப்ளெஸ் செய்வீங்க?" என்று கேட்க, வலுக்க தொடங்கிய மழையில் அவளும், அவனும் சிரித்துக்கொண்டே வீட்டை நெருங்கினார்கள்.

நிலாவும், அவள் மகனும் பூங்காவிற்கு அருகில் இருந்த ஹாஸ்பிடல் க்வார்டர்ஸில் வசித்து வந்தார்கள். 8 ப்ளாட்டுகள் கொண்ட க்வார்டர்ஸ். ப்ளாட்டுக்குள் நுழையும் பெரிய கதவுக்குப் பூட்டு ஏதுமில்லை. நம்பர் சேஃப் கொண்ட கதவு அது. 6 நம்பர்கள் பொறுந்தியிருந்த பட்டயத்தில், 6 நம்பர்களைச் சரியான வரிசையில் அழுத்தினால் தான் கதவு திறக்கும்.

நிலா நம்பர்களைப் பொறுத்தி குக்கூவை அழைத்து கொண்டு உள்ளே சென்றப்போது, எதிரே நோனி வந்தாள்.

நோனி கென்யாவை சேர்ந்தவள். நோனியும், அவளுடைய தென் ஆப்பிரிக்காவைச் சேர்ந்த காதலி ஆக்னஸும் 5வது ஃப்ளாட்டில் வசித்து வந்தார்கள். இன்னும் சில மாதங்களில் நடக்கவிருந்த திருமணத்திற்கு குக்கூவையும், நிலாவையும் அழைத்திருந்தாள்.

நிலாவும், குக்கூவும் மூன்றாவது மாடியில் இருந்த 7வது ஃப்ளாட்டில் வசித்துவந்தார்கள். நோனிக்கு குக்கூவைப் பார்த்தாலே பயங்கர சந்தோஷம் ஆகிவிடும். குக்கூ எப்போதும் மிக அமைதியாக இருப்பதால், "சச் அ ஸ்வீட் ஹார்ட்" என்று அவன் கன்னத்தில் கிள்ளுவாள். குக்கூ வாயாடுவதெல்லாம் நிலாவிடம் மட்டும்தான்.

குக்கூ அவனுடைய அப்பாவின் அச்சு நகல். குட்டி அழகன்.

நோனி குக்கூவைப் பார்த்து, "பார்க்கில் நல்லா விளையாடினியா, குக்கூ?" என்றுக் கேட்டதும், நிலாவின் பின்னால் ஒளிந்தப்படி, மிக மெல்லிதாகத் தலையாட்டினான். அவளிடம் விடை சொல்லிவிட்டு இருவரும் படியேற தொடங்கினார்கள்.

சில காலம் முன், நோனியும், ஆக்னஸும் கட்டிப் பிடித்தப்படியும், முத்தமிட்டப்படியும் இருப்பதைப் பார்த்துவிட்டு குக்கூ, "இந்த ரெண்டு ஆண்டியும் ஏன்மீ கட்டிப்பிடிச்சு கிஸ் செய்யுறாங்க?" என்று கேட்டிருக்கிறான்.

நிலா "அவங்க ரெண்டு பேரும் லவ் செய்யுறாங்க மோனா" என்றதும், "நீங்களும் டாடியும் மாதிரியா?" என்றுக் குழப்பமாகக் கேட்டான்.

நிலா "அதே மாதிரி தான்" என்றாள்.

குக்கூ, சிறிது நேரம் எடுத்து யோசித்துவிட்டு, "என் ஃப்ரெண்டுக்குக் கூட டூ டாடீஸ், தெரியுமா?" என்று சொல்லிவிட்டு, சாதாரணமாக அந்த நிகழ்வைக் கடந்துவிட்டான்.

காதல், அன்பு, திருமணம் என்பது பற்றி நிலாவிற்கு தன் பத்து வயதில் இருந்த புரிதலும், குக்கூவின் இன்றைய புரிதலும் ஒன்றில்லை என்பது ஆச்சரியமாக இருந்தது.

பாலின ஈர்ப்பைப் பற்றிய க்யூரியோசிடீஸ் எல்லாம் தாண்டி, அது அவர்களுக்குப் பிடித்திருக்கிறது.. அதை பற்றி கருத்து சொல்ல எனக்கு உரிமையில்லை என்பது இந்த சின்ன வயதிலேயே அவனுக்குப் புரிந்திருந்தது.

நிலாவின் வாழ்க்கை அப்படி ஒன்றும் அசாதாரணமான ஒன்றில்லை. ஆனால் சாதாரணமானதும் இல்லை.

பொத்தி பொத்தி வளர்ந்த பிறந்த வீட்டை எதிர்த்து ஒரு காதல் திருமணம், அந்த திருமணத்தால் பிரிந்துப்போய்விட்ட குடும்ப உறவுகள், பல்வேறு காரணத்தால் அந்த காதல் விரிசல் விட்டு, வேலை தவிர வேறு ஒன்றும் பற்றிக்கொள்ள இல்லாது, உறவுகள் நட்புக்கள் அற்ற, சின்ன வெங்காயம் முருங்கைக்காய், கறிவேப்பில்லை கிடைக்காத வெள்ளைக்கார கிராமத்தில் நிலா குக்கூவோடு சில மாதங்களாக வாழ்க்கை நடத்தி வருகிறாள்.

குக்கூவும் சூரியன் வெளியே அதிகம் வராத புது ஊருக்கும், புதிய மொழிக்கும், புதிய வீட்டிற்கும், கைப்பிடி உப்பில் ஒரு மிளகு போல அவனுடைய பள்ளியில் இருந்த 300 வெள்ளை மாணவர்களின் நடுவே "the coloured one" (நிறம் கொண்டவன்) என்ற அடையாளம் வாங்கிக்கொண்டு, பிறந்ததில் இருந்துப் பிடித்து வளர்ந்த அப்பா, அவ்வா, அம்மும்மா, தாத்தா, அத்தைகள் மாமாக்களை, நான்காவது வரை தன்னோடு படித்த நண்பர்கள் எல்லோரையும் விட்டு விட்டு, கட்டந்தனிமையில் தன் அம்மாவை மட்டுமே பற்றிக்கொண்டு வளர முயன்றான்.

பிறந்ததில் இருந்து கிட்டத்தட்ட பத்துவருடம் வரையும் விதியின் விரல்கள் பிரித்துப் போட்ட அம்மாவும் மகனும் இப்போது நகராது நின்றுப்போன துருப்பிடித்த பல்சக்கரங்கள் மீண்டும் மெல்ல ஓடத்தொடங்குவதைப் போல, ஒருவரை ஒருவர் புரிந்துக்கொள்ள தொடங்கியிருந்தார்கள்

விக்டோரியா ரெசிடென்ஸ்... இது தான் அவர்கள் தங்கி யிருந்த வீட்டின் பேர்.. 1900களின் தொடக்கத்தில் கட்டப்பட்ட வீடு. லிஃப்ட் வசதி இல்லை. திருத்தணி மலை ஏறுவது போல, சதுர படிகளில் சுற்றி சுற்றி மூன்று மாடிகள் ஏறவேண்டும். மூன்றாவது மாடி ஏறியதும், நிலாவும், குக்கூவும் எப்போதும் கீழே எட்டி பார்ப்பார்கள்.

குக்கூவுக்குப் படிக்கட்டுகளின் கைப்பிடியில் வரிசையாக இருக்கும் வேலைப்பாடுகள் நிறைந்த பானிஸ்டர் கம்பிகளையும், அதன் நிழலையும் பார்ப்பதில் அவனுக்குப் பெரும் சந்தோஷம். அவனிடம் இருந்து அவன் அம்மாவிற்கும் அந்த பழக்கம் தொத்திக்கொண்டது.

படிக்கட்டில் சாய்ந்து, சதுரமாக கீழ்நோக்கி சுழன்று சென்ற படிக்கட்டுகளை பார்க்கும் போதெல்லாம், அந்த பேலுஸ்டர் மற்றும் பேனிஸ்டர்களின் நிழலோடு பார்க்கையில், ஒவ்வொரு முறை ஒரு பெயர் சொல்லுவான்.

இன்று குக்கூ "மீ, இன்னைக்கு ஸ்கெளிடன்ஸோட கடல்" என்றான்.

லண்டன் ம்யூசியத்தில் பெரிய டைனசார்கள், திமிங்கலங்களின் சுரங்கம் போல வரிவரியான எலும்புகூடுகள் பார்த்ததில் இருந்து, அவன் இந்த படிக்கட்டு நிழல்களுக்குப் பெயர் வைத்தான். ஒவ்வொரு முறை பார்க்கும்போதும், ஒவ்வொரு மிருகத்தின் பேர் சொல்லி கூப்பிட்டு டாடா காட்டுவார்கள்.

வெயில் உள்ளே நுழைந்ததும் முகம் காட்டும் நிழல் மிருகங்களும், உருவங்களும் அவர்களோடு அந்த பழைய வீட்டில் வசித்து வந்தன..

ஒரு நாள் குக்குவிற்கு கப்பல், இன்னொரு நாள் சுரங்கத்தில் வாழும் ட்ராகன், சில மிருகங்கள் தெரியும். இன்று நிழலில் மேமாத் (டைனசார் காலத்து யானை) தெரிந்தது. குக்கூ அதற்கு "சத்யா" (சத்யா. சொந்த ஊரில் குக்கூவின் எல்.கே. ஜியில் இருந்து மூன்றாவது வரை படித்த உயிர்நண்பன்) என்றுப் பெயர் வைத்திருந்தான். இருவரும் சிறிது நேரம் நிழலில் தெரிந்த சத்யா யானையைப் பார்த்து டாடா காட்டிவிட்டு, வீட்டுக்குள் சென்றார்கள்.

1930களில் அந்த வீடு கட்டப்பட்டப்போது, மருத்துவமனையாக இருந்தது. நாள் ஆக ஆக, மருத்துவமனையை வேறு பெரிய இடத்தில் மாற்றிவிட்டு, இந்த இடத்தை மருத்துவர்கள் தங்கும் வீடுகளாக மாற்றிவிட்டார்கள். அதனால், மிக குறைவான செலவில், வெகு சாதாரணமாக மாற்றியமைக்கப்பட்டிருந்த வீடுகள் அவை.

கறிவேப்பிலை கீற்றில் இருக்கும் நீண்ட தண்டும், இருபக்க இலைகள் போல முன்கதவு திறந்ததும் நீண்ட காரிடர். இரண்டு பக்கமும் எதிரெதிரே அறைகள். ஒரு ஹால், எதிரே குளியலறை, அங்கிருந்து நடந்தால் ஒரு படுக்கையறை, எதிரே கிட்சன் டைனிங் டேபிள், நடை சென்று முடியும் இடத்தில் இன்னும் ஒரு படுக்கையறை.

500 சதுரடிக்கும் குறைவான வீட்டில் நிலாவும், குக்கூவும் வசித்து வந்தார்கள்.

அவர்களின் சிறிய வீட்டுக்குள் ஒவ்வொரு அறைக்குள்ளும் குக்கூவின் தடம் இருந்தது. அவனைச் சார்ந்து ஒவ்வொரு அறையும் கடலலை போல உருமாறியது. ஒரு நாள் படுக்கையறை அடுத்த நாள் பாலைவனத்தில் இருக்கும் டெண்ட் ஆக மாறியது. ஒரு நாள் ஹால் ஆக இருந்த இடம், இன்னொரு நாள் படகாக மாறியது. வீடு, மாளிகையோ, காடோ, கடலோ, மலையோ, அர்சா மைனரோ அவர்கள் வந்தடையும் கூடு.

கீழ்தளத்தில் ஒரு பக்கம் பாகிஸ்தானிய குடும்பமும், இன்னொரு பக்கம் சிரியன் குடும்பமும் வசித்தார்கள். முதல் தளத்தில் தமிழ் குடும்பமும், ருமேனிய குடும்பமும் இருந்தார்கள். இரண்டாவது தளத்தில் நோனியும், அவள் காதலியும், எதிர்வீட்டில் சுடானை சேர்ந்த குடும்பமும் இருந்தார்கள். மூன்றாவது தளத்தில் நிலாவும், குக்கூவும், அவர்களின் எதிர்வீட்டில் பங்களாதேஷி குடும்பமும் வசித்து வந்தார்கள்.

நிலாவும் அவளுடைய மகனும் மற்றும் நோனியும் அவள் காதலியும் தவிர, மற்ற எல்லா குடும்பத்திலும் கணவன் மனைவி இரண்டு பிள்ளைகள். அளவாக பேசி, அதிகம் தலை யிடாது, அவரவர் வேலையை பார்த்தப்படி சென்றார்கள். எல்லா வீட்டிலும் ஆணோ, பெண்ணோ அல்லது இருவருமே டாக்டர்களாக அருகில் இருந்த மருத்துவமனையில் வேலை பார்த்து வந்தார்கள்; அவளையும் உட்பட.

ஆனால் அந்த குடித்தனத்திற்கு வந்த புதிதில் நிலாவையும், மகனையும் நோக்கி அடிக்கடி எல்லோரும், "நீங்கள் தனியாக வசிக்கிறீர்களா?" என்பதையேக் கேட்டார்கள்.

கணவன் என்ற ஒரு நபர் கூட இல்லாதது, நிலாவையும் அவள் மகனையும் இருவராக இருந்தாலும், தனியாக

இருக்கிறோம் என்ற கட்டத்துக்குள் அடங்கவைத்தது. நிலாவோடு கணவன் இல்லாதது முதலில் அவளுக்கு மிக உறுத்தலாகவும், பின் இலகுவாகவும் மாறியது. அதுவே பின் பழகிப்போனது.

வெறுமைகள் அப்படியானவை அல்லவா! எவ்வளவு தாங்கமுடியாத துயரத்தோடுத் தொடங்கினாலும், பிரிவு ஏற்படும் வெறுமைக்குழியை காலம் எதையாவது போட்டு நிரவி விடுமல்லவா? அப்படியாக நிரவி சமன்பட்ட வாழ்க்கை சீக்கிரத்தில் பழகிப்போகும். மனிதர்களுக்கு கடவுள் கொடுத்திருந்த இந்த மறதி பெருவரம்தான். அதை மறதி என்பதா இல்லை சுயநலம் என்பதா இல்லை மனிதர்களின் உள்ளே இன்னமும் எங்கோ ஓரத்திலிருக்கும் மிருகங்களின் மிச்சம் என்பதா? ஈன்ற கன்றை கண்முன்னே இழந்தாலும், அடுத்த வேளை அதே இடத்தில் இருக்கும் புல்லைப் பறித்துத் தின்னும் மான் போல தானே மனிதர்களும்.

அவர்களுடைய தினங்கள் வெகு சாதாரணமானவை. நிலாவிடம் கார் இல்லை. அவர்கள் வசித்து வந்த அந்த சிறிய கிராமத்தில் எல்லா இடத்திற்கும் அவளும் மகனும் நடந்து சென்றார்கள். குளிர்காலைகள் மிக பரபரப்பானது.

நிலாவும், மகனும் காலை 8 மணிக்கு வீட்டில் இருந்து நடக்க தொடங்கினால், அவனுடைய பள்ளிக்கூடத்திற்கு 8.30க்கு சென்று சேர்வார்கள். அவனை விட்டுவிட்டு, மீண்டும் வந்த வழியே திரும்பி எதிர் திசையில் நடந்து மருத்துவமனைக்குச் சென்று சேர 9, 9..15 ஆகிவிடும். இதில் மிகவும் குளிராக இருந்த சமயங்களில் இப்படி நடக்க தொடங்கும் போது கடும் எரிச்சலாகவும், கொஞ்ச நேரத்திலேயே மிக சந்தோஷமாகவும் மாறிப்போகும்.

நிலாவினுடைய வாழ்க்கை சிறு வட்டம் போல ஓடிக்கொண்டிருந்தது. செக்கு மாடுகள் சுற்றி சுற்றி நடப்பது எதற்காக என்று கேள்வி கேட்குமா? தன்னுடைய ஓட்டத்திற்கு காரணம் அவளுடைய மகனுக்கான வாழ்க்கையை நன்கு அமைத்து தருவதற்காக என்று சொன்னாலும், 'அதை நீ ஒழுங்காக செய்கிறாயா?' என்ற கேள்விகள் அவள் நடக்கும் பாதையில் வரிசை கட்டி நின்றது.

கிட்சனில் இருந்த ஜன்னல் அருகே இடுப்புயர இரும்பு குப்பை தொட்டி இருந்தது. அதன்மேல் அமர்ந்து ஜன்னல் விளிம்பில் கால்வைத்துக்கொண்டு அம்மா, மகன் இருவருக்கும் வெளியே வேடிக்கை பார்க்கப் பிடிக்கும்.

ஜன்னலுக்கு வெளியே கையை நீட்டி தொட்டால் மரக்கிளையைத் தொடும் தூரத்தில் மரங்கள் இருந்தது. நிறைய பறவைகள், குருவிகள், காகங்கள், புறாக்களுக்கு வீடு அந்த மரங்கள். ஜன்னலின் வெளியே சிறு கிண்ணங்களைக் கட்டிவிட்டு, தண்ணீரும், தானியங்களும் வைத்தார்கள்.

அதே போல கிட்சனில் நல்ல அகொய்ஸ்டிக்ஸ் உண்டு. நிலா பாடினால் அழகாக எதிரொலித்து, அவளை சித்ரா, சுசீலாம்மா போல எண்ணவைக்கும். இன்றும் பாட்டு பாடிக்கொண்டே சமைத்து முடித்தாள்.

அடுத்த இரண்டு நாட்கள் வேலை விடுமுறை. அதை யோசிக்கையில் சந்தோஷமாக இருந்தது. இது போல வார விடுமுறை கிடைப்பது இரண்டு மூன்று வாரங்களுக்கு ஒருமுறை தான்.

வாரயிறுதி அவர்களுக்கே மட்டுமானது என்பது அன்று அவளை மிகவும் குதூகலப்படுத்தியது.

இருவருக்கும் சனிக்கிழமைகளில் அந்த கிராமத்தில் நடந்த சந்தையைப் பார்க்க மிகவும் பிடிக்கும். பழம் காய்கறிகள், துணி மணிகள் என்று நம்மூர் சந்தையைப் போலவே இருக்கும்.

அடுத்த நாள் செய்ய வேண்டிய வேலைகளை மனதுக்குள் எண்ணியபடி சாப்பாடு தட்டில் போட தொடங்கினாள். இப்படி நாட்கள் இருக்கையில், சூடான சோற்றில் நெய் போட்டு பிசைந்து சுடசுட மகனுக்கு ஊட்டுவது நிலாவிற்கு மிக பிடித்தமான ஒன்று.

சில வேளைகளில் ரொம்ப செல்லம் கொடுக்கிறோமோ என்று தோன்றினாலும், வேறு உற்றார் உறவினர் இன்றி தனியாக வளரும் குக்கூவிற்கு தன்னால் முடியும் போது இப்படி அவ்வப்போது தர முடிந்தது இந்த அரவணைப்பு மாத்திரமே.

நிலா அம்மாவழி, அப்பாவழி பாட்டி, தாத்தா, அம்மா, அப்பா, அண்ணா, தம்பி, சித்தப்பா, அத்தை, சித்திகள், மாமா,

மாமி, பெரியப்பா, பெரியம்மா, குழந்தைகள் மற்ற குடும்பத்தினர், குடும்ப நண்பர்கள், அக்கம்பக்கம் வீட்டார், தெரிந்தவர்கள் என்று எப்போதும் நிறைய ஆட்கள் சூழ வளர்ந்தவள்.

நிறைய பேர் வந்து போக இருந்தாலும், யாருக்கும் யாரோடும் காரணங்களோ, இலக்கோ ஏதுமின்றி அமர்ந்து பேச நேரமில்லாத கடும்தனிமையில் தான் நிலா கல்லூரி வரை வளர்ந்தாள். கல்லூரிக்குச் சென்ற பிறகு நண்பர்களுடன் பழகி தன்னைப் பற்றிக் கொஞ்சம் புரிதல் வளர்ந்தது.

பள்ளிக்கூடத்தில் நிலா படிக்கையில், வீட்டிற்கு யாரும் அவ்வளவு வந்து போகாத நேரம் மாலை ஆறு மணி முதல் 8 மணி.

பள்ளி முடித்துவந்த களைப்பில், சில நாட்களின் மாலையில் தூங்கிவிடுவாள். அப்படி தூங்கி விழித்து பார்த்தால், தொலைக்காட்சி பார்க்கும் பாட்டி தவிர யாரும் இருக்கமாட்டார்கள். அப்படிப்பட்ட தனிமையான நேரம் நிலாவிற்கு பெரும் சோகமாகவும், அழுத்தமாகவும் இருக்கும். எங்காவது வெளியே ஓடிவிடவேண்டும் அப்போது தான் மூச்சுவிட முடியும் என்பதைப் போல தோன்றியதுண்டு.

பள்ளிக்கூடம் பிடிக்க பலருக்கு பல காரணங்கள் இருந்தாலும், நிலாவுக்குப் பிடிக்க பெரிய காரணம் அவளுடைய தோழிகள். அனுராதா, பாரதி, பானு, அகிலா, வத்சலா, பமேலா ஆறாவது தொடங்கி, 12வது வரை அவளுடைய தனிமையைப் போக்கிய தேவதைகள். ஆனால் அவளுடைய வீடு பெரும்பாலும் வெறிச்சோடியிருக்கும்.

அவளுடைய வாழ்வே தனிமையாக இருந்ததிருந்தது என்றால் தன்னுடைய சிறு மகனை இன்னும் கடுமையான அடர்தனிமைக்குள் பொதித்து வளர்கிறாள் என்பது நிலாவிற்கு மிக வருத்தமாக இருந்தது. குக்கூவும் தன்னுடைய எந்த வருத்தங்களையும் வெளியே சொல்லாது அழுத்தமாக உள்ளுக்குள் வைத்து வளர்ந்தான். அது நிலாவை மிகவும் கலங்கச் செய்தது.

அதை மாற்ற அவனுக்காக நிலா தினமும் கடல் கொள்ளையனாக, பல கை ஆக்டபஸாக, கழுகு தலை

சிங்க உடம்புடைய க்ரிஃபினாக, படை வீரனாக, யூனிகார்ன் குதிரையாக, கரப்பான்பூச்சியாக, டைனசாராக தினம் உருமாறினாள்.

குக்கூ தினம் அம்மாவை ஆக்கிரமித்தோ, அடிமைப் படுத்தியோ, ஜெயித்தோ சந்தோஷப்படுத்திக் கொண்டான். தன் மகனுடைய வெற்றிகள் அவளுடைய தோல்விகளை அடித்து போனது. அப்படி அவர்கள் போட்ட எல்லா வித சண்டைகளிலும் அவளை ஜெயித்து, குக்கூ ஒரு மாவீரனைப் போல சிரிப்பான்.

இங்கு வந்த புதிதில் இங்கிலாந்தின் பழக்கவழக்கம் போலவே, நிலா மகனுக்கு தனியறை அமைத்து அதில் தூங்கப் பழக்கப்படுத்தினாள். ஆனால் சில இரவுகளில், அவன் அறையில் இருந்து எழுந்து வந்து, நிலாவின் படுக்கையின் அருகே அமைதியாகப் பயந்து நிற்பான்.

அடித்துப்போட்டது போல நல்ல அசதியில் ஆழ்ந்த உறக்கத்திலிருந்து ஏதோ உறுத்தலாகத் தோன்றி, நிலா கண்விழித்து பார்க்கையில், ஒன்றுமே பேசாது நிழலுறுவமாக அவளுடைய குக்கூ நிற்பது நிலாவை மிகவும் திடுக்கிட்டுப் பயமுறுத்தி இருக்கிறது.

எவ்வளவு நேரம் அப்படி இருட்டில் நின்றிருப்பானோ? எது அவனைத் தூக்கத்தில் இருந்து எழுப்பியிருக்குமோ?

புதிதாக தனிமையில் படுப்பது அவனுக்கு பயமாக இருக்கக்கூடும். அதனால் அவனை மீண்டும் சென்று அவனுடைய படுக்கையில் படுக்க வைப்பாள்.

ஒரு நாள் கும்மிருட்டில், குளிரில், இரவு 2, 3 மணிக்கு தூக்கமில்லாது பரிதாபமாக அமைதியாக, அவளை எழுப்பாது தயங்கி நிற்கும் குழந்தையைப் பார்த்த அதிர்ச்சியை அடக்கமுயன்றுத் தோற்றுப்போய் பதட்டமான குரலில், "என்ன கண்ணா ஆச்சு?" என்று நிலா கேட்கையில், "உங்க பக்கத்தில படுத்துக்கவா மீ, ப்ளீஸ்மீ" என்று குக்கூ கிசுகிசுப்பாய் கெஞ்சியது அவளுடைய நெஞ்சை அறுத்திருக்கிறது.

சில முறை அப்படி குக்கூவைத் தனியாகப் படுக்கவைத்து, அவளுக்குமே அது பிடிக்காது போனதால், அவளருகிலேயே குக்கூவை படுக்கவைத்துக் கொள்ளத்தொடங்கினாள்.

குக்கூ மேல் கைப்போட்டுக் கொண்டும், அவனுடைய சூடுப்பிடித்துக்கொண்டு, அவனுடைய அருகாமையில் தூங்குவது நிலாவிற்கு மிகுந்த பாதுகாப்பும், அரவணைப்பும் கொடுத்தது. அவனிடம், அதை சொன்னதும், அப்படி ஒரு பெருமிதம் அவன் முகத்தில்.

தினம் இரவு தூங்கப்போகும் முன், "நீங்க பயப்படாதீங்க மீ! நானிருக்கேன்! கனவுல ஏதாச்சும் பயமா வந்தா என்னை கெட்டியா பிடிச்சுக்கோங்க! உங்க கனவுல மோன்ஸ்டர்ஸ் வந்தா நான் அடிச்சுடுறேன்" என்று சொல்லிவிட்டு நிலாவின் கையில் படுத்துக் கெட்டியாகக் கட்டிக்கொள்வான்.

இருவரும் நொடியில் தூங்கிப்போவார்கள், இன்னொரு நாளை சந்திக்கும்வரை.

இப்படியாக நிலாவின் கனவில் வரும் கொடும்பயங்களை விரட்ட பெரும் வீரனாக குக்கூவும், அவன் கனவு கண்டு தூக்கத்தில் சிரிக்கையில் அதை எட்டிப்பார்க்க சிறு ஜன்னல் ஒன்றைக் கடவுளிடம் கேட்டப்படி நிலாவும், அவர்களுடைய நாட்களைக் கடந்தார்கள்.

★ ★ ★

# 3

## குக்கூ: பிறந்தவுடன்

குக்கூ பிறப்பதற்கு முன் நிலாவிற்கு வாழ்க்கை எப்படி இருந்தது என்று எவ்வளவு யோசித்துப் பார்த்தாலும் தெளிவாக நினைவுக்கு வரவில்லை. 20க்கும் மேற்பட்ட வருட நினைவுகள் மழுங்கி, கழண்டு விழ வைக்க ஒரு சிறு உயிரால் எப்படி சாத்தியப்படும்?

நிலா தன் மகனை "குக்கூ" என்றுச் செல்லமாக கூப்பிட்டாள்.

ஒரு நிலாவைத் திருமணம் செய்து, ஒரு குக்கூவை இந்த உலகத்திற்குக் கொண்டு வர காரணமானவனை "ஆதி" என்று கூப்பிடுவதே மிக பொருத்தமாக இருந்தது.

நிலாவும், ஆதியும் பள்ளிக்கூட நண்பர்கள். அவளுக்கு 9 வயதிருக்கும் போது ஆதியை முதன்முதலில் பார்த்தாள். ஆதியும், நிலாவின் அண்ணனும் நல்ல நண்பர்கள் ஆகிப்போனார்கள். எல்லாவற்றிலும் வேறுபட்டு நிற்கும் இரு வேறு துருவங்கள் ஈர்க்கப்படாமல் போகுமா?

உலகையே சிறியதாக்கி, வானத்தைத் தொடுவதைப் போல உயரமாக நின்றவனின் மீது நிலாவிற்கு பெரும் ஈர்ப்பு.

ஆதியால் நிலாவை எப்போதும் சிரிக்க வைத்துவிடமுடியும். சூப்பர்மேனின் சக்தியைக் குலைக்கும் க்ரிப்டோனைட் போல,

டேர்டெவிலின் சக்தியை விழுங்கும் பேரிரைச்சல் போல, நிலாவை மொத்தமாக விழுங்கும் பேராற்றல் ஆதியிடம் இருந்தது.

மெல்ல காதலாகி, வீட்டில் எல்லோரோடும் சண்டை போட்டு, கடைசியில் அம்மா மட்டும் நின்று திருமணம் செய்து அனுப்பி வைத்துவிட்டார்.

தினமும் காலை 10 மணி வாக்கில் ஆதி வேலைக்குக் கிளம்பி போய்விட்டால், இரவு 11, 12 மணி போல தான் திரும்புவான். திருமணமாகும் வரை போராட நிறைய காரணங்கள் இருந்த நிலாவிற்கு, திருமணம் ஆனப்பிறகு மிக காத்திரமான நிசப்தம் காத்திருந்தது.

பிறந்தது முதல் கூடவே இருந்த சொந்தங்கள், நண்பர்கள் எல்லோரையும் மொத்தமாக, வெகு அலட்சியமாகவும், சட்டெனவும் தன் கூர்மையான தீர்மானத்தாலும், முடிவுகளாலும் ஆதிக்காக நிலா அறுத்தெறிந்து விட்டிருந்தாள்.

"என் முடிவில் எந்த தவறும் இல்லை; எனக்கு யாரும் தேவையில்லை. என்னுடைய காதலனும், காதலும் மாத்திரம் போதும். என்னுடைய எல்லா ஆசையும் ஒத்துக்கொண்ட என் குடும்பத்தினர் இதையும் கூடிய சீக்கிரம் ஒத்துக்கொள்வார்கள்" என்ற குருட்டு நம்பிக்கை, பிடிவாதம், வாழ்க்கை கற்றுத்தந்த over romanticized version of காதல், வாழ்க்கையை ஜெயித்து கிழித்துவிட்ட இறுமாப்பும் திருமணம் முடிந்த இரண்டு மாதத்தில் கரையத் தொடங்கியது.

அதற்கு காரணம், நிலா குடும்பத்துடன் இருக்கும்போது ஆதியைத் தேடியது போல, அவனோடு இருக்கும்போதும் அவள் குடும்பத்தினரை அதே உக்கிரத்தோடு வெகுவாய் தேடினாள்.

சிறுவயது தொடங்கி, தனக்கு பிடித்த உடையோ, சாப்பாட்டு பொருளோ வாங்கித்தரக்கேட்டு அடம் பிடிக்கையில், "இது உனக்கு நல்லா இல்லை" அல்லது "இது உனக்கு நல்லது இல்லை" என்ற காரணத்தால் வாங்கி தரமாட்டேன் என்று சொல்லும் குடும்பத்தினரோடு சண்டைப் போட்டு, அடம்பிடித்தாலும், பின்னால் நிலாவைச் சமாதானம் செய்து பழம் விட்டுவிடுவார்கள்.

பல காம்பினேஷன் காதல் திருமணங்களை ஒத்துக்கொண்ட பரந்த மனப்பான்மை கொண்ட நிலாவின் குடும்பத்தினரிடம், “எனக்கு என் காதலைப் பிடித்திருக்கிறது” என சொல்வது தவறாக மட்டுமே பார்க்கப்படும் என்று அப்போது அவள் உணர்ந்திருக்கவில்லை.

வேறு மதம், வேறு ஜாதி, வேறு பொருளாதார நிலை, வேறு படிப்பு என்று நிலாவிற்கு எதிராக அடுக்கப்பட்ட காரணங்கள் அவளுக்கு மட்டும் பெரிதாக படவில்லை.

“நாங்க சொல்லுறத நீ கேக்கலை இல்லை. போ நீ வேண்டாம்” என்று நிலாவை முழுக்க ஒதுக்கித்தள்ளிய உறவுகள் அவளை மீண்டும் ஆட்டத்தில் சேர்த்துக்கொள்ளவே இல்லை.

நிலாவின் அம்மா மட்டும் “பார்த்து பார்த்து வளர்த்த என் பிள்ளையை இப்படி அனாதையாக நாதியத்துப் போக விடமாட்டேன்” என்று குடும்பத்தை எதிர்த்து நிலாவோடு ஒற்றையாளாக நின்று திருமணம் செய்துத் கொடுத்து விட்டு, வீட்டாரின் கோபத்துக்கும் ஆளாகிக் ஒரே வீட்டில் இருந்தாலும் தனியாளாகிப்போனார்.

ஒரு திருமணத்தால் தொலைத்த தன் குடும்பத்தினரை மீண்டும் பார்ப்பதற்கு ஒரு தசாப்தத்திற்கும் மேலாகிவிடும் என்று அன்று நிலா உணர்ந்திருக்கவில்லை.

பிறந்தது முதல் எப்போதும், எல்லா பக்கமிருந்தும், கையை இறுகப் பற்றியவர்களைத் திடுக்கென்று நிலா தன் சொல்லால், நடத்தையால், செய்கையால் பறிக்கொடுத்தப்பின், ‘தவறு செய்துவிட்டேனோ’ என்ற யோசனை விதை அப்போது தான் முதன்முதலில் விழுந்து மெல்ல முளைக்க தொடங்கியது.

நிலா காதலிக்க தொடங்கும் போது 11வது வகுப்பில் இருந்தாள். பிறகு கல்லூரி சென்று முடித்து, சண்டை போட்டு திருமணம் செய்யும்வரை மனதுக்குள் பிடித்து வைத்திருந்த காதல் மட்டும் வாழ்க்கையை நடத்த போதவில்லை. ஒவ்வொரு மாதம் வரவு செலவு போன்றவற்றைப் பார்க்கையில், நிலாவும், ஆதியும் திருமணத்திற்கு எவ்வளவு தூரம் தயாராக இருக்கவில்லை என்று புரிந்தது.

பள்ளிக்கூடத்தில் கரப்பான்பூச்சியின் உள்ளுறுப்பு, ஊமத்தைப்பூவின் மகரந்தம், definite - indefinite integral, Plank's constant, Past perfect progressive tense, ஏழாம் வேற்றுமை தொகை சொல்லிக்கொடுத்ததுடன், வாழ்க்கையில் பணம் எப்படி கையாளப்படவேண்டும், conflict resolution, உள்மனக்குழப்பத்தை எப்படி ஒவ்வொன்றாய் பிரித்துப்பார்க்கலாம், சமைப்பது எப்படி, வாழ்க்கையில் ஒரு மனிதனாக வாழ எது முக்கியம் என்ற வாழ்க்கை கலைகளையும் சொல்லிக் கொடுத்திருக்கலாம்.

'மேற்படிப்பு முடித்தும் வாழ்க்கை முடிவுகளை எடுக்கத் தெரியாத முட்டாளாக இருக்கிறோமே' என்று நிலாவிற்கு மெல்ல தெளிந்தது. Penny wise, pound foolish.

காதல், ஈர்ப்பு, அதன்மேல் வாழ்க்கை இன்னவாக இருக்கும் என்றுக் கட்டும் நம்பிக்கை கனவுகளும் எவ்வளவு தூரம் தாங்கும் என்பதை பணம் அசைத்துப் பார்க்கும் ஊழியாக மாறிய சமயம் அது.

கொளத்தூர் பக்கத்தில் இருந்த மருத்துவமனை ஒன்றில் வேலைக்குச் செல்ல தொடங்கி, அங்கேயே வாடகைக்கு வசித்து வந்த சமயம், கர்ப்பமானதால் வேலையிலிருந்தும் நின்றுவிட்டாள். அம்மா வாங்கித்தந்த செகண்ட் ஹாண்ட் இடுப்புயர குளிர்சாதன பெட்டி, டிவி, கொஞ்சம் பொருட்கள் கொண்டு நிறைந்த வீடு.

ஆதி நிலாவின் மீது கொள்ளை பிரியம் வைத்திருந்தான். நிலாவை மகிழ்வாக்க, அவனுக்கு என்னவெல்லாம் செய்யமுடியுமோ, செய்யத்தெரியுமோ அதை எல்லாம் செய்துக்கொண்டே இருந்தான். கர்ப்பம் ஆனபின், அவனை கையில் பிடிக்கமுடியவில்லை.

தினம் காலையில் வெளியே கிளம்பும்முன் ஆதி நிலாவிற்கு ஏதாவது சமைத்து வைத்துவிட்டு செல்வான். "கட்டாயம் சாப்பிட்டிருக்கணும் பாப்பா" என்று சொல்லி செல்லும்வரை, வாழ்க்கையைப் பற்றிய எல்லா பயமும் காணாமல் ஒளிந்துக்கொண்டு இருந்துவிட்டு. அவன் வெளியே சென்று கதவை சாத்திய அடுத்த நொடி, காலி வீட்டின் ஒவ்வொரு செங்கலின் உள்ளும் ஒளிந்திருந்த எல்லா பயமும் நிலாவைச் சூழ்ந்து அழுத்தும்.

வாழ்க்கையைப் பற்றிய பயம் அகத்திணை காதல் போல தானோ என்று எண்ணிக்கொள்வாள்.

"ஊருண் கேணி யுண்டுறைக் தொக்க
பாசி யற்றே பசலை காதலர்
தொடுவுழித் தொடுவுழி நீங்கி
விடுவுழி விடுவுழிப் பரத்த லானே"

ஆதி இருந்தால் எல்லாமே சரியாகிவிடும் என்றும், அவன் போன உடன் எல்லாமே கடும் தவறாக நடப்பது போலவும் தினம் தோன்றியது. அதை நிலாவால் ஆதியிடம் விளக்கவே முடியவில்லை.

நிலா எப்போதும் மகிழ்வாகவே இருக்கிறாள் என்றே ஆதி நம்பினான். நிலாவிற்கு அவனைத் தாண்டி வேறு எதுவும் தேவையில்லை என்று நிலா நினைப்பதாக எண்ணி மகிழ்வோடு இருந்தான்.

அவளுக்கே தெரியாது நிலாவின் மனதுக்குள் ஒரு sink hole உருவாகிக்கொண்டிருப்பதை அவள் உணர்ந்தாள். ஆனால் அதை வெளியே சொல்லாது மறைத்து மகிழ்வாக இருப்பதைப் போல நடந்துக் கொண்டாள்.

சினிமாக்களில் வருவது போல ஒரே பாடலில் பெரும் பணக்காரனாகும் வித்தையை ஆதி தெரிந்து வைத்திருக்கவில்லை. ஆனால் அவனை எதிர்கொள்ளும் எல்லோரையும் வசீகரித்தான். எப்படியாவது வளர்ந்துவிட கடும் முயற்சிகள் செய்தான்.

ஆதியின் வீட்டினர் நிலாவை மகள் போலவே அன்போடு நடத்தினார்கள்.

நிலாவின் குடும்பத்தை விட ஆதியின் குடும்பம் மிக பெரிது. அவர்களின் பழக்கவழக்கத்தில் இருந்து வெகுவாக மாறுப்பட்டு இருந்த நிலாவை கொஞ்சமும் விலக்காது, அவர்களில் ஒருவராக ஏற்றுக்கொண்டது அவளுக்கு வெகு ஆறுதலாக இருந்தது.

பணநெருக்கடி நிலாவையும், ஆதியையும் நெருக்கத் தொடங்கியிருந்த சமயம் அது.

அதற்கு காரணம் இருவரும் வளர்ந்த மாறுபட்ட பொருளாதார சூழல் என்று பின்பு நிலாவிற்குப் புரிந்தது.

பணம் பற்றிய கவலையே இல்லாது வளர்ந்த நிலாவும், பணப்பற்றாகுறையை மட்டும் அதிகம் பார்த்து வளர்ந்து, நிலாவை ஆடம்பரமாக வைத்துக்கொள்ள முயன்ற ஆதியும், இந்த உலகம் வெகு எளிதாக விரிக்கும் financial trapக்குள் சிக்கி மூழ்கத்தொடங்கினார்கள்.

அறிவுரை சொல்ல அதிகம் ஆட்கள் இல்லாமலும், அப்படியே எப்போதாவது யாராவது கொஞ்சம் சொன்னாலும் அதை புரிந்துக்கொள்ள முடியாதவர்களாக இருவரும் இருந்தார்கள்.

வாழ்க்கையில் சாதிக்கும் வரை, குழந்தை பெற்றுக் கொள்ளக்கூடாது என்பதில் நிலா வெகு தீர்மானமாக இருந்தாள். திருமணம் ஆகி 2வது ஆண்டை நெருங்குகையில், ஏன் குழந்தை இல்லை என்ற கேள்விகள் அவர்களை சுற்றி சுற்றி வளர்ந்தது. அப்படியான ஒரு சமயத்தில்தான் நிலாவின் மாதவிடாய் தள்ளிப்போனது.

“கர்ப்பமாக இருக்கிறேனோ” என்ற கவலையோடு, 4 முறை டெஸ்ட் எடுத்து பார்த்தப்போதும், நெகடிவ் என்றே வந்தது. நிலாவிற்கு அது மிகவும் நிம்மதியாக இருந்தது. ‘சொந்த வீட்டில் எல்லா சௌகரியத்தோடும், தன் குடும்பத்தினர் எல்லோரோடும் சேர்ந்த பிறகு தான் என் குழந்தை பிறக்கவேண்டும்’ என்று மனதினுள் கறுவியிருந்தாள்.

நிலாவிற்குக் கற்பிக்கப்பட்ட நியாயங்களும், அவள் எல்லா பக்கமும் பார்த்து, கேட்ட வாழ்க்கை குறிக்கோள்களும், தான் நினைப்பது தான் சரியென்று தோன்ற வைத்தது.

ப்ரெக்னன்சி டெஸ்ட் நெகடிவ் என்று மனம் சமாதானம் ஆனபிறகும், நிலாவின் உள்ளுக்குள் பெரிய பயம், ஒரு வேளை கர்ப்பமாக தான் இருக்கிறோமோ என்று. அதற்கு காரணம் அவளுடைய மார்பு காம்புகளுக்குள் அப்படி ஒரு வலி.

சுரீரென தீப்பிடித்தது போல, உள்ளுக்குள் இருந்து யாரோ திருகுவதைப் போல வலி தெறிப்பு. மார்க்காம்புகளில் ஏதாவது பட்டுவிட்டால் நிலாவிற்கு தன்னையே பிராண்டிவிட வேண்டும் போன்ற கோபம் எழும்பியது. தனியாக இருக்கையில், ஜன்னல்களை சாத்திக்கொண்டு, துணியேதும் போடாது

படுத்திருந்தாள். துணி, காற்று எதுவுமே தன்மேல் படுவதை கூட அவளால் தாங்கமுடியவில்லை. அது ஏன்? என்று அவளுக்குப் புரியவில்லை. நிலா படித்த மருத்துவ புத்தகங்களில் இது போன்ற சந்தேகங்களைப் பற்றி ஏதும் சொல்லபடவில்லை.

திருமணம் நல்லபடியாக நடந்தால், திருப்பதிக்கு நடந்தே வருவதாக வேண்டியிருந்தார்கள். அதற்கான சமயம் அமையவே இல்லை. ஏதோ ஒரு காரணத்தினால் தள்ளி போய்க்கொண்டே இருந்தது.

அந்த மாதம் அம்மாவோடு ஆதியும், நிலாவும் திருப்பதி சென்றார்கள். நிலாவும், ஆதியும் கீழ்திருப்பதியில் இறங்கி முதல் மலையான அலிபிரியை ஏறத்தொடங்கிய போதே அவளுடைய அடிவயிற்றுக்குள் சிறு இதயத்துடிப்பு இருந்தது. நிலாவிற்கு அந்த உணர்வு புதிதாக இருந்தது. அது என்னவாக இருக்கும் என்று சரியாக பிடிபடவில்ல.

காளி கோபுரம் தாண்டி, செங்குத்து முழங்கால் முடிச்சு மலை ஏறுவதில் மூச்சு வாங்கி, நெஞ்சக்குள் இதயம் துடிப்பதைத்தான் அப்படி புரிந்துக்கொள்கிறேனோ என்று எண்ணினாள். அதனால் 10 படிக்கட்டுகள் வேகமாக நடந்தாள். மீண்டும் அடிவயிற்றுக்குள் அதே இதயத்துடிப்பு.

பட்டாணியை விட குட்டியாக இருந்த தன் குழந்தையை உணர்ந்தாள். அப்போதே நிலா தான் கர்ப்பமாக இருப்பதை உறுதிப்படுத்திக் கொண்டாள். அது கடும்பயத்தையும், பெரும் சந்தோஷத்தையும் நிலாவிற்குள் உருவாக்கியது. நிலா இதை சொன்னதும் ஆதி, "வேணாம் பாப்பா! நீ இப்படி உடம்ப படுத்திக்காதே. நம்ம இந்த மலை முடிஞ்சதும், வண்டி பிடிச்சு போயிரலாம்" என்றான்.

உடம்பு அத்தனை அசத்தினாலும், "சாமி பாத்துக்கும்டா, வா நடக்கலாம்" என்றுச் சொல்லியப்பின், அவளும், ஆதியும், அவளுடைய குட்டி குழந்தை மூவரும் ஏழு மலையும் நடந்து தரிசணம் செய்துவிட்டு, ஊருக்குத் திரும்பினார்கள்.

எல்லா பெண்களுக்கும் மகப்பேறு காலம் எப்படி என்று நிலாவிற்குத் தெரியவில்லை. தன்னுடைய அம்மா மாசமாக இருந்த 8 மாத காலமும் வாந்தியெடுத்தப்படி இருந்ததாக சொன்னது அவள் நினைவுக்கு வந்தது..

காலை எழும்போதே தலைசுற்றியபடி கசப்பான உணர்வு காத்திருக்கும். அந்த கசப்பு கரும்பாம்பு மகுடிக்கு ஆடுவதைப் போல மெல்ல வயிற்றுக்குள் ஆடியபடியே இருக்கும். ஆதி கிளம்பி சென்ற பிறகு, படுக்கையில் படுத்தப்படி தூக்கமயக்கத்தில் இருப்பாள்.

7 மாதம் வரை கடும் தனிமையும், வாந்தி மயக்கமும் தான் நிலாவின் தினமானது.

இது நடக்கும் சமயம் இருவரும் நிறைய பணப்பிரச்சினைகள் சந்திக்க தொடங்கினார்கள். நிலா அப்போதும் ஆதியுடைய முடிவுகளைத் தடுக்கவோ, எதிர்க்கவோ இல்லை. "என்னை விட அவனுக்கு உலக விஷயங்கள் நன்கு தெரிந்திருக்கும்" என்று நினைத்துக்கொண்டாள்.

நிலாவின் மனதில் அவன் எடுக்கும் முடிவுகள் சரியானவை அல்ல என்று லேசாகத் தோன்றினாலும், அதை வெளியே சொல்லாது, அவன் செய்தவைகளை ஒத்துக்கொண்டாள். அது அவள் செய்த மிக பெரிய தவறு என்று அப்போது நிலாவிற்குத் தெரியவில்லை.

நிலா தன் அம்மா வீட்டில் வளரும் போது, இது போன்ற குடும்ப விஷயங்கள், பணம் எப்படி கையாளப்படுகிறது, என்ன செய்யவேண்டும் என்று எதை பற்றிய கவலையும் இல்லாது வளர்ந்தவள். எதை கேட்டாலும் கிடைக்கும் வாழ்க்கையில் வளர்ந்த பின், அது தான் நிஜம் என்று அழுந்தப்பதிந்து போ யிருந்தது. அப்படியான இடத்தில் இருந்துவிட்டு, நிஜம் வேறு என்று உணர்வது நிலாவுக்குச் சாத்தியப்படவில்லை.

மாசமாக இருக்கும் போது சந்தோஷமாகவும், அமைதியாகவும், தைரியமாகவும் இருக்கவேண்டும் என்று சொல்வார்கள். பிரகலாதன் போல, தன் குழந்தையும் பிறக்கவேண்டும் என்று யோசித்தாலும், நிலாவால் அப்படி நிம்மதியாக ஒரு நாள் கூட இருக்கமுடியவில்லை.

வாந்தி தலைசுற்றலோடு, தன் உடல் தன் கண்முன்னேயே தினம் தினம் உடைந்து வேறாய் மாறுவதை கவனித்தாள். தனிமையிலும், வறுமையிலும், unpredictabilityஇல் தோய்த்தெடுத்த ஒவ்வொரு நிமிடமும் மஞ்சள் கிழங்கை கல்லில் தேய்ப்பது

பிரியா விஜயராகவன் ● 47

போல அவளைப் பயம் தெளித்து உரைத்தெடுக்க, குடும்பத்தை மறக்கமுடியாது கடும்சோகம் கசியவிட்டது, எப்போதோ தன் வீட்டில் சாப்பிட்டதெல்லாம் சாப்பிடவேண்டும் என்று கசந்த நாக்கு மூளைக்குள் தீ வைத்தது.

வாடகை கொடுக்கமுடியாது, வாழ்க்கை நடத்தமுடியாது பணப்பற்றாக்குறை கொண்டுவந்த பயங்கள், இருந்த கொஞ்ச நஞ்ச நகையும் மாதம் தவறாது அடகு கடையை நோக்கி நடந்து மறைய "நான் தவறு செய்துவிட்டேனா" என்ற எண்ணம் வளர்ந்து நிலாவை வெகுவாக திடுக்கிடவைத்தது.

உள்ளுக்குள் இருந்து உளுத்துப்போவதைப் போல உணர்ந்ததை நிலாவால் ஆதியிடம் சொல்லி விளக்கமுடியவில்லை. ஆனாலும் அவன் நிலாவைப் பார்த்து "சமாளிச்சுக்கலாம் பாப்பா! பயப்படாதே!" என்று சொல்லும் போது அவள் மனது தற்காலிகமாக லேசானது.

அவர்களுடைய சிறிய வீட்டின் படுக்கையறையில் கட்டில் இல்லை. வெறும் தரையில் பாய் விரித்து அதில் படுக்கை போட்டு இருந்தார்கள். நிலாவின் தலைமாட்டின் அருகே இருந்த ஜன்னலின் பக்கம் இருந்த மாமரம் அவளுக்கு மிகவும் பிடிக்கும்.

முதல் மாடியில் இருந்த அவர்களுடைய வாடகை வீட்டில் நுழைந்ததும், ஆங்கில வடிவ அறையில் வாசல் கதவும், ஹாலும், அது சென்று முடியும் இடத்தில் மிக சிறிய சமையலறையும் இருந்தது. இரண்டு படுக்கையறையும், நடுவே ஒரு குளியலறையும் இருந்தது.

அவர்களுடைய படுக்கும் படுக்கையறை பக்கம் சிறிய போர்டிகோ இருந்தது. ஆதிக்கு செடிகள், மீன்கள், நாய், பூனை எல்லாவற்றின் மேலும் கொள்ளை பிரியம். ஹாலில் சின்ன பிரம்பு சோபா செட், தவணை முறை டிவி, ஒரு பிரம்பு ஊஞ்சல், இடுப்பளவு கோட்ரெஜ் ஃப்ரிஜ், பழைய டேப் ரிக்கார்டர், தரையில் இருந்த படுக்கை, 3, 4 பாய் தலைகாணிகள், செகண்ட் ஹாண்ட் கவசாகி பஜாஜ் பைக், அவர்களுடைய துணிகள் இவ்வளவு தான் வீட்டில் இருந்த பொருட்கள்.

பெரம்பூரில் இருந்த நர்சரி ஒன்றில் தேடி தேடி சென்று செடிகள் வாங்கி வந்தார்கள். பைக்கில் செடிகளைத்

தூக்கிக்கொண்டு வருவதை பலர் வினோதமாக பார்த்தார்கள். நிலாவும் ஆதியும் செடிகளுக்கு நடுவே கொஞ்சம் முகம் தெரிய பைக்கில் பயணப்பட்டார்கள். கவசாகி பைக்கில் நகரும் பூங்கா போல பலமுறை சென்று அந்த சிறிய வீடு முழுக்க செடிகளால் நிரப்பினார்கள்.

நிலாவிற்கு ஆதி செடிகள் நடுவதைப் பார்க்க சந்தோஷமாக இருந்தது. பெரும் சந்தோஷத்தோடு ஒவ்வொரு நாளும் நிலாவிற்கு, வளரும் செடிகளையும், பூக்களையும், அங்கு வரும் சிட்டுக்குருவிகளையும், காகங்களையும் கூப்பிட்டு காண்பிப்பான்.

4 காகங்கள் காலையிலேயே வந்து அவனை அழைக்கும். ஒவ்வொரு காகமும் வெவ்வேறு குரலில் அவனை அழைக்கும். அவைகளின் குரலை வைத்தே வந்தது எந்த காகம் என்று சொல்லும் அளவு அவன் அவைகள் மீது அன்பு காட்டினான். தூக்கத்திலிருந்து எழுந்து, ஜன்னல் வழியே அவைகளிடம் "என்னடா பசிச்சிருச்சா! ராத்திரி சாதம்தான் இருக்கு" என்று அவைகளிடம் பேசிக்கொண்டே சோறு போடுவான். அவைகளும் தலையை ஒரு பக்கம் சாய்த்து அவனைப் பார்த்துவிட்டு சாப்பிட்டுப் போகும்.

ஆதியைப் பார்க்க வந்த காக்கைகளுக்கு சப்பாத்தி தான் மிகவும் பிடித்து இருந்தது.

அந்த படுக்கையறையில் இரண்டு சுவர்களிலும் ஜன்னல்கள் இருந்தது. வெயிலில் கூட காற்றோட்டமாக இருக்கும். அந்த ஜன்னல் அருகே ஓங்கிய மாமரம் இருந்தது. அக்கம்பக்கம் சிமெண்டால் வளர்ந்த வீடுகள் அந்த மாமரத்தின் கிளைகளை சாப்பிட்டுவிட்டது.

கையளவு அகல மணல்திட்டு விடுத்து, சிமெண்ட் மொழுகிய தரையிலும், அந்த மாமரம் சலிக்காது வளர்ந்தது. பூக்கள், காய்களாக தினம் மாறுவதை நிலாவும், அவள் வயிற்றில் இருந்த குழந்தையும் பார்த்தார்கள்.

அணில்களும், காகங்களும், குருவிகளும் ஓடிவிளையாடும். காற்றோடு, தினமும் அந்த மாமரத்தில் ஒற்றை குயில் ஒன்று காலை முதல் சாயங்காலம் வரை கூவும் சத்தம் அந்த ஜன்னலின் வழியே கேட்க தொடங்கினாள்.

பிரியா விஜயராகவன் ✹ 49

அந்த குயிலோசை மட்டுமே அந்த ஏழு எட்டு மாதமும், நிலாவிற்கு தினந்தினமும் நிதர்சனமான துணையானது.

குக்கூ குக்கூ என்று கூவிக்கொண்டே இருந்த சத்தம் நிலாவின் மேல், அவள் வயிற்றில் இருந்த குழந்தை போல ஒட்டிக்கொண்டது.

ஒரு வருடகாலத்தின் 95 சதவிகித நாட்களில் காலை 8 மணி முதல் இரவு 11 வரை நிலா யாரையும் பார்க்கவில்லை. யாரோடும் பேசவில்லை.

உடலும் மனதும் வாழ்க்கையும் இடித்து இடித்து பொடியாக்கி, வேறு ஒருத்தியை உருவாக்கிக் கொண்டிருந்ததை ஆச்சரியமாகப் பார்த்தாள். பிறந்தது முதல் எந்த ஒன்றும் அவளை இந்த அளவுக்கு தனிமையாக்கியோ, பயமுறுத்தியோ நிலா உணர்ந்ததில்லை. கல்லூரியில் எதையும் எதிர்த்து வெற்றி பெறமுடியும் என்று உடைக்கமுடியாத மனநிலையோடு இருந்த பெண் எங்கே என்று தினம் தினம் தேட முயன்றுத் தோற்றாள்.

ஒரு கட்டத்துக்கு மேல், தன்னை இறுக்கிக் குறுக்கிய உடைக்கமுடியாத முட்டையோடு போன்ற தனிமையும், நிலையில்லா தன்மையும், கசப்பு பயமும், தன்னை பைத்தியம் பிடிப்பதை போல ஆக்கியதால், வயிற்றில் இருந்த குழந்தையிடம் பேச தொடங்கினாள்.

வெளியே இருக்கும் குக்கூ என்ற சத்தமும், உள்ளே எதிரொளிக்கும் இதயத்துடிப்பும் ஒன்றாக மாறியது. நிலா தன்னுள்ளே இருந்த இதயத்துடிப்பை "குக்கூ" என்று கூப்பிட்டாள்.

வயிற்றைத் தடவியபடி தினங்களை பகிர அவளுக்குக் கிடைத்த டைரி போல ஆகிவிட்டது அவளுடைய குக்கூ. அப்போதோ, இப்போதோகூட என்ன தைரியத்தில் நிலா குழந்தை பெற்றெடுத்தாள் என்று தெரியவில்லை. ஆனால் அந்த சமயம் நிலா கர்ப்பமாகி இல்லையென்றால், அதன்பின் குழந்தை பெற்றிருக்கவே மாட்டாள். Some are more aunty material than mommy material. But it happened as it happened.

குக்கூ ஆண் குழந்தையா பெண் குழந்தையா என்று இருவருக்கும் 7 மாதம் வரை தெரியவில்லை. அதனால் டா,

டீ, செல்லம், குக்கூம்மா, குக்கூப்பா என்று எல்லாவிதமாகவும் கூப்பிட்டார்கள்.

அவர்களின் வீட்டின் எதிரே இன்னொரு ஜோடி வசித்து வந்தார்கள். அது அவர்கள் சொந்த வீடு. கீழ்வீட்டில் அந்த ஆணுடைய அம்மா, அப்பாவும், மேல் வீட்டில் இந்த பெண்ணும் ஆணும் வசித்துவந்தார்கள். நிலா கர்ப்பமாக இருந்த அதே சமயம் அந்த பெண்ணும் கர்ப்பமாக இருந்தாள்.

நிலா அந்த சின்ன மாடி வீட்டில் காலை முதல் இரவு வரை வெவ்வேறு இடத்தில் தனியாகப் படுத்திருப்பாள்.. 8 மாதமும் முடிவே இல்லாது மிக வறட்சியான நீண்ட பாலை காலம் போல தோன்றியது அப்போது.

அந்த எதிர்வீட்டு பெண்ணுடைய வாழ்க்கை மிகவும் சாதாரணமானது. காலை எழுந்து குளித்துவிட்டு நைட்டி ஒன்றில் நடமாடுவாள். அவள் சமைப்பது ஜன்னல் வழியே தெரியும். அதன்பின் அவளுடைய கணவன் சாயங்காலம் திரும்பும்வரை அவளை தினமும் யாராவது வந்து பார்ப்பார்கள். அவளுடைய சொந்தபந்தங்களும், கணவனின் வீட்டினர் எல்லோரும் அக்கம்பக்கத்து வீட்டில் தான் இருந்தார்கள்.

தினமும் கூட்டமாக பெண்கள் அமர்ந்து பேசுவார்கள். இப்படியாக அவளுடைய தினங்களை, உதிரிப்பூக்களை கட்டுவது போல, குறைந்தது 5, 6 பேரையாவது கொண்டு, பிள்ளைத்தாய்ச்சி நாட்களைக் கட்டி தீர்த்தாள்.

தெருவே அமைதியாக இருந்த சமயங்களில், அவர்கள் பேசுவது கூட நிலாவிற்குத் தெள்ளதெளிவாக கேட்டது. சமைத்த பொருட்களைப் பறிமாறி கொள்வதும், பூ கொண்டு வந்து தருவதும், புடவைகள், படங்கள், டிவி சீரியல் பற்றி அவர்கள் பேசிக்கொள்வதையும் ஒற்றை அறையில் படுத்தபடி நிலா கேட்பாள். சில வேலைகளில் அவர்கள் ஒன்றாக சிரிக்கையில் நிலாவிற்கு அழுகையாக வந்தது.

நிலாவும், குக்கூவும், சக்கரை இல்லாத கட்டன் காபி போன்ற அடர்தனிமையோடும், எதிர் வீட்டுப்பெண்ணின் நிறைந்த தினங்களைப் பார்த்துக்கொண்டே இருந்தார்கள்.

நிலா பல நாட்கள் காரணமே தெரியாது அழுதாள், பொறாமை பட்டாள். பாட்டியின் சமையல் சாப்பிடவேண்டும்,

அம்மா ஊட்டிவிட வேண்டும், தம்பியும், அண்ணனும், சித்தப்பாவும் அத்தையும் வேண்டும் என்று கொதித்த நிலாவின் மனதை பார்த்தப்படி குக்கூ வளர்ந்தான்.

தனியாக ஒரு நிமிடம் கூட கிடைக்காத அந்த எதிர்த்தவீட்டு பெண்ணும், தன் வயிற்றைத் தடவியபடியே, எப்போதும் தனியாகவே இருந்த நிலாவை ஜன்னல் வழியே பார்த்துக்கொண்டே இருந்தாள். அந்த பெண்ணுக்கு ஒருவேளை இக்கரை பச்சையாகத் தெரிந்திருக்குமோ?

ஏதுமற்ற வெளியில், அதலபாதாளத்தில் விழுவதில் இருந்து காப்பாற்றும் ஒற்றை வேரில் உயிரைப் பிடித்தப்படி தொங்கிக்கொண்டு நிற்பதைப் போல அவளுக்குள் இருந்த குக்கூவைப் பிடித்துக்கொண்டாள் நிலா.

காலையில் விழிப்பு வந்தவுடன், கணவன் ஆதி உப்பியிருந்த நிலாவின் வயிற்றில் கைவைத்து, "குட் மார்னிங் குக்கூமா" என்று சொன்னதும், அவள் நல்ல உறக்கத்தில் இருந்தால் கூட, வயிற்றில் இருக்கும் பிள்ளை அவன் கையை உதைக்கும். இந்த விளையாட்டு, குழந்தை பிறக்கும் வரை தினம் தொடர்ந்தது.

குழந்தை வயிற்றுக்குள் வளர்வது அவளுக்குத் தெரிந்த உடம்பை உருமாற்றியது. கண்முன் ஒவ்வொரு நாளாக வளர்ந்த வயிறு அவளை பயமுறுத்தியது. ஆனால் ஆதி பெரும் சந்தோஷத்தில் இருந்தான்.

மருத்துவராக எத்தனை குழந்தைகள் பிறப்பதைப் பார்த்திருப்பாள். எத்தனை குழந்தைகளைப் பிரசவித்து இருப்பாள். ஆனாலும் கடைசி மாதங்களில் லேசாக வலி வந்து போகும்போது பயம் மெல்ல படமெடுத்தது. குழந்தை பிறக்கும் என்று குறித்துக்கொடுத்து பத்து நாட்கள் முடிந்தப்பிறகும், குக்கூ வெளியே வர எந்த அறிகுறியும் இன்று அமைதியாக கல் போல நிலாவின் வயிற்றுக்குள் இருந்தான்.

குக்கூ வயிற்றுக்குள்ளே கங்காரு குட்டி போல வளர்த்து 20 வயதில் தான் வெளியே வரப்போகிறான் என்று அம்மாவின் தோழி கோகிலா ஆண்டி கிண்டல் செய்தார்கள்.

இனி காத்திருக்கவேண்டாம், என்று வேலூர் சி.எம்.சிக்கு நிலாவும், ஆதியும், அம்மாவும் ரயில் வண்டியில் போனார்கள்.

சினிமாவில் பார்ப்பது போல நிலா உட்கார இடம் இல்லாது, முழுவயிற்று பிள்ளைதாய்ச்சியாக வயிற்றைப் பிடித்துக்கொண்டு, நின்றுகொண்டே இரண்டு மணி நேரம் பயணப்பட்டாள். ஆனால் சினிமாவில் வருவது போல யாரும் எழுந்து அவளுக்கு வழிக்கொடுக்கவில்லை.

மருத்துவமனையில் வலி வருவதற்காக மதியம் போல மருந்து கொடுத்தார்கள். அப்போதும் வலி பெரிதாக தொடங்கவில்லை.

மூன்றாவது மாடியில் இருந்த வார்ட் வெளியே, ஆதி நிலாவின் கையைப் பிடித்துக்கொண்டு, "கொஞ்சம் நட பாப்பா! வா வா! இந்த ஜன்னல் பக்கம் பாரு! ஜலகண்டேஷ்வரர் கோவில் தெரியுது பாரு" என்பான். "வா! எதிர் ஜன்னல்ல என்ன தெரியுது பாக்கலாம் வா" என்றுக் கொஞ்சிக் கெஞ்சி, குறுக்கும் மறுக்குமாக இரண்டு மணி நேரம் நடக்க வைத்தான்.

மெதுமெதுவாக சாயந்திரம் ஆறு வாக்கில் தொடங்கிய வலி இரவு 9 மணி தொடும்போதும் படுதீவிரமாக மாறியது. வலி தொடங்கியதும், பிரசவ அறைக்கு நிலாவை அழைத்துச் சென்றுப் படுக்கவைத்தார்கள்.

நிலாவோடு அதே அறையில் வலியோடு புரண்டுக் கொண்டிருந்த 8 பெண்களும், அவர்களை பார்த்துக்கொண்டிருந்த மேல்படிப்பு படிக்கும் மருத்துவப்பெண்ணும், அந்த அறையின் வெப்பமும், வாடையும் அவளைப் புரட்டியது.

நிலாவின் பக்கம் அவளுடைய சுமதி அண்ணி அமர்ந்து வியர்வையை துடைத்துவிட்டு, அவள் முதுகை தடவிக்கொடுத்துக்கொண்டே இருந்தார்கள். அது 1 மணி நேரமோ, 6 மணி நேரமோ நிலாவிற்குத் தெரியவில்லை. ஆனால் முதுகை தடவிக்கொடுப்பதை ஒரு நிமிடம் நிறுத்தினால் கூட, "ப்ளீஸ் அண்ணி. கொஞ்சம் தடவி விடுங்க" என்று கெஞ்சினாள். அவர்கள் கையில் வைத்திருந்த டவல் நிலாவின் வியர்வையால் தொப்பலாக நனைந்திருந்தது.

விடாது வலி, இன்னொரு பக்கம் வாந்தி, இறப்பு இப்படி தான் இருக்கும் என்று யோசிக்கவைத்தது.

நிலாவை மீண்டும் செக்–அப் செய்த, அந்த ஹிந்தி பேசும் முதுகலை படிக்கும் பெண் எரிச்சலோடு, "நீ கொஞ்சம்

அமைதியா இரு. நீ நாளைக்கு மதியம் மேலதான் பிள்ளை பெத்துக்குவே" என்றாள்.

இரவு மணி 12. இந்த வலியை இன்னும் 12, 15 மணி நேரம் தாங்கவேண்டும் என்பதை நிலாவால் புரிந்துக்கொள்ள முடியவில்லை.

கண்கள் இருளத்தொடங்கி, கண்முன் வெள்ளி பூச்சிகள் அங்குமிங்குமாக பறந்தது.

வலியின் தீவிரம் அதிகமாகி, இடுப்பில் இருந்த வலி பிறப்புறுப்பை நோக்கி இறங்கியது. அந்த டாக்டர் பெண், கோபமாக "சும்மா இப்படி கத்தி கூச்சல் போடாதே" என்று சலித்துக்கொண்டே சென்று, அந்த அறையின் மூலையில் இருந்த டேபிளில் சென்று அமர்ந்து எழுதத் தொடங்கினாள்.

திடீரென வலியைத் தாண்டி, முடியின் கொரகொரப்பை நிலா அவளின் உள்ளுக்குள் உணர்ந்தாள். வலியின் நடுவே, அது அவளுடைய குழந்தையின் தலைமுடி என்பதை உணர சிறிது நேரம் பிடித்தது. விசித்திரமான உணர்வு அது.

அந்த டாக்டர் பெண்ணை மீண்டும் கூப்பிட்டதற்கு ஏதோ எழுதியவாறு, "நீ தேவையில்லாமல் அலட்டிக்கிறே. தூங்க ட்ரை செய்" என்று தூரத்தில் இருந்தே கோபத்தோடுக் கத்தினாள். நிலாவும் 10 நிமிட வலி பொறுத்துக்கொண்டிருந்தாலும், குழந்தையின் தலை இறங்குவதை நிலா உணர்ந்தாள்.

அந்த டாக்டர் பெண்ணிடம் "குழந்தை வெளியே வருகிறது என்று நினைக்கிறேன்" என்று சொன்னதை கேட்டு எல்லார் முன்னிலையிலும், உச்சக்குரலில் "உனக்கு நாளை மதியம் தான் குழந்தை பிறக்கும். இங்கு நீ மட்டும் எனக்கு பேஷண்ட் இல்லை. மத்த பெண்களும் இருக்கிறார்கள். இந்த டாக்டர் பெண்களுக்கு பிரசவம் பார்க்கறதே பயங்கர கடுப்பு.. இப்போ என்னை கோபப்படுத்தாதே" என்று எரிச்சலாக கத்தினாள்.

நிலாவின் உயிர்போகும் பிரசவ வலியும், அனுபவமும் அந்த பெண்ணுக்கு இன்னொரு நாளின் வேலையில் இன்னொரு பிரசவம் அவ்வளவே.

நிலாவின் பக்கத்தில் இருந்த அண்ணி, "கொஞ்சம் வந்து பாருங்க டாக்டர்" என்று சொன்னதைக் கேட்டு

முனுமுனுத்தபடி, எரிச்சலோடு வந்தாள். வந்தவள் சத்தமாக, “குழந்தை தலை இறங்குகிறது, நர்ஸ். Episiotomy ட்ராலி எடுத்துவாங்க. ‘என்று கத்திக்கொண்டே அருகே வருவதற்குள், நிலாவைக் கிழித்தப்படி குக்கூ வெளியே வந்தான்.

பிறப்புறுப்பில் தொடங்கி ஆசனவாய் வரை கிழிந்து தொங்கியது. 3rd degree perineal tear.

சில மணிநேரமாக முதுகில் இருந்து கீழ்நோக்கி இறங்கிய பெரும் சாவு போன்ற பாரம் சட்டென அடங்கியது.

குழந்தை அழும் சத்தம் நிலாவை கொஞ்சம் ஆசுவாசப்படுத்தியது. ஆனால் அடுத்த 2 மணி நேரம் வேறு வகையான வலி அவளுக்காகக் காத்திருந்தது.

மிக கூர்மையான வளைந்த ஊசியால் கிழிந்த நிலாவின் பிறப்புறுப்பைச் சேர்த்து தைக்கத் தொடங்கினாள் அந்த முதுகலைப் பெண். அதற்குள் சிறு துணி மூட்டை போல குக்கூவைச் சுருட்டி நிலாவின் அருகில் கொண்டு வந்து வைத்தார்கள்.

மருத்துவ சொல்லியலில், சதைகளைச் சேர்த்துத் தைப்பதை bite என்பார்கள். அதற்கு ஏன் அப்படி ஒரு பேர் வைத்திருக்கக்கூடும் என்று அடுத்து வந்த 2 மணி நேரம் புரிய வைத்தது. பிரசவ வலி எவ்வளவோ தேவலாம் என்று தோன்றியது.

ஒவ்வொரு முறை ஊசி சதைக்குள் இறங்குவதும், நூல் இழுக்கப்படுவதையும் நிலா துல்லியமாக உணர்ந்தாள். ஊசிமுனை அளவு தீ உடலுக்குள், அதுவும் பிறப்புறுப்பை போன்ற நுட்பமான இடத்தில் மீண்டும் மீண்டும் உணரும்போது, வலியின் உச்சத்தில் out of body experience ஏற்பட்டது.

அன்றைய தினத்தில் நிலா உணர்ந்த பல விசித்திரமான தோணல்களில் மிக மிக விசித்திரமானது அந்த இரண்டு மணி நேரம்.

கண்ணையோ, மூளையையோ, யோசனையோ எங்கேயாவது நிலைப்படுத்தாது போனால், அவள் இல்லாது நழுவி போய்விடுவாள் என்பதாக நிலாவிற்குத் தீவிர சிந்தனையும்,

கடும்பயமும் எழுந்தது. அது ஏன்? என்று எல்லாம் புரியாது போனாலும், அந்த உணர்வை நிலா முழுக்க நம்பினாள்.

வேகமாக கீழே விழும்போது, கைகளால் எதாவது பிடித்துவிட முடியுமா என்று துழாவுவதைப் போல அந்த அறையைச் சுற்றிச் சுற்றிப்பார்த்தாள். அவளைச் சுற்றியிருந்த எதுவுமே பற்றிக்கொள்ள முடியாது போகவே மீளவே முடியாத புகை போன்ற புதைமணலுக்குள் புதைந்துக்கொண்டே இருந்தாள். நான் என்ற உணர்வு முழக்க மறையும்போது நிலா 'தான் இறந்து விடுவோம்' என்பதை தீவிரமாக உணர்ந்தாள்.

குழந்தை பிறந்து ஒரு மணி நேரத்தில் மூச்சு தொந்திரவு வந்து இறந்துப்போன சின்னி அத்தை நிலாவின் நினைவுக்கு வந்துப்போனார். நிலா அந்த நொடி இறப்புக்கு வெகு அருகே இருந்ததை உணர்ந்தாள்.

இறப்பு ஒரு நழுவுதல். மணல் துகள் கையிடுக்கில் நழுவி செல்வது போல உயிர்சக்தியும் இந்த உடலில் இருந்து மெல்ல நழுவிகிறது.

மிகுந்த பயத்துடன், பதட்டத்துடன், வேகவேகமாக வெளியேறிய மூச்சும், அதிவேகமாக துடித்துக் கொண்டிருந்த இதயமும், நினைவையும் நழுவவிடாது, எதையாவது கண்களால் பிடித்துக்கொள்ள தலையைத் திருப்புகையில், தனக்கு வலது பக்கத்தில் துணிக்குள் பொதிந்திருந்த குழந்தையைப் பார்த்தாள்.

தட்டாமாலை சுற்றும்போது, ஏதாவது ஒன்றின் மேல் கவனத்தை வைத்தால், கீழே விழமாட்டோம் என்பார்கள். அப்படியாக நிலாவிற்குள்ளே எல்லாம் மின்னல் வேகத்தில் சுத்தி மறைந்துக்கொண்டே செல்கையில், குக்கூவை நிலா கண்களால் பற்றிக்கொண்டாள்.

துணிமூட்டையின் நடுவே கருப்பு திராட்சை போல அவன் வலது கண்ணும், கருப்பு கன்னமும் மட்டும் தான் தெரிந்தது. மிக அமைதியாக நிலாவையே உற்றுப்பார்த்துக் கொண்டிருந்தான் குக்கூ.

புகையாகி மறையத் தொடங்கியவள் குழந்தையைப் பார்க்க பார்க்க உடலும், மனதும், ஆன்மாவும் நிதானமாகித் திடப்படத் தொடங்கியது.

படீரென நிலாவுக்கு எல்லாம் புலப்பட்டது. பல யுகாந்திரங்களாக அவளும் குக்கூவும் அன்பை உணர்ந்தவர்கள்தான். ஒவ்வொரு பிறப்பிலும் தொடர்பவர்கள் என்று, இறப்பின் விளிம்பில் இருக்கும் நொடியில் தோன்றியது.

அதீத வலியை நிலாவின் உடல் உணர்ந்துக்கொண்டிருந்த நிமிடம், இந்த பிறப்பில் நிலாவுக்கு தெரிந்த "நான்" அவளுடைய உடலில், மூளையில், முகத்திலிருந்து கழண்டு விழுந்து விட்டாள். விழுந்துக்கொண்டே இருந்தாள்.

நிலாவின் உடல் காலத்தின் கதவு போன்ற போர்ட்டலாகி, தனக்கு நன்கு தெரிந்த, புரிந்த, பல கோடி ஆண்டுகளாகப் பரிச்சயப்பட்ட, அன்பு பாராட்டிய ஒரு பழம்பெரும் உயிரைத்தான் உலகிற்கு கொண்டு வந்திருக்கிறோம், என்பதை அசைக்கமுடியாது உணர்ந்தாள். பல கோடி ஆண்டுகளாக அவள் அவனுள் இருந்தும், அவன் அவளுள் இருந்தும் வெளிவந்துக்கொண்டே இருக்கும் அன்பு துகள்கள் என்று மனது விரிந்தது.

உடலும் மனதுக்கும் இடையே இருந்த பாலம் நெகிழ்ந்து, நிலா முற்பிறப்புகளில் குக்கூவை விதவிதமாகப் பார்த்தாள். Visual Hallucinations! ஆணாக, பெண்ணாக, ஆசானாக, தங்கையாக, அப்பாவாக, காதலாக, எதிரியாக, முகம் தெரியாத ஏதோ ஒரு கொள்ளுத்தாத்தாவாக, அடிமையாக, ராஜாவாக, தன்னை தின்ற மிருகமாக, அவள் கொன்ற வீரனாக வெவ்வேறு உருவங்கள், வெவ்வேறு வாசங்கள்! வெவ்வேறு காலம்! வெவ்வேறு உணர்வுகள் மனதுக்குள் சினிமாப்படம் போல தெள்ள தெளிவாக மின்னிமின்னி மறைந்தது.

அந்த குழம்பிய தெளிந்த கணத்தை எத்தனை வார்த்தைகளாலும் முழுக்க விவரித்துவிட முடியாது.

ஊசி உடலுக்குள் இறங்கிய ஒரு நொடி, நிலா மெல்ல வலது கையை நீட்டி ஆள்காட்டி விரலால், அந்த துணிமூட்டைக்குள் ஒளிந்திருந்த குக்கூவின் மிருதுவான வலது கன்னத்தை முதன்முதலில் மெதுவாக தொட்டாள்.

பிறந்த குழந்தைகள் நெளிந்து, வளைந்து, அழுது, தூங்கிக்கொண்டோ தான் பார்த்திருக்கிறாள். ஆனால் குக்கூ அமைதியாக படுத்திருந்தான். எந்த அசைவும் இல்லை.

அந்த கடும் கருப்பு கண்களோடு அமைதியாக நிலாவைப் பார்த்துக் கொண்டே இருந்தான். அவளுக்கும் அவனுக்குமான தொடர்பு பல பிறப்புகளாகத் தொடர்வதை நிலா உணர்ந்ததைப் போல, அவனும் அவளைப் பார்த்து உணர்ந்தானோ?

மகாபாரதத்தில் கிருஷ்ணன் இலையை இரண்டாக கிழித்து காட்ட, பீமன் ஜராசந்தனின் காலை பிடித்து இரண்டாக கிழித்து கொன்றதைப் படித்திருக்கிறாள். அவளுடைய மகனால் நிலாவும் ஜராசந்தன் ஆகிப்போனாள்.

4

## குக்கூ: வயது 3 மாதம் முதல் 15 வயதுவரை

Angry Housewife syndrome... Trapped Housewife syndrome...

இந்த வகைப் பெண்களைத் தாண்டி வராதவர் யாரும் இருக்கமுடியாது.

*1940*களில் அமெரிக்காவில் “புறநகர் கனவு வாழ்க்கை” என்றுக் கூறப்பட்ட வெள்ளை பிக்கெட் ஃபென்ஸுகளும், முன்னும் பின்னும் பெரிய தோட்டமும் வைத்த பெரிய வீடு, இரண்டு கார்கள், நல்ல வேலையில் இருக்கும் அன்பான கணவர், மூன்று நான்கு குழந்தைகளுக்கு அம்மா, கைக்கொள்ளும் அளவு பணம் வைத்திருந்த பெண்கள் எல்லோருக்கும் இருந்த மன அழுத்தத்திற்கு இந்த பேரை வைத்திருந்தார்கள்.

எல்லாமிருந்தும், இந்த பெண்களிடம் சொல்லிப் புரியவைக்க முடியாத வெறுமை உணர்வும் (perpetual desolation), நான் என்பதை முழுக்கத் தொலைத்துவிட்ட பயமும், என் பிறப்பின் மொத்த தேடலும் நோக்கமும் இந்த வீடும், இந்த வீட்டு வேலைகளும், இப்படி சுற்றியுள்ளவர்களுக்கு சமைத்துப்போட்டு, அரூபமாக இருந்தபடி, ஒரே நாளை திரும்ப திரும்ப வாழ்ந்துக்கொண்டே செத்து தொலைவது தானா என்ற கொடுமையான வெறுப்பும் கலந்து கட்டுவதால் இந்த பெண்களுக்கு மனபதட்டம் வருகிறது,

இந்த பெண்கள் அவ்வப்போது ஹிஸ்டீரியா வந்து கத்துவது, அழுவது, சண்டையிடுவது, பொறாமைப்படுவது, எல்லோரும் தன்னை விட்டுப்போய்விடுவார்கள் என்ற எண்ணமும் செய்கையும் கொண்டு, உடல் கலப்பில் அதீத ஆர்வமோ அல்லது ஆர்வம் முழுக்க அற்றுப் போய், சிகரெட் / குடிபோதை / தூக்கமாத்திரை போன்றவைகளில் மூழ்கி இறப்பதை மனநலமருத்துவர்கள் பார்த்திருக்கிறார்கள்.

பணப்பற்றாக்குறை, உறவு சிக்கல்கள், ஏற்றதாழ்வு, சமூக / குடும்ப எதிர்பார்ப்பு, அடக்குமுறை, இப்படி எந்த தொந்திரவும் இல்லாத first world country பெண்களுக்கே இப்படியான மன அழுத்தம் என்றால், இந்தியப்பெண்களின் நிலையை யோசித்துப் பாருங்கள்.

ஒரே வீட்டுக்குள் / ஊருக்குள் இருந்தாலும், அதீத தட்பவெட்பநிலையில், காட்டுக்குள் கொடும் மிருகங்கள், விஷ உயிரினங்களின் மத்தியில் கடுமையான சூழலில் உயிர்வாழ்வதைப் போன்ற வாழ்க்கை வாழும் மக்கள் சூழ் உலகில் பெண்களின் மனநிலையை சொல்ல வார்த்தைகள் இல்லை.

குடும்ப சூழல் dysfunctional ஆகவும், தன் கருத்துகளைத் தெளிவாக பேச தெரியாத communication gaps, குடும்ப வன்முறை மற்றும் போதைப்பழக்கங்களை நார்மல் ஆக ஏற்று பழக்கப்பட்டு, ஒடுங்கி வாழும் உடைந்த பெண்களின் / ஆண்களின் கையில் வளரும் குழந்தையின் நிலை என்ன?

நிலையில்லாத குடும்ப சூழலில் உறுதியான மனநலம் பற்றியும், நான் யார்? என்பதைப் பற்றிய எந்த தெளிவும் இல்லாது, யாரையும் முழுக்க நம்ப முடியாது, இதன் நடுவே பாலியல் வன்முறைகளுக்குள்ளும் சிக்கி வெளிவரும் குழந்தைகள் மிக சிறிய வயதிலேயே மனம் சிதைந்து, தழும்பாக வளர்பவர்கள். அதிலும் பெண்களின் நிலை மாய கேள்விக்குறி.

வெளியே நன்கு வளர்வதைப் போல இருந்தாலும், பெரும்பாலும் இந்தியபெண்களுக்கும் மனநலநோய் சொல்லும் BPD, BD, PD என்ற ஆங்கில எழுத்துக்களின் சுருக்கக் கலவைக்குள் சிக்கியவர்கள் தான்.

எத்தனை படித்தாலும், எவ்வளவு சம்பாதித்தாலும், எப்படியான குடும்பசூழலில் இருந்து வந்தாலும் யாரும் விதிவிலக்கல்ல!

நேரமும், பொறுமையும் இல்லாத பெற்றோர்கள், வேலையில் மூழ்கித் தொலைந்துப் போய் குழந்தைகளுக்கு unavailable ஆக இருக்கும் பெற்றோர், அதீத தூய்மைவாதமும், சாதிமதகொள்கைகளும் தாங்கிப்பிடித்த பெற்றோர்களின் பிள்ளைகளாய் வளர்வது எவ்வளவு கொடுமையானது?

உடைந்தவர்கள் உடைந்தவர்களை வளர்த்தால், உடைந்து உள்நொறுங்கித்தானே போகமுடியும். ஒரு வீடு! ஒரு தெரு! ஒரு ஊர்! ஒரு சமூகமே நொறுங்கி வளர்கிறது.

சிகரெட், மது, பணம், சாப்பாடு, காமம், சாக்லெட், ஷாப்பிங், அலைப்பேசி, இணையம், கேமிங்க், நகை என்று எத்தனை எத்தனை போதை சூழ் அடிமையானவர்களை இந்த உலகம் நூறு வருடத்திற்குள் உருவாக்கிவிட்டது.

நிலாவின் வீட்டிலும் நிறைய கோபக்காரப்பெண்கள் உண்டு.

நீருக்குள் அமுங்காது எதிர் அழுத்தம் கொடுத்து வெளியே வரும் பலூன் போல, அத்தனை கடும்உறுதியான கோபத்தோடு, எப்போது வேண்டுமானாலும் வெடித்துவிடும் டைம்பாம்களை உள்ளுக்குள் வைத்துக்கொண்டு அமைதியாக உலாவும் பெண்கள்...

ஊசிப்பட்டாசு போல சிறிதாக வெடித்து, பின் உடனே அடங்கும் பெண்கள் சிலர்...

யானைவெடிப்போல நெஞ்சதிர்ந்துக் கோபம் வெடித்துத் தெறிக்கும் பெண்கள் சிலர்...

ஒரு வார்த்தையில் எல்லாவற்றையும் உடைத்து பொடியாக்கிவிடும் RDX பெண்கள் சிலர்...

எத்தனை வகை கோபமுண்டோ அத்தனை வகையிலும் அவள் வீட்டு பெண்கள் கோபப்படுவதை நிலா பார்த்திருக்கிறாள்.

அவளுக்கு தெரிந்த மற்ற வீடுகளில் பெண்கள் கோபப்பட்டு பார்க்க நேர்ந்ததில்லை.

கோபம் வெளியே காட்டக்கூட ஒரு வீட்டில் பெண்ணுக்கு சுதந்திரம் வேண்டும் என்று நிலாவிற்கு அன்று தெரிந்திருக்கவில்லை.

எந்த உணர்வும் வெளியே காட்டமுடியாது, எனக்கு இந்த செயல் பிடித்தம் இல்லை அல்லது மிக பிடிக்கும் என்ற விருப்புவெறுப்புகளை வெளிகாட்டாது, கோபத்தை வெளியே கொட்ட இடம் இல்லாது, உள்ளே வைத்து புழுங்கி புழுங்கி, பயங்கர அணுகுண்டு உள்ளுக்குள் பலமுறை வெடித்து, நூற்றுக்கணக்கான மைல்களுக்கு புல்பூண்டு இல்லாது அழிந்துப்போன இடம் போல, மனம் இறந்து சவமாக நடக்கும் பெண்கள் எத்தனையோ பேரைப் பார்த்தாகிவிட்டது.

நிலாவிற்கு அவளுடைய வீட்டு ருத்ரகாளிகள் தான் பிடிக்கும். பல ஆயுதங்கள் தாங்கிய கரங்கள், ரத்தநிற உக்கிர கண்கள், வானம்வரை வளர்ந்து நின்ற கோபக்காரிகள் அவளைப் பிரமிக்க வைத்திருக்கிறார்கள்.

நிலாவின் அம்மாவைப் பார்க்கும் போது, எந்த நேரமும் சொல்லமுடியாத பெரும் அழுத்தத்தை கீழுதட்டை இறுக கடித்து நிறுத்தி வைத்திருப்பதைப் போல தோன்றும்.

இறந்து போன அத்தையும் தொலைந்த சோக கண்களோடுப் புகைப்படத்திற்குள் இருந்து நிலாவைப் பார்த்தப்படி இருந்தார்.

நிலாவினுடைய பாட்டியை நினைக்கும்போதெல்லாம் அவருடைய நீளமான மூக்கு, மூன்று பட்டை விபூதி தீட்டியது போல கோடுகள் நிரந்தரமாய் நின்றுவிட்ட சுழித்த நெற்றி, மிக மெல்லிய இறுகிய நீண்ட உதடுகள், வில் போன்று காதுவரை நீளும் புருவங்கள், அதற்கேற்ற நீண்ட பெரிய விழிகளும். கனவில் கூட பயமுறுத்தும் கோபமான ஓங்கிய குரல், கோபத்தோடுப் பார்க்கையில், இரையைக் கொத்தும் வல்லூறின் கூர்மையும் உள்ளே நடுங்கவைக்கும் தோரணையும் பாட்டியின் முகத்தில் பார்க்கலாம்.

பாட்டியை நினைத்தாலே, ஏதாவது வேலை செய்துக்கொண்டே இருக்கும் கைகள் தான் நினைவுக்கு வந்தது. எந்த சங்கடமும் தெரியாது வளர்ந்த பொழுதுகளில் நிலாவிற்கு பாட்டி பெரிய புதிர். எப்போதாவது சிரிக்கும் தருணத்தில் கூட

கண்கள் சில்லிட்டு இருப்பதை போல நிலாவிற்குத் தோன்றியது உண்டு.

எப்படி ஒருவரால் கடலளவு கோபத்தையும், சோகத்தையும், ஏமாற்றத்தையும் உள்வைத்து வளர்க்கமுடியும்?

பாட்டியின் சிறுவயது புகைப்படம் ஒன்றைப் பார்த்திருக்கிறாள். மிக ஏழ்மையான சூழலில் கூட நேர்த்தியான அழகோடும், மென்சிரிப்போடும் இருக்கும் முகம், ஏன் எல்லா வளமும் வந்து சேர்ந்த போது தொலைந்துப்போயிருந்தது என்று யோசித்திருக்கிறாள்.

எந்த இடத்தில் புதைந்து ஓடியும் வாழ்க்கை, மனதை இத்தனை கடினமாக்கும்?

ஏலியன் படத்தில் சிகொர்னி வீவரின் முன் நிற்கும் வெளிக்கிரகவாசிப்போல, வாழ்க்கை தன் எல்லா வழுவழுப்பான கோரப்பற்களை நீட்டிக்கொண்டு வரும்போது, "நான்" எனும் நிலையை எங்கே பிடித்து நிறுத்திவைப்பது?

ஒவ்வொரு நாளும் போருக்குச் சென்று சண்டையிட்டு, கடும் காயத்தோடு வீடு திரும்பி, மீண்டும் அடுத்த நாள் போருக்கு செல்ல நேர்கையில், "நான்" என்பதில் எது மிஞ்சும்?

குக்கூ பிறந்த மூன்றாவது மாதம், அவனுக்கு ஏதோ வாங்கவேண்டும் என்று யோசிக்கையில் நிலாவிடமோ, ஆதியிடமோ காசு இல்லை. நிலா அம்மாவிடம் காசு கேட்கவும், அவர்கள் கொடுத்துவிட்டுச் சென்றார்கள். அதிகம் இல்லை 250 ரூபாய். அதை வாங்கி கையில் வைத்துக்கொண்டு, அந்த காசைப் பார்த்தப்படி வெகு நேரம் நிலா அமர்ந்திருந்தாள்.

"இத்தனை வயதான பிறகும், கல்லூரி படிப்பை முடித்தும் இன்னமும் பெற்றோரிடம் இருந்து காசு வாங்கி வாழ்கிறோம், எங்களைப் பார்த்துக்கொள்ளவே வக்கில்லை ஆனால் தெளிவாக குழந்தைப் பெற்றுக்கொண்டோம்" என்பதன் கனம் மெல்ல அவமானமாக மாறி கைகளில் இருந்து முதுகு வரை பரவி நிலாவிற்கு கூன் விழவைத்தது.

"எப்போது இந்த நிலை மாறும்? எப்போது எங்கள் சொந்தகாலில் நிற்போம்?" என்பது தெரியாத நிலையில்,

உள்ளுக்குள் இருந்து கடும்நடுக்கம் முளைவிட்டது. இனம்புரியாத பயம்...

'ஏன் மனிதனாக வாழ இவ்வளவு பயப்படவேண்டும்? மனிதர்களைத் தவிர, இந்த இயற்கையில் எதுவுமே நாளையைப் பற்றி யோசிப்பதே இல்லை. அன்றைக்கான பசியை, பாதுகாப்பை மட்டும் பார்த்துக்கொண்டு வாழ்க்கையை நிம்மதியாக கடந்து போகும் ஒரு காக்கா, குருவிக்கு, நாய், பன்றிக்கு இருக்கும் புத்திக்கூட எனக்கு இல்லாமல் ஆகிவிட்டதா' என்று நிலா தன்னையே கேட்டுக்கொண்டாள்.

'அடுத்த வினாடி உயிரோடு இருப்போமா' என்று கூட தெரியாத நிலையிலும் கூட, நாளையை பற்றிய பயங்கள் விண்கற்களைப் போல நிலாவைச் சுற்றிக் கொண்டிருந்தது.

தூங்கவும், உண்ணவும், உடுக்கவும், நடுத்தரவாழ்க்கையை எந்த குறையோ, கவலையோ இல்லாது வாழவும், நிலாவினுடைய அம்மாவும், மாமியாரும் உதவி செய்தார்கள். 'ஆனாலும் இது எதுவுமே என்னாலோ, என் கணவனாலோ நிகழவில்லை' என்பதன் அழுத்தம் மனதைச் சோர்வடைய செய்தது.

கவலை, பயம், சோர்வு, அவமானம், தெளிவற்ற நிலை என எல்லாம் சென்று முடிந்த இடம் மரியானா ட்ரெஞ்ச் அளவு ஆழமான கோபமும் வெறுப்பும்.

முகம் கழுவி கண்ணாடியை பார்த்த ஒரு காலைப்பொழுது, நிலாவின் முகத்திற்கு பதில் அவளுடைய பாட்டி கண்ணாடிக்குள் தெரிந்தார்.

ஒரே ஒரு குழந்தை, அதுவும் 3 மாதம் கூட முடியாத நிலையில், உணவு, உடை, வீடு எதற்கும் குறைவில்லாத தன் சூழலிலேயே நிலாவின் கோபமும், எதிர்காலத்தைப் பற்றிய பயமும் நிலாவின் 'நான்' எனும் உள் கட்டமைப்பு சிதைத்திருந்தது.

குக்கூ இன்று பதின்பருவதில் வளர்ந்து நிற்கிறான். இதுவரை கடந்துவந்த பயணங்கள், நீண்டு வளர்ந்திருக்கும் வாழ்க்கை அனுபவம், இழந்த சொந்தங்கள், நிலா சந்தித்த அன்புமிகும் / அச்சுறுத்தும் மனிதர்கள் / சூழல்கள் எல்லாம்

ஒவ்வொரு சாளைக்கல்லாக மாறி, நிலாவை எங்கெங்கேயோ அழைத்து இழுத்துச் சென்றதில், இழுப்பட்டு மிதிப்பட்டதில் ஆய்ந்து ஓய்ந்து கோபத்தையும் வெறுப்பையும் பிடித்து வைத்துக் கொள்ளமுடியாது மழுங்கிப்போய்விட்டாள்.

இறக்கும்வரை கோபத்தையும், பயத்தையும் விடாது பிடித்துக்கொண்டே இறந்தவர்கள் தான் அவள் வீட்டு பெண்களும், ஆண்களும்.

இதெல்லாம் யோசித்துக்கொண்டே, நிலா பழைய புகைப்படங்களைப் பார்த்துக்கொண்டே உறங்கிப்போன ஒரு மாலைவேளை!

திடீரென நிலாவின் வீட்டு சோபா, டைம்மெஷினாகிப் போனது.

நிலாவின் முன் உண்ண உணவு இல்லாது, ஐந்து பிள்ளைகளோடு, ஒற்றை அறையில் பொறுப்பில்லாத குடிகார ஆணோடு வாழ்ந்த இளவயது பெண்ணாக அவளுடைய பாட்டி அமர்ந்திருந்தார்.

நிலாவின் அப்பாவைக் காதலித்து அவருக்காக எல்லாவற்றையும் தியாகம் செய்த இளவயது அம்மாவும் அதே அறையில் இன்னொரு மூலையில் அமர்ந்திருந்தார்.

வீட்டை எதிர்த்துக் காதலித்து மணந்த ஆணின் கையிலேயே அடிப்பட்டு நொந்து இறந்த அத்தையும், நிலாவின் அம்மாவின் பக்கம் அமர்ந்திருந்தார்.

மூன்று பெண்களும் நிலாவை வைத்த கண்வாங்காது பார்த்துக்கொண்டு இருந்தார்கள்.

நிலா அவர்களைப் பார்த்து திகைத்து, "என்ன நீங்கள் எல்லோரும் இங்கே?" என்று கேட்டாள்.

அம்மா, அத்தை, பாட்டி எல்லோரும் 25 வயது அழகுப்பெண்களாக அவள் முன் அமர்ந்திருந்தது நிலாவைத் துணுக்குற வைத்தது. அங்கிருந்ததிலேயே நிலா தான் வயது மூத்தவளாக இருந்தாள். அத்தை அவள் 4 வயது இருக்கும்போது இறந்துவிட்டார்கள். இப்போது அத்தையைப் பார்க்க நிலாவிற்கு மிகவும் மகிழ்ச்சியாக இருந்தது.

ஆனாலும் அங்கிருந்த மூவரும் அவளை விட அழகாக இருந்தார்கள் என்பது நிலாவிற்கு பொறாமையாக இருந்தது,

"ஏன் எங்களை இங்க கூட்டிட்டு வந்தே?" என்று சொல்லிவிட்டு, மூன்று பெண்களும் வெவ்வேறு பக்கம் திரும்பிக்கொண்டு "உர்" என்று அமர்ந்திருந்தார்கள்.

"இத்தனை காலம் கழித்து இங்கே வந்திருக்கிறீர்கள். ஏன் ஒருவரும் எதுவும் பேசாது இருக்கிறீர்கள்?" என்று நிலா கேட்டாள். மூன்று பேரும் ஒருவர் முகத்தை ஒருவர் பாத்து, பின் 'உன் கிட்ட எனக்கென்ன பேச்சு வேண்டிக்கெடக்கு' என்ற முகத்தோற்றத்தோடு கல் போல அமர்ந்திருந்தார்கள்.

மூவரும் ஒரே வீட்டில் புழங்கினாலும், குடும்பமாகி போனாலும், அன்பும், பொறுமையும் தொலைத்தும், பறித்தும், சபித்தும், ஒரு அரிசிப்பொறிக்கு அடித்துக்கொள்ளும் குட்டை மீன்களாக இருந்தவர்கள்.

நிலாவிற்கு அங்கிருந்த மூன்று பெண்களின் மேலும் பெருங்காதல்.

நிலாவைப் போலவே அவர்களுக்கும் பல கோபங்கள். பல ஏமாற்றங்கள் பல வலிகள் பல இழப்புகளை சந்தித்தவர்கள்.

ரூபிக்ஸ் க்யூப்பில் நிறம் சிதறி குழம்பியவர்கள் போல, எல்லோரும் எல்லோருடைய வாழ்க்கையிலும் நினைவிலும், நிஜத்திலும் பரவி, சிதறிக்கிடந்தார்கள்.

மூவருக்கு உள்ளும் டிக் டிக் டிக் என்று துடித்துக்கொண்டிருந்த பழுத்த பழைய வெடிகுண்டு ஒரே நேரத்தில் வெடித்து வெளிவந்த பல்லாயிரம் கைகளும், ரத்தநாளங்கள் வெடித்து சிவந்து பழுத்த முட்டைக் கண்களும், ரத்தம் வழியும் கையளவு நாக்கும் வைத்த ரௌத்திர துர்கைகள் இப்போது பேசத் தொடங்கினார்கள்.

நிலாவுக்குள் இருந்து ஒருத்தி அப்படி வெடித்து வெளிச்சிதறி அவர்களின் முன் மூச்சிறைக்க அமர்ந்தாள்

அத்தை பாட்டியை பார்த்து, "அம்மா! கடைசிவரை உங்க கோவம் போகவே இல்லைல. எனக்கு புடிச்சவனை கல்யாணம்

பண்ணதுக்காகவே என்னை எத்தன மொற 'நாசமா தான் போகப்போறே', 'புழுத்து மண்ணா போவப்போறே', 'இந்த பொழப்பு பொழக்கறதுக்கு செத்துரு'ன்னு சொல்லிட்டே இருந்தீங்க. பெத்த புள்ளய கூட பொறுத்துக்கற மனசு இல்லாதவங்க தானே நீங்க. நான் செத்ததும், உங்க மரியாதை, பேரைக் கெடுக்க நான் இல்லாம போனது நிம்மதியாயிடிச்சு இல்லம்மா" என்று தன் பெரிய கண்ணை உறுட்டி சொல்லிவிட்டு முகத்தைத் திருப்பிக்கொண்டார்.

நிலாவின் பாட்டி கடும்குரலில், "பறக்கூட்டம்னு நம்மளை ஊரே ஒதுக்கிவைச்சு பாக்குற சமயத்தில, உங்களுக்கு எல்லாம் கஞ்சியோ பழயதோ போட்டுட்டு பட்டினியா எத்தன நாள் படுத்திருப்பேன்? நீங்க வளர எத்தனை கஷ்டப்பட்டு இருப்பேன்? ஒவ்வொருத்தரையும் காலேஜ்ல சேர்த்த எப்படி பாடா பட்டிருப்பேன். ஆனா வயசு வந்து, காலேஜ் போகத் தொடங்கினதும், உனக்கே ஆம்பள தேடிக்கிற அளவு தைரியம் வந்துருச்சா! குடிகார உருப்படாத புருசனை வைச்சிக்கிட்டு, தையல் தைச்சு, வத்தல் போட்டு, ஊறுகாய் வித்து, வாயில பல்லுல தண்ணி இல்லாம, அரை வயித்துக்கில்லாம கஷ்டப்பட்டாலும், மரியாதைய மட்டும் விட்டுக் குடுக்காம வாழ்ந்த என்னைப் பார்த்து" கோட்டால சீட் வாங்கி டாக்டருக்கு படிக்கிற உன் பொண்ணு ஓடிப்போயிருச்சாமே "ஊரே பாத்து காறித்துப்புற மாதிரி தானே நீ செஞ்சுட்டே! போயும் போயும் படிக்காத உருப்படாதவனைக் கல்யாணம் கட்டி நாசமா போனியே! நான் என்ன உனக்கு ஆரத்தி எடுக்கணுமா? கோவப்படக்கூடாதா?" என்றுக் கத்தினார்.

நிலாவின் அத்தை, "மனுசங்கன்னா தப்பு செய்யவே மாட்டாங்களாம்மா? நான் தப்பான முடிவு எடுத்தேன்னா கூட, அதுக்குதான் நான் சாகணும்னு அத்தன முறை சபிச்சீங்களா. செத்துட்டேன்ல. புள்ள போயிருச்சுன்னு ஏன் அழுதீங்க. உங்க பேரும், மரியாதையும் தான் இப்ப நிலை நின்னுருச்சுல்ல. நீங்க ரொம்ப நிம்மதியா இருந்துட்டீங்களோ?" என்று கேட்டார்.

அதற்கு பாட்டி, "எனக்கென்னடி? புருஷன் ஏப்பசாப்பயா இருந்தாலும், உன்ன தவிர என் மத்த புள்ளங்க எல்லாம்

முத்து. ஒண்ணுமில்லாத வீட்டுல இருந்து உன்னையும் சேர்த்து 3 புள்ளைய டாக்டர் ஆக்கிட்டேன். மீதி ரெண்டும் நல்ல நெலமைக்கு கொண்டு சேர்த்தேன். என் புள்ள என்ன நிம்மதியாதான் வச்சுக்கிட்டான். ஒத்த ரூம்ல 45 வருஷம் கஷ்டப்பட்ட என்னை 3 வீட்டுக்கு சொந்தக்காரியா ஆக்கினான். எனக்கு என்ன வேணும்னாலும் செஞ்சு கொடுத்தான். நான் ராணியாட்டாம் தான் இருந்து செத்தேன்" என்று கடும்வெறுப்பை உமிழ்ந்தப்படி சொல்லி முடித்தார்.

அத்தை தன் நீள கூந்தலை அள்ளிமுடிந்தப்படி, வெறுத்த குரலில் "ஹ்ம்ம்ம்... நிம்மதியா இருந்தாங்கலாம்ல, நிம்மதியா? நீங்க மட்டும் தான் நல்லா சந்தோஷமா, நிம்மதியா இருந்தீங்க. அதுல தான் நீங்க ரொம்ப தெளிவா தான் இருந்தீங்க. எப்ப எது நடந்தாலும் உங்கள சுத்தியே தானே நடக்கணும்னு நெனச்சீங்க. சாதிச்சிக்கிட்டீங்க. உங்க நிழல்ல யாரை நிம்மதியா இருக்கவிட்டீங்க? இதோ உங்க மருமக, எவ்வளவு வசதியான வீட்டுல இருந்த டாக்டர், இந்த வீட்டுக்கு வாக்கப்பட்டு வந்துச்சு. வந்ததுல இருந்து இந்த பொண்ணை உங்க புள்ளயோட சந்தோஷமா இருக்கவிட்டீங்களா? ரெண்டு பேரும் பணம் செய்யுற மெஷின் மாதிரி தானே உங்களுக்காகவே ஓடிட்டே இருந்தாங்க. சம்பாதிக்க ஓடியோடி, உங்க புள்ளயும் போயுருச்சுல்ல. 40 வயசுல தாலியறுத்து முண்டச்சி ஆகிடுச்சுல்ல, இந்த புள்ள? என்ன நிம்மதியான வாழ்க்கையை கொடுத்துட்டீங்க உங்க மருமகளுக்கு?" என்று நிலாவின் அம்மாவைக் கைக்காட்டி பேசினார்.

அம்மா ஏதும் பேசாது, உதட்டின் ஓரத்தை பல்லால் கடித்துக்கொண்டு வளையலை நோண்டியபடி அமர்ந்திருந்தார்.

நிலா அம்மாவின் முகத்தைப் பார்த்தாள். பல வருடங்களாக வெளியே சொல்லாத கோடிக்கணக்கான வார்த்தைகளை நிசப்தத்துக்குள் நாற்று நடுவதைப் போல ஆழ புதைத்துக்கொண்டிருந்தார்.

அத்தையும் பாட்டியும் பேசுவதைப் பார்க்கும்போது இரண்டு கறுஞ்சிறுத்தைகள் பற்களைக் காட்டி உறுமியபடி வட்டமாக நடந்துக்கொண்டிருந்தது.

பாட்டி அம்மாவின் பக்கம் திரும்பி, "ஏம்மா! நம்ம எல்லாம் நல்லா சந்தோஷமா தானே இருந்தோம். இவளுக்குப் புரியுற

மாதிரி சொல்லு” என்று சொல்லி, பதிலுக்காக எதிர்ப்பார்த்து காத்திருந்தார்.

அம்மா ஒன்றும் பேசாது தொடர்ந்து கீழுதட்டைக் கடித்தப்படி அமைதியாக இருந்தார். பாட்டிக்கு அம்மாவின் இந்த முகம் அதிர்ச்சியாகத் தெரிந்தது. அத்தை சத்தம் போட்டுச்சிரித்தார்.

பாட்டி அம்மாவைப் பார்த்து உதட்டை இன்னும் மெலிதாக்கி, நெற்றியைச் சுருக்கி, “ஓஹோ! நீ அப்ப இந்த வீட்டுல நிம்மதியா இல்லையா? நான் என்ன உனக்கு அவ்வளவு கொடுமக்கார மாமியாரராவா இருந்தேன்? இத்தன நாளா என்னை அம்மா அம்மான்னு கூப்பிட்டு வழிஞ்சதெல்லாம் வெறும் நடிப்பு தான். எனக்கு அப்பவே தெரியும். உனக்கு உள்ள பூரா வஞ்சம். நீ உங்க அம்மாக்காரி மாதிரி தான்னு எனக்கு தெரியும் “ என்று சொல்லும்போதே அம்மாவின் முகம் மாறியது.

அம்மாவை அந்த வஞ்சம் என்ற வார்த்தை உடைத்ததை உணரமுடிந்தது.

மெதுவாக நிமிர்ந்து தீர்க்கமாக, “போதும்மா! உங்க வாழ்க்கையோட தொடக்கத்துல நீங்க ரொம்ப பாடுப்பட்டு தான் உங்க பிள்ளைங்கள வளர்த்தீங்க. அதுக்கு இந்த குடும்பத்துல இருக்க எல்லோருமே நன்றிக்கடன் பட்டிருக்கோம். ஆனா உங்க வாழ்க்கையோட பயம் உங்களை ஓடச்சி சின்னாபின்னமா ஆக்கிருச்சு. பிள்ளைங்க வளர்ந்த பின்னாடியும் யாரையும் அவங்க பாதையில விடாம எல்லாரையும் உங்க கண்ட்ரோல்ல தான்மா வச்சிருந்தீங்க. எங்க கொழந்தைங்க எங்க தோளளவு வளர்ந்தப்பிறகும் கூட, உங்க புள்ள உங்களுக்குத் தானே பயந்துக்கொண்டிருந்தார். நீங்க சொன்ன வழியில தானே அடி தப்பாம நடந்தாரு. கல்யாணம் ஆகி 20 வருஷம்கிட்ட ஆனப்பிறகும்,” எங்கம்மாவுக்கு இது புடிக்காது, அது புடிக்காது. அம்மாவுக்கு தெரிஞ்சா கோவபடுவாங்க, அம்மா! அம்மா! அம்மா! “இப்படித்தானே என்னோட எல்லா நாளும் போச்சு.”

“உங்களுக்கு என்ன புடிக்கும்னு அத்துப்படியா தெரிஞ்சவருக்கு, எனக்கு என்னப்பிடிக்கும்னு தெரிஞ்சுக்க நேரம்

இருந்தில்லை. காலைல இருந்து ராத்திரி வரை வேலை செஞ்சது நினைவு இருக்கு. நானும் அவரும் ஒண்ணா உக்காந்து பேசினது நினைவில்லை. ஏன்னா அது அதிகம் நடக்கல. வீட்டுக்காக எது செஞ்சாலும், உன் பொண்டாட்டி பேச்சைக் கேட்டு ஆட்டம் போடுறியான்னு ஒரே அதட்டலல்ல எல்லாத்தையும் நிறுத்திட்டீங்க. உங்க புள்ளங்க எல்லாம் திசைக்கொருத்தரா பிச்சுக்கிட்டுப் போய் அவங்கவங்க வாழ்க்கையை அவங்களுக்குப் பிடிச்சாப்புல அமைச்சுக்கிட்டாங்க. நாங்க உங்களை விட்டு எங்கயுமே போகலையே. ஆனாலும் எங்களைப் பத்தி நீங்க நெனைக்கலையே"

"உங்களப் பத்தியே யோசிச்சுட்டு இருந்த உங்க புள்ளய பத்தி நீங்க என்ன பெருசா யோசிச்சீங்க. என்னைப் பத்தி என்ன யோசிச்சீங்க? ஒடம்பு முடியாம இருக்கும்போது கூட அவரைப் பார்த்து இப்படியே வேலைக்கு போகாம இருந்தா நடுத்தெருல பிச்சைத்தான் எடுக்கணும்னு எத்தனை கடுமையா பேசியிருப்பீங்க. உங்க குரலுக்கு பயந்தே முடியாம இருந்தாலும் ராத்திரி பகல் நாங்க வேலைக்கு ஓடிட்டே இருந்தோம். எல்லாருக்கும் செஞ்சு செஞ்சு, அவரும் அல்பாயுசுல போயாச்சு. நமக்குன்னு எப்பங்க நேரம் ஒதுக்குவோம்னு கேக்கும்போத எல்லாம், அம்மா இன்னும் எத்தன நாளைக்கு? அவங்க மனசு வருத்தப்படவேணாம்னு சொல்லிக்கிட்டே எல்லாருக்கும் முன்ன போயி சேந்துட்டாரு. இந்த வீட்டுக்கு ஒழச்சுக்கொட்ட ஒரு ஆளா மாத்திரம் தானே இருந்திருக்கேன். உங்க வாழ்க்கைய உங்களால ஏதேதேதோ காரணத்துக்காக நீங்க நிம்மதியா வாழமுடியல. ஆனா என் வாழ்க்கையையும் உங்களால நான் கொஞ்சங்கூட நிம்மதியா வாழலம்மா" என்று நடுங்கும் குரலில் பேசிமுடித்து மீண்டும் கீழுதட்டைக் கடிக்கத் தொடங்கினார்.

பாட்டியின் முகம் யாரோ அறைந்ததைப் போல மெல்ல சிகப்பேறியது. பிறகு, "அடப்பாவி! இவ்வளவு ஓரவஞ்சனையா உனக்கு! ஊமக்கோட்டான் மாதிரி அமைதியா இருந்துட்டு இப்ப பேச்சப்பாரு. நான் உன்ன எவ்வளவு நல்லாப் பாத்துக்கிட்டேன். செஞ்ச கைக்கே தான் எப்பவும் செறுப்படின்னு என் தலையில தான் எழுதியிருக்கே. எவ்வளவு செஞ்சாலும் எனக்கு தான் கெட்டப்பேரு" என்று கண்கலங்கினார். மேலும், "உன்

புள்ளங்களுக்கு பீ, மூத்தரம் வாறி, சோறூட்டி வளத்துவிட்ட நன்றியிருக்கா உனக்கு” என்றார்.

அம்மா “நம்ம ஒரே குடும்பம் தானே. ஏன் எப்ப பாரு நான் செஞ்சது நான் செஞ்சதுன்னு ஏதோ குடுக்கல் வாங்கல் மாதிரி பேசுறீங்க. நீங்க செஞ்ச எந்த உதவியும் நான் கொறவா பேசவே இல்லை. உங்க வழியிலயே பேசுறேன். இந்த குடும்பத்துக்காக நூறு, ஆயிரம், லட்சம் மடங்கு திருப்பிக் கொடுக்க நானும், உங்க புள்ளயும் ஓடி ஓழச்சோம். நல்ல புருஷன் கெடச்சும், நான் நல்லா வாழமுடியலன்னு தான் சொல்லுறேன்” என்று கோபமாக முடித்தார்.

அதற்கு அத்தை, “ஆமா! உங்கள பாத்து இன்னொரு கேள்வி கேக்குறேன். இந்த பொண்ணு (நிலாவைக் கைக்காட்டி) என்ன செஞ்சுச்சு? ஏன் நான் கல்யாணம் பண்ணிக்கிட்டதை எப்படியோ ஏத்துக்கிட்டு என்னை வீட்டுக்குள்ளயாவது சேத்தீங்கல்ல, ஏன் உங்க பேத்திய வீட்டை விட்டு போகவச்சீங்க.” என்றார்.

அதற்கு பாட்டி, “உன்ன மாதிரியே உருப்படாத ஒருத்தன கட்டிக்கணும்னு நின்னா நான் ஒத்துக்கணுமா” என்று சொல்லிவிட்டு நிலாவின் பக்கம் திரும்பி, “ஏன் உனக்கு உன் காலேஜ்லயே நல்ல பணக்காரனா, படிச்சவனா எவனும் கெடக்கலையா லவ் பண்ணித்தொலைக்க?” என்றார்.

நிலாவிற்கு இவர்களின் கோபமான குரல் தலைவலி வரவழைத்தது. பாட்டியைப் பார்த்து, “நான் லவ் பண்ணது பிரச்சினை இல்லை. ஆனா பணக்காரனா பாத்து லவ் பண்ணலை, அது தானே உங்க கோவம். அப்படி பண்ணி யிருந்திருந்தா, உங்களுக்கு என்மேல் இத்தனை கோபமும், வெறுப்பும் வந்திருக்காதுல்ல? அத்தையும் அப்படியே ஒரு பணக்காரனை கல்யாணம் செஞ்சிருந்தா அவங்க மேலையும் உங்களுக்கு கோபம் வந்திருக்காதுல்ல? எங்க ரெண்டு பேரையும் இவ்வளவு சபிச்சிருக்கமாட்டீங்க?” என்று கேட்டாள். பாட்டியிடம் பதிலில்லை.

சிறிது நேரம் பொறுத்து, பாட்டி “என்னைப் பணப்பிசாசுன்னே முடிவு செஞ்சுட்டீங்களா? பணம்

இல்லாம எவ்வளவு கஷ்டப்பட்டிருப்பேன்னு எனக்கு மட்டும்தான் தெரியும். என்னுடைய குழந்தைங்க அதுமாதிரி கஷ்டப்படக்கூடாதுன்னு நினைச்சது தப்பா" என்றார்.

அத்தை "அதெப்படி உங்களுக்கு ஏத்தமாதிரி சரி தவறுகள் எல்லாம் சட்டுன்னு வளைஞ்சுக்குமோ. நீங்க மட்டும் தான் கஷ்டப்பட்ட மாதிரியும், இந்த வீட்டுல இருக்க மத்த எல்லோரும் மெத்தனமா, பயங்கர சந்தோஷத்தில மெதந்துட்டு இருந்தமாதிரியும் இல்லை பேசுறீங்க. இந்த வீட்டிலேயே ஏதேதோ தவறுகள் செய்த ஆம்பளைங்களும் இருக்காங்க, பொம்பளைங்களும் இருக்காங்க. ஆனால் உங்களுக்கு ஆதாயம் வரும்னா எல்லா தப்பும் தரைமட்டமாகிறது. உங்களுக்கு ஆதாயம் இல்லாட்டா, சட்டுன்னு எல்லா தப்பும் பூதாகரமாகி நீங்க மட்டும் தான் நியாயத்தட்டு தாங்கும் தேவதையாகி நிக்குறீங்க? என்ன கதையோ" என்று சிரித்தார்.

பாட்டி கண்களை உருட்டி, "ஆமாம்டீ! என்னையே கொற சொல்லு? நான் அப்படியெல்லாம் இழுத்துப்புடிக்கலன்னா இந்த வீடு இப்படி வளந்து நிக்குமா" என்றதும், அம்மா "நாங்க நல்லா சம்பாதிச்சப்பிறகும், ஏம்மா நீங்க மனசுக்குள்ள எதுவுமே போதலைங்கற மனநிலையோடே இருந்தீங்க" என்றார்.

பாட்டி, "நீங்க எல்லாம் நாலு காசு பாத்ததும், பழச மறந்துட்டீங்க. நான் அப்படியில்ல" என்று கர்ஜித்தார்.

பாட்டிக்கு எந்த பொருளையும் தூக்கிப்போடவே பிடிக்காது. வீடு முழுக்க பழைய உடைந்த பொருட்கள், பழைய பத்திரிக்கைகள், பழைய கிழிந்த உடைகள் என்று எல்லா பழையதும், புதுப்பொருட்களோடு சண்டையிட்டு அடைசலாக இருக்கும். Hoarders என்ற டிவி நிகழ்ச்சியைப் பார்த்திருக்கிறாள். அதில் வருபவர்கள் வீட்டில் நடக்கக்கூட இடமில்லாத அளவு பொருட்களால் வீட்டை நிரப்பியிருப்பார்கள்.

ஒரு சிறிய உடைந்த பொருளைக்கூட வெளியே போட மனமில்லாது, என்றாவது ஒரு நாள் உடைந்ததை சரி செய்து உபயோகப்படுத்துவேன், இல்லை என்றாவது தேவைப்படும் என்று ஏதாவது காரணம் சொல்லி வைத்திருப்பார்கள். அம்மா என்றாவது வீட்டை சுத்தம் செய்வோம் என்று

ஏதாவது பொருளை தூக்கிப்போட்டால் "ஏதோ கொஞ்சம் காசு பார்த்ததுல எல்லாம் பழச மறந்துட்டு ஆடுறீங்க" என்று பாட்டிக்கு பொல்லாத கோபம் வரும்.

சிறுவயது முதலேயே எல்லாவற்றையும் இழந்து இழந்து, எதையுமே அவர்கள் பிடியில் இருந்து நழுவ விடாது இறுக்கிப்பிடித்து வைத்துக்கொள்ளும் எலியைப் போல வாழ்ந்துவிட்டார்கள்,

ஹோமர் (Homer) எழுதிய இலியாத் (Ilyad) புத்தகத்தில் கைமிரா (Chimera) என்ற மிருகம் வரும். நெருப்பு கங்குகள் கக்கும் சிங்கத்தலை ஒன்றும், நீண்ட கொம்புகள் கொண்ட ஆடுத்தலை ஒன்றும், கொடும் விஷம் கொண்ட பாம்பை வாலாக கொண்ட மிருகம். நிலாவின் பாட்டி அப்படியொரு கைமிராவாக மாறி நின்றார்.

நிலா தன் அம்மாவிடம், "ஏன் நீங்கள் உங்களுக்கு என்னவேண்டும் என்று அப்பாவிடம் சண்டை போடவில்லை" என்று கேட்டாள்.

அம்மா நிலாவைப் பார்த்து, "எனக்கு என்ன வேணும்னு சண்டை போட்டிருந்தால், என்னை எப்பவோ அம்மா வீட்டிற்கு அனுப்பியிருப்பாங்க. என்னை கல்யாணம் செய்யுற முன்ன எங்க அப்பாவும், உங்க அப்பாவும் சொன்னதை மறக்கமுடியலடா. எங்க அப்பா "கட்டிக்கொடுத்துட்டேன். எதுக்கும் என் வாசல் வராதே" அப்படின்னாரு. உங்க அப்பா "எங்க அம்மா மனசு வருந்துறமாதிரி எப்பவுமே நடக்கக்கூடாது" அப்படின்னாரு. உன்னுடைய அப்பா நல்ல மனிதர். He had his flaws, ஆனால் அவரோடு வாழ்ந்தது எனக்கு மிக பிடித்திருந்தது. ஆனால் அவருக்காக என்னை, என் குடும்பத்தை, என் அடையாளங்களை, என் விருப்பங்களை, தேவைகளை, என் மரியாதையை, அங்கீகாரத்தை எல்லாம் முழுக்க தொலைத்துவிட்ட வாழ்க்கையை தான் நான் வாழ்ந்திருக்கிறேன்." என்றார்.

உள்ளுக்குள் இருக்கும் எல்லா விஷத்தையும் கக்கிய பின், எல்லா காளிகளும் உக்கிரம் தணிந்து மூச்சுவாங்கினார்கள்.

இப்போது வீட்டின் தரையில் இருந்து அமுதம் கொப்பளித்து வழிந்தது. அது எல்லோரின் கோபங்களையும் கழட்டி எறிந்தது.

திரும்ப திரும்ப மன்னிப்பு கேட்டுக்கொண்டும், கொடுத்துக்கொண்டும் இருக்கும் வாழ்க்கை தான்.

அழுதப்படியே அத்தை எழுந்து சென்று பாட்டியைக் கட்டிப்பிடித்தார். பாட்டியும் குலுங்கிக்குலுங்கி அழுதார். அம்மாவும் பாட்டி அழுவதைப் பார்த்து கண்ணீரோடுச் சென்று இருவர் கண்ணீரையும் துடைத்தார்.

அறை சுழன்று சுழன்று, பாட்டியும் அம்மாவும் மெல்லத் தேய்ந்து கரைந்துப்போனார்கள்.

நிலாவும் அத்தையும் ஒருவரை ஒருவர் பார்த்தப்படி அமர்ந்திருந்தார்கள். இப்போது அவர்களோடு நிலாவின் இளவயது தந்தை அமர்ந்திருந்தார்.

நிலா "அத்தை! காதல் பற்றி நீங்க என்ன நினைக்கிறீங்க! நீங்க உணர்ந்தது காதலா?" என்றுக் கேட்டாள். அத்தை கொஞ்சம் நேரம் ஒன்றும் பேசாது அமர்ந்திருந்தார்.

பிறகு அத்தை "கடுமையான வருமைடா. நான் நான்காவது பிள்ளை. எங்க அக்கா நல்ல செகப்பு நான் கருப்பு. கொஞ்சம் குண்டா இருப்பேன். எங்க போனாலும், எங்க அக்காவை தான் எல்லாரும் பார்ப்பாங்க. எங்க அக்கா போட்டு சின்னதான துணி தான் நான் பொறந்ததில இருந்து உடுத்தியிருக்கேன். மெடிக்கல் காலேஜ்ல போய் சேர்ந்தும், என்னைப் பார்த்த ஒடனே," நீ கோட்டா சீட்டு தானே " அப்படின்னு சொல்லுவாங்க. ரயில்ல போய்வரும்போது, கூட்டத்துல ரொம்ப உதார் விடற ஒருத்தன், புதுசா என்னை ஒருத்தர் பார்த்ததும், நான் உணர்ந்தது ஈர்ப்புதான். நான் அழகா இருக்கேன்னு என்னைத் தவிர இன்னொருத்தரும் சொல்லுறது பிடிச்சிருந்தது. ஆனால் நான் வளர்ந்த 70களிலே எல்லாமே தப்பு. ஒரு பொண்ணுனா, அவளப்பத்தின எந்த விஷயமுமே யாருக்கும் தெரியாம மண்ணு மாதிரி இருந்து, கல்யாணம் செஞ்சு, வேலை செஞ்சுட்டே செத்துடணும். எனக்கு அப்படி இருக்க தெரியல. ஆண்களை நிமிர்ந்து பார்த்தாலே, அதுக்கு பேரு whorishnessனு translate ஆகுற காலக்கட்டத்துலயும்,

ஊருலயும், நான் பொறந்து வளர்ந்து, கொழம்பி, என்னோட சந்தோஷமும், நிம்மதியும் கெடுத்துக்கிட்டேன். எங்க அம்மா மாதிரியே என் மகிழ்ச்சி நான் கட்டிக்கிட்ட ஆணிடம் தான் இருக்குன்னு நம்பிட்டே எறந்துட்டேன் " என்று சோகமானார்.

அப்பாவிடம், "என்மேல கோபம் இருக்கா அப்பா?" என்று நிலா கேட்டாள்.

அப்பா கோபமாகத்தான் இருந்தார். நிலா கொஞ்ச நேரம் அமைதியாக இருந்துவிட்டு, "என்னங்க டாடி" என்று கேட்டாள்.

அப்பா "ரொம்ப சுலபமா போகவேண்டிய வழியை ரொம்ப காம்ப்ளிகேட் செஞ்சுட்டேடா" என்று சலித்துக்கொண்டார்.

அப்பா "உனக்கு ஏண்டா இன்னொரோட அங்கீகாரம் தேவைப்பட்டுச்சு? காதல் அன்பு பற்றிய தெளிவு இல்லாமலா உன்னை வளர்த்தோம்? இவ்வளவு குறைவான சுயமரியாதையும், புரிதலுமா உனக்கு?" என்றுக் கேட்டார்.

நிஜத்தில் அப்பாவின் கேள்விக்கு அர்த்தமே இல்லையோ. அத்தோடு வாழ்க்கையைப் பற்றிய புரிதலை அவள் வளர்கையில் அவளுக்குச் யார் சொல்லி தர இருந்தார்கள்?

படிப்பு, உடை, உணவு, கொஞ்சம் பொழுதுப்போக்கு என்பதை தவிர எனக்கு வேறு curiosity வந்திருக்கவே கூடாது என்று அப்பா எதிர்ப்பார்த்திருக்கிறார். நான் அப்படி செய்ய தவறிவிட்டேன் என்பது அவருக்கு வருத்தமும், கோபமும் தந்திருந்தது. அவருடைய எதிர்ப்பார்ப்பைப் புரிந்துக்கொண்டாலும், சொல்ல நிலாவிடம் எந்த பதிலும் இருந்தில்லை.

அப்பா திடீரென "உங்களுக்கு செக்ஸ் தேவைப்பட்டதா?" என்று நிலாவையும், அவருடைய தங்கையையும் உடைத்துக் கேட்டுவிட்டார்.

நிலா அத்தையைப் பார்த்தாள்.

அத்தை "எங்கள் முடிவுகளை உடலுறவு சார்ந்து எடுக்கவில்லை. அதைப் பற்றி பெரிதாக யோசிக்க கூட

பிரியா விஜயராகவன் ♦ 75

இல்லை. ஆனால் ஈர்ப்பைக் காதலோடும், திருமணத்தோடும் குழப்பாது இருந்திருந்தால் இந்த மாதிரி முடிவுகளை எடுத்திருக்கமாட்டேன்" என்றார். எனக்கும் அத்தை சொன்னது நிஜம் தான் என்று தோன்றியது.

"A fantasy! A possibility of an unknown adventure! The suspense of it all! இதெல்லாம் கூடி ஏற்படுத்தும் மாயையான orgasmic rush எனக்கும் தேவைப்பட்டது டாடி" என்று நிலா சொன்னாள்.

அத்தை சோகமாக, "எந்த stabilityயும் இல்லாது, பயமும் கஷ்டமும், கோபத்தால் குழைத்தெடுத்த அம்மா, எப்போதாவது பார்க்கும் அப்பா, நிறைய வறுமை மட்டுமே பார்த்து, ஈர்ப்பு ஏதோ ஒரு மந்திரக்கதவு போல தோன்றி வேறொரு வாழ்க்கைக்குள் அழைத்துப்போகும் என்று தவறான ஆணை நம்பிட்டேன். அது வெறும் மாயை என்று உணரும்போது நான் இறந்தே போய்விட்டேன். என் 25 வயதுக்குள், உடலால், மனதால், சொல்லால், அடிப்பட்டு மிதிப்பட்டு, அன்பே இல்லாத ஒருவனால் இறந்தேன்." என்றார்.

நிலாவின் அப்பா, தன் மகளையும், தங்கையையும் சோகமாக கண்கலங்கப் பார்த்தார்.

பிறகு, "எதுவுமே கிடைக்காத நீயும் காதலிச்சே. எல்லாமே கிடைச்ச நீயும் காதலிச்சே. நான் எங்கே தவறா போனேன்? நான் எதை செய்யாது போயிட்டேன்?" என்று கேட்டார்.

நிலா அப்பாவிடம், "நீங்களும் தானே காதலித்தீர்கள்" என்று சொல்லும் முன்னே, அப்பாவும், அத்தையும் கரைந்துவிட்டார்கள்.

மீண்டும் பாட்டி நிலாவின் எதிரே கோபமாக அமர்ந்திருந்தார்.

நிலா பாட்டியிடம், "நீங்கள் எப்போதாவது நிம்மதியாக உணர்ந்திருக்கிறீர்களா?" என்று கேட்டாள். அந்த கேள்வி அவர்களுக்குப் புதிதாகப் பட்டது.

சிறிது நேரம் யோசித்துவிட்டு, பாட்டி, "இல்லைன்னு நினைக்கிறேன்" என்றுச் சொல்லியப்பின், "உனக்கு நிம்மதி இருக்கிறதா?" என்றுக் கேட்டார்.

நிலா கொஞ்ச நேரம் அமைதியாக அவளுக்குள் தேடினாள்.

பின்னர், "நான் புரிதல் எதுவுமே இல்லாம வளர்ந்தேன். அப்புறம் வாழ்க்கைன்னாலே பதட்டத்தோடு ஓடி ஓடி, படித்து, அலைந்து, லோல் பட்டு பணம் சேர்க்கவேண்டும்னு நினைச்சிட்டேன். நாளைக்கு என்ன நடக்கும்? எப்படி சேர்த்து வைப்பது? என்ன நடக்கப்போகிறது" என்று பயந்துட்டே இருந்தேன். நிறைய எழந்தாச்சு. இப்பல்லாம் இன்னைக்கான வேலையைத் தெளிவாக செய்தால், நாளைக்கான சோறு சாமி தந்துடுவாருன்னு மிருகம் போல யோசிக்கிறேன். வேண்டும் என்றால் கடவுள் தருவார் என்று ஏனோ அசைக்கமுடியாத நம்பிக்கை உள்ளே வளரத்தொடங்கிவிட்டது. என் நாளைகளைப் பற்றிய பயம் கொஞ்சம் கொஞ்சமாக போகத்தொடங்குகிறது. சேர்த்து வைக்கவேண்டும் என்ற அந்த வாக்கியத்தை எடுத்துவிட்ட பிறகு நான் நிம்மதியாக இருக்கிறேன்" என்றாள்.

"உனக்கு தேவைன்னா யார் தருவாங்க? பெரிய புத்திஜீ வின்னு நினைப்பு. தொடப்பக்கட்ட. இப்படி வெட்டி பேச்சு பேசியே வீணா போகப்போறே! நடுரோட்டுல பிச்சை தான் எடுக்கப்போறே?" என்றார் பாட்டி.

"எனக்கு தேவைன்னா அது எனக்கு கிடைக்கும். அது எங்க இருந்து, எப்படின்னு எல்லாம் எனக்கு தெரியாது என்று நிலா சொல்வதைக் கேட்டபடியே "எப்போதும் எல்லோர் செய்வதும் தவறு! நான் செய்வது மட்டும் தான் சரி" என்ற தனக்கே உரித்தான judgemental தொணியோடு கண்ணை உருட்டி, நிலாவின் வார்த்தையை முழுக்க மறுத்துக்கொண்டே காணாமல் போனார்.

நிலா தூங்கி எழுந்தாள். வெளியே இருட்டாகியிருந்தது. குக்கூ எப்போதோ வந்து, அவள் மேல் போர்வையும், சின்ன விளக்கும் போட்டுவிட்டு போயிருந்தான். வெகு நேரம் சுவற்றில் இருந்த கருப்பு புள்ளியொன்றைப் பார்த்துக் கொண்டே இருந்தாள். அந்த கருப்பு புள்ளி இரண்டானது! மீண்டும் ஒன்றானது! திரும்பவும் இரண்டாக பிளந்தது.

கண்முன் தெரிந்த எல்லாமே தண்ணீர் ஊற்றிய கண்ணாடியின் வழி பார்ப்பதைப் போல வட்டமிட்டு, உருவமழிந்து சுற்றுவதை நிலா உற்றுப்பார்த்தாள்.

நிலாவின் பாட்டிக்கு கரிநாக்கு என்று சிறுவயதில் பயந்திருக்கிறாள் அக்கம்பக்கத்தினர், “ஐயோ! அந்த பொம்பள வாயில நிக்காதே! சொன்னதெல்லாம் பலிச்சிரும்” என்று எப்போதே பேசியதைக் கேட்டிருக்கிறாள்.

அதிலிருந்து பாட்டி சபித்தால் அப்படியே நடந்துவிடும் என்று முழுக்க நம்பிப்போனாள்.

இன்று நிலா தன் 30களின் கடைசியில் முதன்முதலாக பாட்டியைப் பற்றிய அந்த நம்பிக்கையை மறுபரிசீலனை செய்தாள்.

பாட்டியின் சபித்த கோப வார்த்தைகளுக்கு அதிக மரியாதை கொடுத்து, “நடந்துவிடுமோ, கடவுளே அப்படி நடந்துவிடக்கூடாது, ஒருவேளை நடந்துவிட்டால்” என்று ஒவ்வொரு நாளும் பயத்தால் உறுவேற்றி visualise செய்து, நிலா அதனை தன் வாழ்க்கையின் நிஜமாகவே மாற்றிவிட்டாள்.

“எண்ணம் போல் வாழ்க்கை” என்ற மாபெரும் சிறு விஷயத்தை உள்வாங்காது, பயங்களின் மீது கட்டியெழுப்பியபடியே வாழ்க்கையை கடினமாக்கிவிட்டாள்.

பாட்டி. அம்மா, அத்தை, அப்பா – அவரவருக்குப் புரிப்பட்ட வாழ்க்கை, அதில் தெரிந்த நியாய தர்மங்கள், அவரவர் இழப்புகளும் வலிகளும் கோபமும் பயங்களும், அவரவர் இடத்தில் இருந்து பார்க்கும் நிஜங்கள் அவரவருக்கு நியாயமானதாகப் பட்டிருக்கும் போல.

நிலா “நானும் பாவம் தான்” என்று நினைத்தாள்.

சட்டென கோலம் போல ஒரே அமைப்பை, karmic repetitive negative pattern திரும்ப திரும்ப அவள் குடும்பத்தினரின் வாழ்க்கையில் தெள்ள தெளிவாக பார்த்தாள். The past, the present, the future!

சுழற்சி முறையில் வலியை விழுங்கி, வலியை கக்கியபடி, ஆண்கள் மனம் புழுங்கி ஏதோ ஒரு பழக்கத்திற்குள் முங்கி அடிமையாகி இறக்க, பெண்கள் உள்ளுக்குள் கொழுந்துவிட்டெறியும் தீயோடு பார்த்து பார்த்து கவனமாக

வளர்த்ததையும் எல்லாவற்றோடும் சேர்த்துப் பொசுக்கி விழுங்கி வலம்வரும் யட்சிகளாகி இறந்தார்கள்.

எல்லோருமே வலியின் பிள்ளைகள் தான்! ஒருத்தரும் அதற்கு தப்பியவர் இல்லை.

நிலா மனம் அமைதியானது.

குக்கூ மேலிருந்து கீழே இறங்கிவந்து, சுவற்றையே வெறித்துக் கொண்டிருக்கும் நிலாவைப் பார்த்து, “யூ ஓகே, மீ?” என்று அவள் தோளில் கைவைத்துக் கேட்டான்.

எண்ணங்களுக்கு ஏற்ற மாதிரி எதிரில் இருந்த சுவர் கேலடியாஸ்கோப் போல சுழல்வதை நிறுத்தியது. நிலா இப்போது 15 வயதாகியிருந்த குக்கூவைப் பார்த்தாள்.

“ஐயாம் ஓகே மோனு” என்றுச் சொல்லி, “என்னைக் கொஞ்சம் கட்டிப்பிடிச்சிகோயேன் ப்ளீஸ்” என்றுக் கேட்டாள். மகனுக்கு இது ஸ்திரபரிவாடி! அதனால் ஏன் எதற்கு என்று ஒன்றும் கேட்காமல், அம்மாவை இறுக அணைத்துக்கொண்டான். அவனுடைய தோளில் நிலா தலை சாய்த்துக்கொண்டாள்.

நிலா ‘வழிவழியாக வரும் இந்த பரம்பரை வலிகளை நான் என் முழுமனதோடு அறுத்து எறிகிறேன்’ என்று மனதுக்குள் சொல்லிக்கொண்டாள்.

மன்னிப்பு...

கடும் தியானம் செய்வதில் அடையும் ஆல்ஃபா, தீட்டா நிலைகளை, மனதார மன்னிக்கும்போதும், மன்னிப்பு கேட்கும்போதும் சாதாரணமாக அடையமுடிகிறது என்று ஆராய்ச்சியில் ந்யூராலஜிஸ்ட்கள் கண்டறிந்திருக்கிறார்கள்.

கோபம், ஏமாற்றம், கழிவிரக்கம், வெறுப்பு, வலி, சுடுவார்த்தைகள் மூட்டைக்கணக்கில் தேங்கி நின்றிட செய்யும் வாழ்க்கை தான் எல்லோருக்கும்.

நிலா தான் செய்த எல்லாவற்றுக்கும், தன்னைச் சுற்றி நடக்கும் எல்லாவற்றுக்கும் மன்னிப்பு கேட்கத்தொடங்கியிருந்தாள். தன்னை வருத்திய எல்லோரையும் மன்னிக்க தொடங்கி

யிருக்கிறாள். எல்லோரையும் காதலித்துக் கொண்டிருக்கிறாள். எல்லோருக்கும் நன்றி சொல்லிக்கொண்டிருக்கிறாள்.

"I love you! Please forgive me! I'm sorry! Thank you" என்ற நான்கு வாக்குகளை திரும்ப திரும்ப இந்த பல்லண்டத்தை நோக்கி ஹவாய் தீவில் பழங்குடிகள் ஹோ ஓபோனோபோனோ பிரார்த்தனை செய்கிறார்கள்.

இந்த உலகில் இத்தனை கோடியாண்டுகள் வரை நடந்திருக்கும், இப்போதும் நடக்கும், இனி வரும் காலங்களில் நடக்க இருக்கும் எல்லோமே ஒன்றோடு ஒன்று தொடர்புடையவை என்கிறது universal law. "நானோ உலகின் எல்லாமும் வெவ்வேறில்லை! உலகின் ஏதோ ஒரு மூலையில், நடக்கும் நல்லதிற்கும் கெட்டதிலும் எனக்கு தெரியாமல் போனாலும் என் பங்குண்டு" என்று நினைக்கும் மனதை உருவாக்குகிறது.

ஒவ்வொரு மனிதரும் வாழ்க்கையின் உட்சிடுக்குகளையும், இனிவரும் சந்ததியினருக்கு வலிமிகுந்த வாழ்க்கையைக் கடத்தாது, ஒழித்துக் களைய இந்த நான்கு வார்த்தைகளை இறக்கும்வரை சொல்வதை தவிர வழியில்லை என்று உணர்ந்து சொல்ல தொடங்கியதில் இருந்து நிலாவின் மனம் அமைதியாகி யிருக்கிறது.

# 5

## குக்கூ: வயது 5

ஆழ்ந்த உறக்கத்தில் இருந்த ஆதியினுடைய வயிற்றில் தன்னைப் பரப்பியபடி குக்கூ தூங்கிக் கொண்டிருந்தான். எப்போது நிலாவின் அருகில் இருந்து எழுந்துச் சென்று அப்பாவின் வயிற்றின்மீது படுத்தானோ தெரியவில்லை?

ஆதி ஆறடி உயரம். அவன் எவ்வளவு பெரிய படுக்கையில் படுத்தாலும் கால் வெளியே நீட்டிக்கொண்டிருக்கும். கார்களில், பஸ்ஸில், சின்ன சீட்டில் அமர்வது மிக கடினம். அவன் பக்கத்தில் நின்றால், நிலா அவன் தோளுக்கும் கீழே தான் இருப்பாள்.

கைகளும், கால்களும் நட்சத்திரமீன் போல பரப்பியபடி, லேசான குறட்டையோடு இருந்த ஆதியின் வயிற்றில் குரங்குக்குட்டி போல பற்றிக்கொண்டு, வாய்பிளந்து தூங்கும் குக்கூ...

அந்த தூக்கத்திலும், மனதுக்குள் நெகிழ்ச்சி பொங்கி, வாஞ்சையோடு நிலாவும் அவர்களின் இருவரின் மேலும் கைப்போட்டுப் படுத்துத் தூங்கத் தொடங்கினாள். திடீரென குழந்தை ஓங்கி அழத்தொடங்கினான்.

நிலா துடித்துப்பிடித்து எழுந்து, அழுதுக்கொண்டிருந்த குக்கூவை எடுத்து சமாதானம் செய்ய தூக்க முயற்சிக்கும் போது, நிலாவினுடைய பக்கம் சில்லென்ற சுவர் தென்பட்டது.

இங்கிலாந்தில் அதிகாலை 3.30 மணி!!

மெல்லிய இருட்டில் தெரிந்த குளிரில் பழுத்திருந்த அறையின் விட்டமும், சுவரும் நிலாவின் கண்ணீரில் மழுங்கியது.

இந்தியாவில் இப்போது காலை மணி 8 இருக்கும்.

ஆதியை மொபைலில் அழைத்தப்போது, அவன் சென்னைக்கு ரயிலில் சென்றுக்கொண்டிருந்தான். "பாப்பா! ஏன் உன் குரல் ஒரு மாதிரி இருக்கு" என்று கேட்கவும், நிலா குரல் கம்ம, "எனக்கு எல்லாரையும் நியாபகம் வந்துருச்சுடா. குக்கூவைப் பாக்கணும் போல இருக்கு. நிஜமா சொல்லுடா, என்னை நியாபகம் இருக்காடா அவனுக்கு?" என்று சொல்லும்போதே துக்கம் தொண்டையை அடைத்தது.

ஊர் விட்டு வந்து 3 வருடம் ஆகப்போகிறது.

2000த்தின் தொடக்கம் அது. இப்போது போல இண்டர்நெட் அதிகம் புழுக்கமில்லாத காலம்!

நிலாவுக்கும், ஆதிக்கும் இந்த சில வருடங்களில் பேச்சுவார்த்தைகள் தேய்ந்துக் குறைந்து, வாரம் ஒருமுறை சில நிமிட அழைப்பிலும், குறுஞ்செய்திகளிலும் வந்து நின்றிருந்தது. அவ்வப்போது பேசிக்கொண்டாலும், அந்த 3 வருடப்பிரிவு இருவரின் அன்பையும் வெகுவாய் மாற்றியிருந்தது.

தொலைதூரம் என்னும் ஆக்டபஸ் இருவரையும் நெருக்கி, வெவ்வேறு விதமாக விழுங்கியது.

வெவ்வேறு வானத்தின் கீழ் வாழ்வதால் நிகழ்வுகளின் புரிதலும், பகிர்தலும், உணர்தலும் திரிந்த தொடர்பு குளறுபடிகளில் சிரிப்பாக சொல்ல தொடங்கியவைகளும் சட்டென கோபமூட்டும் இடத்திற்கு நகர்த்தி சென்று கடைசியில் பேசவோ பகிரவோ ஒன்றுமில்லாத பாலைவனங்களுக்குள் ஆதியையும், நிலாவையும் சிக்கவைத்துவிட்டது.

கோபங்களும், பொறாமைகளும், வெறுப்புகளும் பிய்த்துப்போட்டதில் மிஞ்சி தொங்கும் உறவில் எதை பிடிப்பது, எங்கு ஒட்ட வைப்பது, எதைக் காப்பாற்றுவது, எதை விடுவது என்றுத் தெரியாது தொலைந்து போய் கொண்டிருந்தார்கள்.

இருவரின் மனதுக்குள் ஏற்பட்டிருந்த பெருவெடிப்புகளையும் மாற்றங்களையும் பற்றி வெளியே பேசாமல் இருந்தாலும், it felt like not just an elephant, rather a whole parade in the room.

நிலாவிற்கு ஆதியின் மேல், அவளைக் கவனிக்காது விட்ட தன் பிறந்த வீட்டின் மேல், அவள் முடிவுகளின் மேலே அதீத கோபமும், அங்கலாய்ப்பும் கலந்து இன்னும் குழப்பியது.

ஆதிக்கும் அதே போல நிலாவைப் பற்றிய பயங்களும்! 'நான் பார்த்து காதலித்த பெண் இவள் இல்லையே! எப்படி மாறிப் போய்விட்டாள்' என்ற வருத்தமும், 'நிலாவிற்கு வேறு ஏதாவது காதல் இருக்குமோ, என்னை விட்டுப் போகிறாளோ' என்ற பாதுகாப்பின்மையும் வாட்டிக்கொண்டிருப்பது உணரமுடிந்தது.

ஆனாலும் இந்த தருணத்தில் ஆதி நிலாவை ஆறுதல்படுத்தி "அப்படியெல்லாம் மறக்கவிட்டுடுவேனா பாப்பா, நான் உன்னைப் பத்திப் பேசிட்டே தான் இருக்கேன். எல்லாரும் குக்கூவுக்கு உன்னைப் பத்தி சொல்லிட்டே இருக்காங்க. நீதான் இன்னும் 1 மாசத்துல வந்துடுவே இல்லை." என்று சொல்லிவிட்டு, அடுத்து அன்றைய நாள் என்ன செய்யப் போகிறான் என்று சொல்லத் தொடங்கினான்.

இங்கிலாந்தில் பெரும்பாலும் வெளியே நடந்தால் அதிகம் சத்தமே கேட்காது. ரோட்டில் கார்கள் ஹார்ன் அடிக்கும் சத்தமோ, மக்கள் சத்தமாக பேசுவதோ, டிவி / ரேடியோ / ஸ்பீக்கர் போன்றவைகளின் சத்தம் ஏதுமில்லாது வெகு அமைதியாக இருக்கும்.

சென்னைக்குச் செல்லும் ரயிலின் தாளகதி எட்டா யிரத்து சொச்சம் கிலோமீட்டர்கள் தாண்டி நிலாவின் காதுகளுக்குள் நுழைந்தது. அந்த ரயிலின் சத்த இரைச்சல் நிலாவிற்கு அவளுடைய அம்மாவைக் கட்டிப்பிடிப்பது போல உணரவைத்தது.

அவர்கள் இருவரின் நாட்கள் எவ்வளவு முறிவோடு இருக்கிறது என்பதை நிலாவால் விளங்கவோ, விளக்கவோ முடியவில்லை.

பிரியா விஜயராகவன்

தூரமும், காலமும் நிலாவையும், ஆதியையும், அவர்களின் காதலையையும், வாழ்க்கையையும் துண்டு துண்டாக்கி கிள்ளி வாயில் போட்டு அறைத்து மென்று பொடியாக்கி ஒன்றுமில்லாது செய்துக் கொண்டிருப்பதைப் போல ஒரு தோணல்.

கண்ணுக்குப் புலப்படாது கரைந்துக்கொண்டிருக்கும் எதையோ இறுகப்பிடித்தப்படி, அவர்களின் வாழ்க்கை கனவுகளை அதன் மேல் அடுக்கிவிட முயன்றுக் கொண்டிருந்தனர். ஆனால் அதுவொரு state of entropy!!! ஏதும் வளர முடியாத வெற்றிடம்.

காதலும், காமமும், வாழ்க்கையின் ஏமாற்றமும், ஏகாந்தமும், கோபமும், எரிச்சலும், பயமும், இரண்டாக பிளந்துக்கொண்டிருந்த மனதின் வீழ்ச்சியை மாதமொரு முறை கம்ப்யூட்டர் செண்டரில் பேசும் 1 மணி நேரத்தில் விட்டு விட்டு வரும் வீடியோ ஸ்கைப் காலில் சொல்லிவிடமுடியுமா? 10 ரூபாய் மெசஜில் சொல்லிவிடமுடியுமா? அல்லது காலிங் கார்டில் பேசி சொல்லிவிடமுடியுமா?

ஒரு வேளை இன்று போல எல்லோரின் கைக்குள் இண்டெர்நெட் இருந்திருந்தால் இவர்கள் வேறொன்றாக இருந்திருக்கக்கூடும்.

அவர்களின் சிற்றூரில் கரண்ட் இருந்து, இண்டர்நெட் வேலை செய்து, நிலாவும் லீவில் இருந்து, ஆதிக்கும் நேரமிருந்து சென்னையில் இருந்து ஊருக்கு வந்திருந்தால், வீட்டுக்கு அருகே இருந்த இண்டர்நெட் பூத்தில் வந்து பேசுவான். குக்கூவையும் எப்போதாவது கூட்டிவருவான்.

குக்கூவிற்கு நிலா யாரென்றோ, ஏன் இப்படி அடைசலான க்யூபிகலில் காற்றில்லாத கூண்டிற்குள் அமர்ந்து, சின்ன டிவியில் படம் பார்க்கிறார்கள் என்று புரியவில்லை.

ஆதி, " குக்கூப்பா! மம்மீ பாரு! பாரு!" என்று திரும்ப திரும்ப சொன்னாலும் குழந்தைக்கு சிறிது நேரத்திற்கு பிறகு அங்கிருக்க பொறுக்காது, வியர்வை வழிய அழத்தொடங்குவான்.

ஆதியும் குழந்தையை அடக்கமுயன்று முடியாது தோற்ற வீரன் போல, "அழதொடங்குறான் பாப்பா! அடுத்த முறை கூட்டிட்டு வரேன்" என்று சொல்லிவிட்டுச் செல்வான்.

ஆதியின் முகத்திலும், நிலாவின் ஏமாற்றம், சோகம் போலவே ஏதோ ஒன்று எதிரொலிக்கும். இருவருக்கும் இடையே இருந்த வானமும் தூரமும் வெவ்வேறாக நகர்ந்து, இருவரையும் வெவ்வேறாக்கி மனதால் விலக்கியபடி நகர்ந்து நகர்ந்து, ஒவ்வொரு நாளும் வெவ்வேறு படிமமாகி படிந்து வாழக்கையை அடுக்கியது.

குக்கூவும், ஆதியும் கோகிலா ஆண்டியின் வீட்டில் குடித்தனம் இருந்தார்கள். அம்மாவும், மாமியார் மாமனாரும் வந்துப் பார்த்துக்கொண்டார்கள். அம்மாவுக்கு தெரிந்த முல்வாயில் என்ற கிராமத்தில் இருந்து அனிதா என்று சிறுப்பெண் குக்கூவைப் பார்த்துக்கொண்டாள்.

அனிதா மிக அன்பான பெண். அனிதா சட்டென சமைத்து, குக்கூவை குளிப்பாட்டி, அவனோடு விளையாடி, புத்தகங்களில் இருக்கும் படம் காட்டி, வீட்டையும் பார்த்துக்கொண்டாள். ஆதியும், அம்மாவும் அவளை நம்பி குழந்தையை நிம்மதியாக விட்டுவிட்டு அவரவர் வேலையை பார்ப்பார்கள்.

குக்கூ பிறந்த இரண்டாம் வருடம் பிறந்தநாள் விழா கழிந்த சில வாரங்களில், கடன்சுமைகளைத் தீர்க்கவும், ஒரு நல்ல எதிர்காலம் தேடியும், வேலைக்காக நிலா வெளிநாடு வரவேண்டிய கட்டாயம்.

நிலா குக்கூ பிறந்தது முதல் அவனைப் பிரியும்வரை ஒரு குரங்குக்குட்டி போலத்தான் தூக்கிக்கொண்டு சுமந்தாள். அவள் எங்கு சென்றாலும், குக்கூ மேரியின் குட்டி ஆடு போல, ஹட்ச் நாய்க்குட்டி போல தவழ்ந்து நிலாவின் பின்னாலேயே சுத்தினான். அவளைக் காணாவிட்டால் பயந்து அழுவான். நிலா கழிவறையில் இருந்தால் கூட, வெளியே கதவைப் பிறாண்டிக்கொண்டு அழுதபடி காத்திருப்பான்.

ஒன்றரை வருடம் ஆன பிறகும், தாய்ப்பால் குடித்துக்கொண்டிருந்தான் குக்கூ. ஒரு கையால் இடுப்புவரை இருந்த முடியைப் பிடித்து தடவிக்கொண்டே பால் குடிப்பான். ஒவ்வொரு மாதமும் குக்கூவின் முகமும், உடலும், அவனுடைய உடல் மொழியும் மாறுவதை நிலாவும், ஆதியும் ரசித்தார்கள்.

குக்கூ பசியில் பால் குடித்து கொஞ்சம் வயிறு நிறைந்ததும், பால் குடிப்பதை விட்டுவிட்டு, நிமிர்ந்து பால் கசியும் வாயோடு நிலாவைப் பார்த்துச் சிரிப்பான். பசியடங்கிய தூக்கப்போதையோடு, ஒரு கையால் மார்பையும், இன்னொரு கையால் முடியையும் பிடித்துக்கொண்டு, கண்களைப் பார்த்து சிரிக்கும் குழந்தையின் முகம் நிலாவின் மனதுக்குள் ஆழ பதிந்துப்போனது.

எப்படி அமர்ந்தாலும், அதற்கு ஏற்றாற்போல தன்னைப் பொறுத்திக்கொள்ளும் குட்டி jigsaw puzzle போல வளர்ந்தான்.

கடன் தொல்லை அதிகரித்துக்கொண்டே சென்றதில் நிலா வெளிநாடு செல்வது தவிர வேறு மார்க்கமே இல்லை என்று அம்மாவோடும், கணவனோடும் பேசி முடிவு செய்ததும் அடுத்து என்ன செய்வது என்று யோசித்தார்கள்.

டிக்கெட் வாங்க கூட அவர்களிடம் காசு இருந்தில்லை. அம்மா அப்பாவின் நண்பரான அலெக்ஸ் அங்கிள் வாங்கித்தந்த ஒரு வழி டிக்கெட்டோடு ஊர் செல்லத் தயாரானாள் நிலா. அவர் டிக்கெட் வாங்கி தந்து இருக்காவிட்டால், நிலா ஆதியின் வாழ்க்கை வேறு எந்த கோட்டில் போயிருக்குமோ?

ஒவ்வொரு முடிவும் வெவ்வேறு பாதை தானே?

குழந்தையை எப்படி விட்டுவிட்டு இருப்பாள் என்று தெரியவில்லை. வேறு ஏதாவது வழி இருந்தால், இந்த பச்சைப்பிள்ளையை விட்டுவிட்டு போகவேண்டியிருக்காது என்று மனம் பதைப்பதைத்தாலும், யாருக்கும் வேறு ஒரு வழியும் தெரியவில்லை.

கிளம்புவதற்கு ஒரு மாதம் இருக்கிறது என்றுச் சொல்லி சொல்லி, அந்த ஒரு மாதமும் கையிடுக்கில் நழுவி காணாமல் போன மணல் துகற்கள் போல கரைந்துப் போனது.

நிலாவை வழியனுப்ப வந்த குடும்பத்தினர் மற்றும் ஆதி கண்களில் கண்ணீர் கண்டப்போதும், விமானநிலையத்திற்கு ஊரிலிருந்து காரில் செல்லும் அந்த 2 மணி நேரமும் கூட மீண்டும் இவர்களைப் பார்க்க பல வருடம் ஆகிவிடும் என்று நிலாவுக்கு தெரிந்திருக்கவில்லை.

ஊரிலிருந்து காலை 6 மணிக்கெல்லாம் கிளம்பி சென்னை விமானநிலையத்திற்குச் செல்லத் தொடங்கினார்கள். குக்கூ நிலாவின் கையில் தூங்கிக்கொண்டிருந்தான்.

முதன்முதல் விமானநிலையத்தைப் பார்ப்பதையோ, அதன் பிரமாண்டங்களோ, மக்கள் நடமாட்டமோ, எதிர்நோக்கி இருக்கும் பயணத்தின் கடினங்களோ நிலாவின் மனதில் உள்புகவில்லை.

செக்-இன் செய்ய சொல்லும்போதுதான், பயணப் படுபவர்களுக்கும், விடைக்கொடுக்க வந்தவர்களுக்கும் வெவ்வேறு வழி என்று தெரிந்தது.

குக்கூவை ஆதி நிலாவிடம் இருந்து வாங்கிக்கொண்டபின், டிபார்ச்சர் வாயிலின் வழியே பெட்டியை நகர்த்திக்கொண்டு தனியே செல்லும்போதே குக்கூ "ம்மா" என்று அழத் தொடங்கினான்.

குழந்தையின் அழுகை சத்தம் கேட்டதும், நிலாவின் நெஞ்சும் வயிறும் சட்டென கழண்டு தரையில் விழுந்து, எல்லாமே காலியாகிவிட்டதைப் போன்ற உணர்வில் நிலா நடுங்கத் தொடங்கினாள்.

அதற்கு முன் தனியாக நிலா எங்கேயுமே பயணப்பட்டதே இல்லை. அடுத்து அவள் என்ன செய்யவேண்டும், எங்கு செல்லவேண்டும், எப்படி செய்யவேண்டும் என்று வாழ்நாளில் முதன்முதலாக அவளுக்குச் சொல்ல யாருமே இல்லை என்பதன் கணம் மெல்ல நிலாவினுள் அமிழ்ந்தது.

'முன்ன பின்ன செத்திருந்தாதான் சுடுகாடு தெரிஞ்சிருக்கும்' என்று மூச்சுக்கு முன்னூறு தடவை பாட்டி சொல்வதன் அர்த்தம் புரிந்தது. அங்கங்கே கேட்டு, எப்படியோ செக்-இன் செய்துவிட்டு, வழியனுப்ப வந்த தன் குடும்பத்தினரை நோக்கி வேகமாக ஓடிச்சென்றாள்.

தண்ணீருக்குள் நீச்சல் தெரியாது முங்கி, மூச்சுவிடமுடியாது தத்தளித்து, ஒரு வினாடி தண்ணீரின் மேற்பரப்புக்குள் வெளிவந்து, எரியும் நெஞ்சில் சில்லென்ற காற்று நிரம்புவதைப் போல உணர்ந்தாள்.

நாடு கடப்பவர்கள் வானத்தில் பறந்து வேறெங்கோ போகும் பட்டங்களாகவும், வழியனுப்ப வந்து நிற்பவர்கள் அந்த பட்டங்களை எங்கோ ஒரு தரையில் நிறுத்திவைக்கும் நூல்கண்டுகளாகவும் தோன்றியது. தோள் அளவுயர உலோக தடுப்பு அந்த விமானநிலையத்தில் செல்பவர்களையும், இருப்பவர்களையும் இரண்டாகப் பிரித்தது.

குக்கூ வழியனுப்பியவர்களின் பக்கமிருந்து தாவி நிலாவிடம் வந்துவிட்டு சிரிக்கத் தொடங்கினான். அம்மாவின் தோளில் சாய்ந்துக்கொண்டு எல்லோருக்கும் டாடா காட்டி கொண்டிருந்தான். நேரம் சட்டென உருண்டு தாண்டியோடியது.

லண்டன் செல்பவர்கள் எல்லோரும் செக்யூரிட்டி முடிக்கவேண்டும் என்று மீண்டும் மீண்டும் ஒலிபெருக்கியில் பெண்ணொருத்தி சொல்லிக் கொண்டிருந்தாள்.

நிலாவை வழியனுப்ப வந்தவர்களின் அழுகை அவளை பயமுறுத்தவில்லை. ஆனால் அம்மாவின், தன் மாமியாரின் சோகமான இறுகிய முகம் பயமுறுத்தியது. ஆதி சிரிப்பு காட்டியபடியே குக்கூவை நிலாவிடம் இருந்து வாங்கிக்கொண்டான். குழந்தையும் வெகு நாளாய், வெகு தெளிவாய் விளையாடிய தோரணையோடு, இரண்டாவது நிமிடம் நிலாவிடம் திரும்ப சென்றான்.

குக்கூவுடைய குட்டி முகத்தைப் பார்க்கையில் அவனுடைய பெரிய கண்களும், பிளந்த வாயும், மிருதுவான சருமமும் நிலாவுக்குள் வளர்ந்துக் கொண்டிருந்த காலி உணர்வை பல கைகள் கொண்டு கிழித்து மேலும் விரித்து விஸ்தாரமாக்கியது.

நிலாவைத்தேடி ஏர்லைன்சில் வேலை செய்பவர், லண்டன் போவதாக இருந்தால் இப்போதே செல்லவேண்டும் என்று மீண்டும் வலியுறுத்தினார். இதற்குள் குக்கூவிற்கு ஏதோ புரியத் தொடங்கி, நிலாவினுடைய கழுத்தை இன்னும் இறுகக் கட்டிக்கொண்டான். அந்த பக்கம் இருந்த எல்லோரும் குக்கூவை தாஜா செய்து அழைக்கத்தொடங்கினார்கள். அவர்கள் எல்லோரும் அழைப்பதும், அந்த இடத்தின் சத்தமும், பரபரப்பும் குக்கூவிற்குள் பதைபதைப்பு ஏற்படுத்தியதை உணரமுடிந்தது.

தன் கழுத்தை இறுகப்பிடித்திருக்கும் குழந்தையின் வேகமான இதயத்துடிப்பை நிலாவின் சருமம் உள்வாங்கி, அவளுடைய இதயத்துடிப்பை யும் அதிகமாக்கியது.

கடைசி அழைப்பு என்று ஒலிப்பெருக்கி சொன்னதும், ஆறடி உயர தடுப்பையும் தாண்டி, ஆதி எட்டி, நிலாவைக் கட்டிப்பிடித்து கன்னத்தில் முத்தம் கொடுத்தான். அவனுடைய உயரம் அதை சாத்தியப்படுத்தியது. அம்மாவும், மாமியாரும் கைப்பிடித்துக் கண்கலங்க வழியனுப்பினார்கள்.

ஆதி மீண்டும் குக்கூவை நிலாவிடமிருந்து வாங்க முயலும்போது குழந்தை செல்ல மறுத்து ஓங்கி அழத் தொடங்கினான். நிலாவின் கை கால் பதறத்தொடங்கியது. ஆதி குக்கூவை சமாதானப்படுத்தியபடியே நிலாவிடமிருந்து குழந்தையை வலுக்கட்டாயமாகப் பிரித்தெடுத்தான்.

ஆதி, “நேரம் ஆகுது பாப்பா! நீ கௌம்பு. நான் குக்கூவை பத்திரமா பாத்துக்குவேன். அவன் சீக்கிரம் செட்டில் ஆகிடுவான்” என்று சொல்லி மீண்டும் நிலாவின் நெற்றியில் மீண்டும் முத்தம் தரும்போது அவளுடைய நெஞ்சு நடுங்கியது.

எல்லோரின் அழுகையும் பார்க்கமுடிந்தாலும், “குக்கூ கைகளை நீட்டியபடியே அம்மா! அம்மா” என்ற மூச்சுவிடாது விக்கியபடி அலறிய கேவல் அந்த இடத்தை நிரப்பி, நிலாவைச் சுக்குநூறாக்கியது.

தொலைக்காட்சியில் என்றோ பார்த்த போர் பற்றிய ஆவணப்படம் நினைவுக்கு வந்தது.

கண்முன் அடிப்பட்டு இறந்துவிட்ட குழந்தையை ஓடும் கால்களுக்கும், தெறிக்கும் குண்டுகளுக்கும் நடுவே விட்டுவிட்டு அழுதுக்கொண்டே ஓடிவந்ததை நினைவுக்கூர்ந்த கதறிய பெண்ணொருத்தி கண்முன் வந்து போனாள்.

நிலா பெட்டிகளை நகர்த்தினாள். செக்யூரிடியைத் தாண்டி நடந்து சென்று விமானத்தில் அமர்ந்தாள். குக்கூவின் அலறல் கேட்காத தூரம் வந்தாலும், அவளுடைய காதுக்குள் அவன் அலறி கேவுவது அதிகரித்துக்கொண்டே போனது.

தரைப்படையினர் அணிவகுத்து மார்ச் செய்யும்போது, பாலங்கள் வந்தால் மார்ச் செய்வதை நிறுத்திவிடுவார்கள்.

பாலத்தில் ஒருங்கிணைந்து எடுத்துவைக்கப்படும் காலடிகள் எதிரொலித்து எழுப்பும் ஒத்திசை சைன் அலைகளின் உச்சக்கட்ட சத்தம் எப்பேர்ப்பட்ட பாலத்தையும் உடைத்துவிடும் வலிமை கொண்டது.

நிலாவை துகளாக்கி பொடியாக்கும் சத்த அலையாக குக்கூவின் அலறல் மாறி, அவளை முழுக்க bubblewrap செய்தது. இங்கிலாந்தோ, அந்த மாந்தர்களோ, அங்கு நடந்தவைகளோ, அவளை கலங்கவைத்தாலும் அதை விட அதிதீவிரமாக குழந்தையின் அலறல் மாறி அவளை விடாது தொடர்ந்தது.

இப்படியாக தொடங்கிய நாட்கள், வாரங்கள், மாதங்கள் ஆகி, ஆண்டுகளாகியது.

சம்பளம் வாங்கி ஊருக்கு அனுப்புவதில் அவர்கள் வாழ்க்கை தரம் உயரும் என்ற நம்பிக்கையோடு நிலா அந்த பிரிவின் வலியைத் தாங்கினாள். அதற்கு நிலா கொடுத்த பலி, தன் குழந்தை வளர்வதை பாராமல் இருப்பது

குக்கூ ஒற்றை சொல்லில் மழலையில் பேசத் தொடங்கியதையோ, ஓடத்தொடங்கியதையோ, பள்ளி முதல் நாளையோ – இப்படி குக்கூவின் நிறைய முதல்களை ஒரு அம்மாவாக நிலா பார்க்கவில்லை. அவை எப்போதுமே தனக்குப் பார்க்க கிடைக்காது என்பதன் கனம் அவளை நொறுக்கியது.

ஆதி ஒரு ஞாயிறு சாயந்திரம் வீடியோ காலில் அழைத்து பேசிக்கொண்டிருந்தான். அப்போது, “ நான் வேறேதாவது செஞ்சு உன்னை இங்கேயே வைச்சிருக்கணும் பாப்பா என்று சொல்லிக் கண்கலங்கினான். அவன் அப்படி சொல்லும்போது அவன் முகத்தில் தோல்வியுற்ற களை பரவியிருந்தது. அவன் அப்படி சொன்னதும் நிலாவிற்கு ஒரே ஒரு வினாடி மட்டும் நெஞ்சில் உலக்கை எடுத்து இடித்ததைப் போல தோன்றியது.

நிலா, “ஏண்டா? திடீர்னு இப்படி சொல்லுறே” என்று கேட்க, அவன் அமைதியாக அமர்ந்திருந்தான்.

பிறகு ஆதி, “நேத்து குக்கூ தோட்டத்துல குத்துக்கால் போட்டு எதையோ பார்த்து பேசிட்டு இருந்தான். நான் என்னடா இவன் தனியா பேசிட்டு இருக்கானேன்னு சுவர்பக்கமா அவனுக்குத்

தெரியாம போய் நின்னுப்பாத்தேன். ஒரு குட்டி தவளையைப் பார்த்துப் பேசிட்டு இருந்தான். அவன் அந்த தவளை குட்டி குதிச்சு குதிச்சு போறதைப் பார்த்து, "தவள பாப்பா, நீ எங்க போற? நீ உன் அம்மாட்ட போறியா! போ போ! சீக்கிரமா அம்மாட்ட போயிடு." "அப்படின்னு சொல்லிட்டு இருந்தான். எனக்கு ரொம்ப கஷ்டமா ஆகிடுச்சு. நான் எவ்வளவு பெரிய தப்பு பண்ணிட்டேன்" என்று சொல்லும்போதே அவன் குரல் தழுதழுத்தது.

அக்கம் பக்கம் இருப்பவர்களைப் பார்த்துவிட்டு, சட்டென கண்களைத் துடைத்துக்கொண்டான்.

அதன்பின் இருவருக்கும் என்ன பேசுவது தெரியவில்லை. பிறகு பேசுவதாக சொல்லிவிட்டு அவன் சென்றபிறகும் கூட நிலா அசையாது அமர்ந்திருந்தாள். அவன் சொன்ன காட்சி மீண்டும் மீண்டும் மனதுக்குள் ஓடிக்கொண்டே இருந்தது.

'அம்மாவாக நான் பாதுகாப்பாகப் பார்த்துக் கொள்ளவேண்டிய என் குழந்தை, குட்டி பந்து போல உருண்டு உருண்டு, எங்கேயும் நிலையில்லாது இங்கேயும் அங்கேயும் அலைகிறான். அதற்கு நான்தான் காரணம் என்று வாய்விட்டுச் சொல்லும்போதே அதன் குற்றவுணர்வு நிலாவைக் கொன்றது.

தினமும் நிலாவின் தூக்கத்தில் குக்கூ கீழே விழுந்து முட்டி தேய்ந்து அழுதான்; ஜூரம் வந்து பிதற்றி அழுதான்; சுவற்றில் தெரியாது மோதி விழுந்து அழுதான்; உபயோகிக்க தெரியாது கத்தியை கையில் பிடித்துக் சதை கிழிந்து அழுதான்; படிக்கட்டில் உருண்டுவிழுந்து அழுதான். வெவ்வேறு காரணத்தால் அம்மா என்று கதறி கேவி அழுதான்.

நிலாவும் உறக்கத்திலேயே அழுதபடி வருடங்களைக் கடத்தினாள்.

வேலை கிடைப்பது வெகு கடினமாகி, தொடர்ந்து இங்கிலாந்தில் இருக்கமுடியாத சூழல் உருவாகியது. ஊருக்குத் திரும்ப போய் வேறு ஏதாவது செய்யலாம் என்று முடிவு செய்து கிளம்பினாள்.

தெரிந்த ஊர், தெரிந்த உறவுகள் என்றாலும் நான்கு வருடப்பிரிவு பயம் காட்டியது. குக்கூவை பார்க்கப்போகிறேன்

என்பது அவளுக்கு மிகுந்த சந்தோஷம் தந்தது. அடுத்த நிமிடமே என்னை மறந்திருப்பானோ என்ற கொடும்கசப்பு வயிற்றுக்குள் பரவியது.

நிலா எல்லாவற்றையும் மூட்டைக் கட்டிக்கொண்டு ஊரைவிட்டு கிளம்பினாள். விமானம் சென்னையில் இறங்கியது.

நிலா பதைபதைப்போடு பெட்டிகளை எடுத்துக்கொண்டு நகர்ந்தாள். ஏர்போர்ட்டில் நிறைய கூட்டம். ஆனால் அதற்கு நடுவே எல்லோரையும் குள்ளமாக்கி முக்காலியின் மேல் நிற்பதைப்போல ஆதி நின்றுக்கொண்டிருந்ததைப் பார்த்தப்போதே நிலாவின் கால்கள் ஜெல்லி போல மாறியது.

மேலும் வேகம் கூட்டி, உதறலோடு நடக்க கூட்டம் கொஞ்சம் விலகி விலகி, நிலாவைத் தேடிக்கொண்டிருந்த அம்மாவின் முகத்தை அங்கு நடந்துக்கொண்டிருந்த மற்ற தலைகள் காட்டி காட்டி மறைத்தது.

நகரும் புடவைகள், பேண்ட்கள், பெட்டிகள், ட்ராலிகளின் மத்தியில் குக்கூ தெரியவில்லை.

எல்லோரையும் நகர்த்தி, தாண்டி பெட்டியோடு, அம்மா, ஆதியின் அருகே சென்ற போது, குக்கூ அவர்களின் முன் நின்றிருந்தான். நிலாவின் இடுப்பில் அமரும் கையளவு நீளத் திலிருந்த குழந்தை இப்போது அவளுடைய தொடையளவு உயரமாக நின்றிருந்தான்.

புகைப்படங்களில் பார்த்த குக்கூவுக்கும், நேரில் நிற்கும் குழந்தைக்கும் எவ்வளவு வித்தியாசம்.

ஆனால் குக்கூவிற்கு நிலாவை அடையாளம் தெரியவில்லை. அவன் முன் நின்றிருந்த நிலாவை தாண்டி அவன் பார்வை நடந்துக்கொண்டிருந்த மற்ற பெண்களின் முகங்களில் அம்மாவைத் தேடியது.

குக்கூ அவன் அப்பாவைப் பார்த்து, “டாடி! மம்மீ காணோம்! மம்மீ வர்ல “ என்று சொல்லிக்கொண்டே அவனை தாண்டி செல்லும் முகங்களை நிமிர்ந்து தேடிக்கொண்டிருந்தான்.

நிலா குக்கூவின் முன்னாலேயே சில நிமிடங்கள் நின்றிருந்தாள். அவன் நிலாவைப் பார்த்துவிட்டு, அவள்

முன்பிருந்து நகர்ந்து, நிலாவைத் தாண்டிச்சென்று கூட்டத்தில் வருபவர்களில் நிலாவைத் தேடிக்கொண்டிருந்தான்.

தன் முகம் அவனுக்கு நினைவில்லை என்பதின் வலி உணர்ந்தாலும், அவன் தொடர்ந்து பேசும் வாக்கியத்தை முதன்முதல் நேரில் கேட்டது மிக சிலிர்ப்பாக இருந்தது.

கூட்டம் வழிந்து, கால்களால் நிரம்பிய தரையில், குக்கூவின் முன் மண்டியிட்டு அமர்ந்தாள்.

குக்கூவும் நிலாவும் ஒரே அளவில் இருந்து, கண்களை நேருக்கு நேர் பார்த்துக்கொண்டார்கள். நிலாவின் கண்களில் கண்ணீர் வழிந்தது. ஒன்றும் பேசாது பார்த்துக்கொண்டிருந்த குழந்தை திடீரென "ம்மீ" என்றதும், அவனை வாரியணைத்தாள்.

அதன்பின் சினிமாக்களில் பல வருடம் பிரிந்திருந்தாலும், ஒன்று சேர்ந்த அடுத்த நொடியே எல்லோரும் கூடி மகிழ்வதைப் போல சர்வநிச்சயமாக ஏதும் நடக்கவில்லை.

காலமும், தூரமும் அவர்கள் எல்லோரையும் வேறொன்றாக மாற்றியிருந்தது. அது என்ன என்பது பற்றி யாருக்கும் பிடிக்கிட்டவில்லை.

தாயங்கல் ஆட்டத்தில், கல்லை தூக்கி மேலே போட்டு, கிழே வெவ்வேறு திசையில் சிதறிக்கிடக்கும் கற்களை ஒரே முயற்சியில் ஒன்றாக்கி பொறுக்கிவிட முயன்று தோற்றுக்கொண்டே இருப்பதை போல இருந்தது நிலாவின் மனது.

ஊருக்கு சென்றப்பின், குழந்தையோடு மீண்டும் பழக பல மாதங்கள் ஆனது.

குக்கூவிற்கு ஏதாவது வேண்டுமென்றால், அம்மாவிடமோ, அவனைப் பார்த்துக்கொள்ளும் வேலைக்கார பெண்ணிடமோ, நிலாவின் மாமியாரிடமோ, கோகிலா ஆண்டியிடமோ இப்படி வேறு யாரிடமாவது சென்றுக் கேட்டான். நிலாவை நெருங்குவதற்கு சமயம் எடுத்தான். நிறைய தயங்கினான்.

அம்மா என்ற பெண்ணுக்குப் பழக்கப்படாத குழந்தைக்கு அம்மாவாக எப்படி இருப்பது?

குக்கூவைப் பொறுத்தவரை அம்மா புகைப்படத்தில் தெரியும் பெண் மாத்திரமே.

பிறக்கும்போதே செத்துவிட்ட தாயின் முகத்தைப் புகைப்படத்தில் பார்க்கும் குழந்தையின் மனநிலையில் தான் குக்கூ இருந்தான்.

நிலா குக்கூவின் அருகில் வந்தால், குக்கூ தொட்டாற் சிணுங்கியைப் போல சுருங்கினான்.

நிலா அருகில் வந்தாலே, அத்தனை நேரம் எல்லோரிடமும் அவன் மழலையில் வாய் பேசிக்கொண்டிருந்ததை நிறுத்தினான். சிரிப்பதை நிறுத்தினான். விளையாடுவதை நிறுத்தி, அவனுக்குப் பழக்கப்பட்டவர்களின் பின்னால் சென்று ஒளிந்துக்கொண்டான். நிலா அவன் இருக்கும் அறைக்குள் நுழைந்தால், அது அவனை ஏதோவொரு விதத்தில் சங்கடப்படுத்தி அந்த அறையைவிட்டு போக வைத்தது.

நிலா குக்கூவை நெருங்காது, நெருங்கமுடியாது கைக்கெட்டும் தூரத்தில் நின்று மூன்றாவது ஆள் போல பார்த்தாள்.

அம்மா என்றால் ஒரு குழந்தைக்கு என்ன அர்த்தம்?

அம்மாவிற்கும் குழந்தைக்கும் இருக்கும் அன்பென்பது எதனால் இணைவது?

பிணைப்பும், அன்பும், பரிவும் 'நான் உன் வாழ்க்கையின் சாட்சியாக இருக்கிறேன். உன்னோடு எப்போதும் இருப்பேன்' என்ற நம்பிக்கையால் வருவது மாத்திரமே என்று நிலா புரிந்துக்கொண்டாள்.

அம்மாவானாலும், குழந்தையானாலும் பிணைப்பு நொடியில் வருவதில்லை. அப்படி பார்த்த நொடியே ஏதோ ஒன்று வந்துவிடும் என்று யாராவது சொல்வார்களேயானால் அது வெறும் மேல்பூச்சுக்காக சொல்லப்படும் பொய் என்பது மட்டும் தான் நிதர்சனமான உண்மை.

புகைப்படத்தில் பார்த்த அம்மா என்பவள் மீண்டும் புகைப்படத்தினுள்ளேயே போய் மறைந்துவிட வாய்ப்பு இருக்கிறது என்று குக்கூ எண்ணினானோ என்னவோ, நிலாவை நம்பும் இடத்திற்கு அவன் வரவேயில்லை.

காமனை எறிக்க சிவனின் நெற்றிப்பொட்டில் இருந்த தெறித்த நெருப்பு துண்டு, சிதறி ஆறு துண்டாகி சரவணப்பொய்கையில்

விழுந்து, கார்த்திகைப்பெண்கள் ஒவ்வொருவரும் தொட ஆறு குழந்தையாகி வளர்ந்ததாகவும், பார்வதி சேர்த்தணைக்க ஆறு குழந்தைகளும் ஒன்றாக சேர்ந்து முருகன் ஆனதாக கேட்டிருக்கிறாள்.

ஒரு புகைப்படத்தை பல்லாயிரம் துண்டுகளாக மாற்றி, அந்த துண்டுகளை மெதுமெதுவாக ஒன்றாக்கி மீண்டும் புகைப்படத்தைக் கொண்டுவரும் விளையாட்டிற்குப் பேர் ஜிக்சா புதிர் (jigsaw puzzle).

பல துண்டுகளாக வளர்ந்துப் போயிருந்த குழந்தையும், பல துண்டுகளாக தெறித்து சிதறியிருந்த அம்மாவும் குலுக்கிப்போட்ட புதிராக மாறிப்போயிருந்தார்கள். மீண்டும் சேர்த்தணைத்து ஒரே உயிராக சேர்ந்து வளர முடியுமா என்று முயற்சித்தார்கள்.

குக்கூ அப்போதும், பறந்து செல்லும் பறவை, ஊர்ந்து செல்லும் புழு, வண்டு, எறும்புகளிடமும், குதிக்கும் வெட்டுக்கிளி, பல்லி, தவளைகளைப் பார்க்கும்போதெல்லாம் "அம்மாட்ட போறியா! பத்ரமா போ! குட் பாயா சீக்ரமா பத்ரமா அம்மாட்ட போ! சரியா" என்று சொல்லிக்கொண்டே வளர்ந்தான்.

★ ★ ★

# 6

## குக்கூ: வயது 6

பெரம்பூர் அயனாவரத்தில் இருந்த வாடகை க்வார்ட்டர்ஸ் ஒன்றில் நிலாவும், ஆதியும், குழந்தையும், மேல்வேலைக்கு இருந்த பெண் அகிலாவும் வசித்துவந்தார்கள்.

குக்கூ லேப் டாப்பில் "சிக்கன் லிட்டில்" கார்ட்டூன் பார்த்துக்கொண்டிருந்தான். சமையலறையில் இருந்து சாப்பாடு எடுத்து வந்து அகிலா மேசைமீது வைத்துக்கொண்டிருந்தாள்.

நிலா இங்கிலாந்திலிருந்து திரும்பிவந்து பல மாதங்கள் ஆகிவிட்டது.

வேலை தேடத்தொடங்கிய பிறகுதான், கடந்து சென்ற 4, 5 வருடத்தில் சென்னையும், நகரத்தின் விலைவாசியும், மருத்துவத்துறையும் எத்தனை கடுமையான போட்டியோடு மாறியிருக்கிறது என்று நிலாவிற்குப் புரிந்தது.

ஊருக்குத் திரும்பவரும்போது இருந்ததைக் காட்டிலும் நிலாவின் பயம் பல மடங்கு கூடிப்போயிருந்தது.

ஆதியால் இயன்ற அளவு கடினமாக வேலை செய்து, சினிமா துறையில் தன் பெயரை நிலைநிறுத்திக்கொள்ள முயன்று வந்தான், அவனுடைய சொந்த முயற்சியில் சிலந்தி வலைப் பின்னுவது போல கொஞ்சம் கொஞ்சமாக சினிமா உலகில் ஆட்களின் பரிச்சயம் பெற்று, சின்னத்திரை

தொடர்களில் வர தொடங்கினான். சில படங்களில் சின்ன, சின்ன வேடங்களில் நடிக்கத் தொடங்கியிருந்தான்.

ஆதி வெகு கூச்ச சுபாவமும், பெருமையும் பார்ப்பவன். திருமண நிகழ்விற்கு வந்தவர்களை வரவேற்று இரண்டு வார்த்தை சொல்வதற்கே கைகால் நடுங்கி வியர்த்துக்கொட்டியவன், இன்று பிழைப்பிற்காக எல்லோரின் முன்னாலும் நடிக்கிறான் என்பது நிலாவிற்கு ஆச்சரியமாக இருந்தது.

ஆனால் மனம் ஒரு பிழன்ற குரங்கு மாத்திரமே.

இத்தனை நீண்ட பிரிவுக்குப் பிறகும், தன் குடும்பத்துடன், குழந்தையுடனுமான நேரத்தை காவு கொடுத்தும் கூட பணத்தட்டுப்பாடு மாறவே இல்லை, என்பது நிலாவுக்குள் எதையோ எரிக்கத் தொடங்கியிருந்தது.

எப்பேர்ப்பட்ட பெண்ணாக இருந்தாலும் அவள் மனது அமைதியாகவும், பாதுகாப்பாகவும் இருக்க பணம் பெரும்பங்கு வகிக்கிறது என்பதை நிலா உணர்ந்துகொண்டிருந்தாள்.

பொருள் சார்ந்த இடத்தில் இருந்து விலகி நின்று, அனபை மட்டுமே பற்றுபவள் என்று தனக்கு தானே சொல்லிக் கட்டிவைத்திருந்த தேவதை பிம்பம் உடைந்து, அவளுடைய உடைந்த உள்மன விகாரங்கள் கோரப்பற்களைக் காட்டுவதை நிலா ஆச்சரியமாக பார்த்தாள். அதை நேர்மையாக வெளியே சொல்லவோ, ஏற்றுக்கொள்ளவோ முடியவில்லை.

நாட்கள் ஆக ஆக, மேலே போட்டிருந்த கூடு ஆங்காங்கே பிய்ந்து, நிலாவின் உள்ளிருந்த பேயொன்றைக் காட்டியது.

மனதில் இந்த சில வருடப்பிரிவில் நிலாவிற்கு வாழ்க்கை தரம் ஸ்லேட்டில் அழித்து புதிதாக வரைந்தப் படம் போல மாறிப்போயிருக்கும் என்ற மிகுபுனைவு நம்பிக்கை அடியோடு அழிந்த நொடியின் ஏமாற்றம், ' என் எல்லா தோல்விகளுக்கும், வலிகளுக்கும் முழுக்காரணமும் ஆதி மட்டும் தான் ' என்றுத் திரும்பியது.

ஆதியின் மேல் தேவையில்லாது எரிச்சல் நிலாவின் உள்ளே குத்தவைத்து அமர்ந்தது.

ஆதிக்கும் அப்படியான பேயொன்று இறங்கியிருக்கலாம்.

நிலா ஆதி பேசும்போது, அவனையேப் பார்த்துக்கொண்டு இருந்தாள். அவனும் சில வேளை நிலாவை உற்றுப் பார்த்துக்கொண்டிருப்பதைக் கவனித்தாள்.

இருவரும் சிரித்தாலும், பேசினாலும் இருவருக்கும் உள்ள இடைவெளியும், வெறுப்பும், பயமும் மிக அகலமாகியிருந்ததையும், ஒட்டமுடியாது இருப்பதை இருவராலும் உணர முடிந்தது.

25 வருட பிரிவுக்குப் பிறகு ஒரே பாட்டில் அடையாளம் கண்டு, கட்டித்தழுவி ஓருயிர் ஈருடல் என்று இணையும் குடும்ப உறவுகளைப் படங்களில் பார்த்திருக்கிறாள். அது முழுக்க மனித மனதால் சாத்தியப்படாத ஒன்று என்பதை நிலா உணர்ந்திருந்தாள்.

'வெறும் சில வருடப்பிரிவு எப்படி எங்கள் அன்பை உடைத்திருக்கமுடியும்? நான் எவ்வளவு தூரம் ஆதியைக் காதலித்தேன். இவனுக்காக என் மொத்த குடும்பத்தையும் எதிர்த்தேனே? இவனை தவிர வேறு எதுவுமே தேவையில்லை என்றேனே? என் காதல் என் கண் முன்னேயே தகர்ந்துப்போகும் அளவு இத்தனை ஆழமற்றதா? என் மனமே எனக்கு பொய் சொல்லியதா?' என்று நிலா குழப்பக்கேள்விகள் கொண்டு நாட்களைக் கிழித்தாள்.

இந்த நான்கு ஆண்டுகாலப் பிரிவில் ஆதிக்கான சொந்தங்கள், நண்பர்கள் வட்டம், சினிமா வட்டம், ரசிகர்கள் என்று அவனை எப்போதும் தேடும் பெரிய கூட்டமிருக்க, யாருமே இல்லாது நிலா கட்டந்தனிமையில் இருந்தாள்.

ஜமாலியா! பெரம்பூர் ரயில்வே தடத்திற்கு மிக அருகில் 100 வருடத்திற்கு முன் எழும்பிய பழைய கட்டிடக்கூட்டம். பரபரப்பான நகரத்தின் மத்தியில் நேரம் உறைந்து நின்றுவிட்டதைப் போல பிரமை ஏற்படுத்தும் வீடுகளும், மனிதர்களையும் அங்கு பார்க்கலாம்.ரயில் போவதை வைத்து நேரம் சொல்லும் மக்கள்.

சுற்றி நிறைய மரங்களும், புதர்களும் மண்டியிருந்த அந்த க்வார்ட்டஸில், ஒவ்வொன்றும் மேல்வீடு, கீழ்வீடு என்று பகுதி

பகுதியாக மொத்தம் 15 வீடுகள் அமைந்திருந்தது. இது ஈ.எஸ்.ஐ மருத்துவமனையை ஒட்டியிருந்த க்வார்ட்டர்ஸ்.

நிலாவுடைய சித்தியின் மூலம் இந்த வீடு வாடகைக்குக் கிடைத்தது. வாரத்தில் 2, 3 தடவையாவது அந்த பகுதியில் 5, 6 அடி நீள விஷப்பாம்புகள் சாதாரணமாக உலாவுவதைப் பார்க்கலாம். சில சமயம் அக்கம்பக்கம் இருந்த வீடுகளில் இருந்து "பாம்பு வந்துருச்சு. யாராவது ஓடிவாங்க" என்று கூக்குரல் கேட்கும்.

அலறல் கேட்டவுடன் ஓடிச்சென்று பாம்பை அடிக்க வாசல் அருகிலேயே ஆதி உருட்டுக் கட்டைகளை எப்போதும் தயாராக வைத்திருந்தான்.

அவர்கள் வசித்த கீழ்வீட்டில் சதுரமான 4 மிக பெரிய அறைகள். சில இடங்களில் பிளந்தும், பல இடங்களில் பளபளப்பு மழுங்கிப்போன சிகப்பு ஆக்ஸைட் தரைகள். அங்கங்கே சுவரில் உதிர்ந்துத் தொங்கும் கையளவு அப்பளம் போன்ற டிஸ்டெம்பர் பெயிண்ட் உதிர்வுகள். கொடுமையான வெயிலில் கூட எப்போதும் சில்லென ஈரத்தோடும் ஓதம் இறங்கியிருந்த சுவர்கள் கொண்ட வீடு.

குழாய் தண்ணீர் பைப்லைன் இல்லாத வீட்டுக்கூட்டம் அவை.

வாரத்திற்கு இருமுறை இரவுகளில் தண்ணீர் லாரி வந்து அங்கு அமைக்கப்பட்டிருந்த பெரிய சிண்டெக்ஸ் தொட்டிகளை நிரப்பி சென்றது. அங்கிருந்த வீடுகளில் வசித்தவர்கள் குடங்களை எடுத்துக்கொண்டு பலமுறை சென்று தண்ணீர் பிடித்துத்தூக்கிக் கொண்டு வந்து நிரப்புவார்கள். காலை வரை காத்திருந்தால் தண்ணீர் காலியாகிவிடும்.

ஆதி மூன்று பெரிய உலோக ட்ரம்கள் வாங்கி, குளியலறையின் முன் வைத்திருந்தான். 10 ப்ளாஸ்டிக் குடங்கள், 4, 5 ஸ்டைன்லெஸ் ஸ்டீல் குடங்கள், இரண்டு ஸ்டீல் மூடியோடு இருந்த அண்டாக்கள் இவைகள் அனைத்தும் நிரம்பினால்தான் வீட்டில் மூன்று நாளைக்கான சமையல், குளியல், கழிவறை, பாத்திரம் / துணி துவைத்தல் ஆகிய வேலைகளை செய்யமுடிந்தது.

ஆதியோ, நிலாவோ இப்படியான தண்ணீர் பற்றாக்குறையில் வசித்தவர்கள் இல்லை. ஆதி பொறுத்துக்கொண்டு அங்கு வாழ்வதைப் போல நிலாவால் ஏற்றுக்கொள்ளமுடியவில்லை.

இரவு 11 மணியளவில் நிலா, ஆதி, வீட்டில் உதவிக்கு இருந்த சிறுபெண் என்று மாறி மாறி ப்ளாஸ்டிக் குடங்களில் தூக்கிக்கொண்டு வந்து வீட்டிற்குத் தேவையான தண்ணீர் பிடித்து முடித்து விட்டு வந்து படுக்க இரவு 1 மணி ஆகிவிடும்.

குக்கூவிற்கு இப்படி தண்ணீர் பிடிக்கும் நாள் வந்தாலே பயங்கர குஷியாகிவிடுவான். நிலாவிற்கு அப்படியல்லை.

அந்த க்வார்ட்டஸ் உள்ளே செல்லும் சிறிய பாதை கருங்கற்களும் மணலும் கொண்டு உருவாக்கப்பட்டது. ஒரு கார் செல்லும் அளவு அகலம் கொண்டது. மழைக்காலம் மட்டும் அன்றி வருடத்தில் பெரும்பாலும் சேறும் சகதியும், குண்டும் குழியுமாக இருக்கும்.

பெரும் பிளாஸ்டிக் குடங்களோடு இருட்டில் நடப்பதும், கழிப்பறைக்குத் தண்ணீர் பக்கெட்டில் தூக்கி செல்வதும், மழை பெய்தால் முன்கதவு மூலமும், கழிவறையில் இருந்தும் பெறுக்கெடுத்து வரும் தண்ணீரைப் பெறுக்கித் தள்ளிவிட வேண்டியதும், கழிப்பறையினுள் இருந்தோ, தண்ணீர் போக வைத்திருக்கும் துவாரங்களிலோ, ஜன்னல் வழியாகவோ பாம்பு வருமா, தேரை வருமோ என்று பயந்துக்கொண்டே இருப்பதும் நிலாவிற்குப் புதிதாக இருந்தது.

இருட்டில், பாம்பு இருக்கிறதா என்று பார்த்தப்படி, பெரும் குடங்களோடு தண்ணீர் லாரிக்காக காத்திருக்கும் இரவுகள் வழக்கமானது.

ஒவ்வொரு நாளும் பெருக்கி ஒரே இடத்தில் சேர்த்துவைக்கும் குப்பையைப் போல, எல்லா நிகழ்வுகளும் சேர்ந்து நிலாவிற்கு ஆதியின் மேல் கோபத்தையும், வெறுப்பையும், பயத்தையும் வளர்த்தப்படி போனது.

இன்று இருக்கும் நிலாவின் மனவோட்டத்தோடு அங்கு இருந்த அவர்களின் வாழ்க்கையை யோசித்துப் பார்த்தால் அது மிகவும் அழகான நாட்களாக தான் இப்போது அவளுக்குப் பட்டது. ஆனால் அங்கு வாழும் சமயம் அவளால் அப்படி யோசிக்கமுடியவில்லை.

குழந்தைக்கு அந்த வீடும், சுற்றுப்புறமும் பெரும் சாகசவீரனைப் போல தோன்றவைத்தது. வெளியே மண்டி யிருந்த புதர்களும், அருகே ஓடும் ரயில்களும், மரங்களும், வீட்டின் வெளியே இருந்த பறவைக்கூட்டங்கள், பாம்பு பல்லி தேரை நாய் பூனை புழு பூச்சிகளோடு வீட்டிற்குள் வைத்த வளர்த்துவந்த கிளி, கோழி, லவ்பேர்ட்ஸ் என்று உயிரன வகைமையின் நடுவே உற்சாகமாக வளர்ந்தான். அவனுடைய தினங்கள் பெரும் சந்தோஷத்தோடும், ஆட்டவோட்டத்தோடும் நகர்ந்தது.

ஆதியும் நேர்மறை சிந்தனை கொண்டவன். எப்போதும் அவன் இருக்கும் இடம் முழுக்க சிரிப்பும், கும்மாளமும், மகிழ்ச்சியும் நிறைந்திருக்கும்.

சீரியல், சினிமாவில் முகம் காட்டுவதால், வெளியே சென்றாலே அடையாளம் கண்டுப்பிடித்து ஆதியைப் பலர் சூழ்ந்தார்கள். பெண்கள் அவனை ரசித்தார்கள். அப்படியான அங்கீகாரங்கள் ஆதிக்கும் மிகவும் பிடித்திருந்தது. இது தான் என் மனைவி என்று சொல்கையில், அந்த பெண்கள் நிலாவைப் பார்த்த பார்வைக்குப் பல அர்த்தங்கள் தெரிந்தது.

ஆதியின் அன்பிற்கு வெகு நெருக்கமான சில பெண்கள் இருந்தார்கள். எல்லோருக்கும் மனதால் ஒன்றி உறவாட யாராவது நிச்சயமாக தேவை என்றுத் தெரிந்திருந்தாலும் கூட அது அவள் இல்லை என்பதை ஒத்துக்கொள்வது நிலவுக்கு மிகக் கடினமாக இருந்தது.

குழந்தை ஏதாவது வேண்டுமென்றால், வேலைக்கார பெண்ணைக் கூப்பிடும்போது நிலாவின் பற்றாமையை அது மேலும் உரசியது.

பலவருடம் பிரிந்து இருந்ததற்கும், குழந்தை வளர்வதைப் பார்க்காமல் இருந்ததற்கும் ஒரு துளி பொருளும் இல்லை என்பது நிலாவின் மனதை கறுவி கறுவி அறுத்தது. அந்த சிந்தனையை அவளால் தாங்கமுடியவில்லை.

காலையில் இருந்து இரவு வரை மீண்டும் தனிமையில் வேலை ஏதுமில்லாது, எதிர்காலம் பற்றிய தெளிவில்லாது நிலா காத்திருக்கத் தொடங்கினாள்.

கண்ணுக்குத் தெரியாத பரமபத விளையாட்டில் சுழண்ட தாயக்கட்டை நிலாவை மீண்டும் தொடங்கிய இடத்திற்கே கொண்டு வந்த போட்டுவிட்டதைப் போல இருந்தது.

நிலா கொண்டுவந்திருந்த பணம் கொஞ்சம் கொஞ்சமாகக் கறையத்தொடங்கியது.

மீண்டும் லண்டன் திரும்பிச் செல்ல ஏதும் வழியிருக்கிறதா என்று தேடிக்கொண்டிருந்தாள். அங்கிருந்த நண்பர்கள் சிலரைத் தினமும் இணையம் மூலம் தொடர்பு கொண்டு வேலை யிருக்கிறதா? என்று கேட்டாள்.

அவள் வாங்கியிருந்த கணினியும், இணையமும் அவளுடைய நண்பர்கள் ஆகிவிட்டது. யாருக்குமே அவள் தேவைப்படவில்லை.. கணினியின் முன் அமரத்தொடங்கினாள்.

யாஹூ சாட், ஓர்குட் போன்றவைகளில் சென்று அங்கு அகப்படும் யார் யாரிடமோ பேசினாள், சிரித்தாள். திறீவீக்ஷீமீ செய்தாள். எதற்குமே அர்த்தமில்லை என்றாலும், அந்த சலசலப்பு அவளுக்குப் பிடித்து, அது அவளை மெல்ல விழுங்கத் தொடங்கியது.

சென்னைக்கும், இங்கிலாந்துக்கும் இருந்த 5 மணிநேர வித்தியாசத்தில், இரவு எல்லோரும் தூங்கிய பிறகும் நிலா கணினியின் முன் அமர்ந்தாள்.

நிலா ஆதியிடம் இருந்து உடலால், மனதால், செய்கைகளால் விலகியிருப்பதும், கணினியின் முன் இரவு நேரங்களில் அமர்ந்திருப்பது ஆதிக்குமே நிலாவின் மீது மேல் கோபத்தை வரவழைத்தது. அவனைக் கோபமூட்டுவதும், எரிச்சல் அடையச் செய்வதும் நிலாவிற்கு சொல்லமுடியாத வகையில் குரூர மகிழ்ச்சியை தந்தது.

ஆதியோடுப் பேசுவது முழுக்க நின்ற பிறகு இருவருக்கும் ஆன உறவு எல்லாவகையிலும் அடிபட்டு போக, என்ன செய்வது என்று தெரியாது வெவ்வேறு வகையில் ஒருவரை ஒருவர் காயப்படுத்தத் தொடங்கினார்கள்.

இருவரின் கோபத்திற்கான காரணம் வெவ்வேறு ஆனால் வலியும் பிரிவும் ஒன்றுதான்.

ரோமர்களுடைய காலகட்டத்தில், குற்றங்களுக்கு தண்டனையாக குற்றவாளியை நான்கு குதிரை வண்டிகளில் கையும், காலும் கட்டி நாலாப்பக்கமும் உடலில் இருந்து பிய்த்துக்கொண்டு வந்து இறக்கும் வரை இழுப்பார்களாம். வாழ்க்கையின் பயங்கள் ஆதியையும், நிலாவையும் வெவ்வேறாக இழுத்துப் பிய்த்துக் கொல்லத்தொடங்கியது

சிலவேளை, ஆதி நிலாவைப் பார்த்து 'உனக்கு என்னை பிடிக்கவில்லையா? நான் என்ன தப்பு செய்தேன்?' என்று கேட்டான்.

அந்த கேள்விகள் நிலாவைக் கோபமூட்டிக் குழப்பியது.

நிலாவின் அன்றைய மனநிலை 'நான் எத்தனை பரிதாபத்துக்குறியவள். நான் எவ்வளவு கடினமான வாழ்க்கையை கடந்து இருக்கிறேன்' என்ற விக்டிம் மனநிலையில் தொடங்கி, 'என் வாழ்க்கையை எப்படி வீணடித்துக் கொண்டிருக்கிறேன். என்னோடு படித்தவர்கள் எல்லோரும் முழுக்க செட்டில் ஆகிவிட்டார்கள். நான் என்ன செய்யப்போகிறேன்' என்ற தோல்விபய மன நிலைக்குள் நுழைந்து, 'என் வாழ்க்கை இப்படி ஆக ஒரே காரணம் இவன் மட்டும் தான்' என்ற மனம் பிழன்ற குற்றம் சொல்லில் வந்து கலந்து, மிகுந்த ஆழ்ந்த மன அழுத்தம், பதட்டம், பயத்திற்குள் அவளை தள்ளியது.

இதைப் பற்றி யாரிடமும் நிலாவால் ஏதும் பேசமுடியவில்லை.

ஆதி கேட்ட ஒற்றைவரி கேள்விகளுக்குப் பதில் சொல்லாது, அவனைப் பார்த்துக்கொண்டிருந்தாள்.

ஆனால் நிலாவின் எண்ணவோட்டம் 'என் மனதுக்குள் ஓடும் எல்லாம் விஷயங்களும் இவனுக்கு ஏன் புரியவில்லை? நான் பட்ட பாடுகள் பற்றி இவனுக்கு ஒரு புரிதலும் இல்லை.' என்பதில் தொடங்கி, 'என்னைப் புரிந்துக்கொள்ள இவனுக்கு விருப்பம் இல்லை' என்றுத் திரிந்து, 'ஆதிக்கு என்னைப் பற்றி எந்த அக்கறையும் இல்லை. இவன் ஒரு பயங்கர சுயநலவாதி' என்ற கடும்விகார இடத்தில் வந்து நின்றது.

நிலாவின் மனதுக்குள் நகர்ந்துக்கொண்டிருந்த பய சதுரங்க ஆட்டத்தில், ஆதியே தன் முதல் எதிரி என்று தோன்றத் தொடங்கியது.

ஆதி முடிந்தவரை இந்த குடும்பத்தை ஒன்றாக வைத்திருக்க முயற்சி செய்கிறான் என்பதைப் பார்த்தாலும் நிலாவால் அதை உணரமுடியவில்லை.

'உன்னைவிட நான் அதிகம் உழைத்திருக்கிறேன், உன்னை விட நான்... உன்னை விட நான் ..என 'நான்' என்ற கருமை செங்கற்களை ஒவ்வொன்றாக தன் ஈகோவோடுக் கூட்டியபடி நிலா எப்போதும் போல தனிமைக்குள் மூழ்கினாள்.

பிறந்தது முதல் பெரும்பாலும் தனிமையில் இருந்து வெளியே வரவேண்டியும், சிரித்துக்கொண்டே இருக்கவும் தான் ஆதியை திருமணம் செய்தாள். ஆனால் திருமணம் ஆனதில் இருந்து அவளுக்குத் தெரிந்ததை விட இன்னும் அடர்த்தியான தனிமையை உணர்ந்தாள். இப்போது அந்த வீட்டில், ஆதியும் குக்கூவும் இருந்தாலும், எப்போதையும் விட மோசமான மனநிலையில் இருந்தாள்.

தனிமையோடு, பணப்பிரச்சினையும், மீண்டும் என்ன செய்வது என்பது தெரியாத சூழல் நிலாவை மிக கடுமையான மன அழுத்ததுக்குள் தள்ளியன.

நிலாவிற்கு இரவு தூக்கம் வரவில்லை. பகலில் எழவேப் பிடிக்கவில்லை. குழந்தையைப் பார்த்துக் கொள்வது கூட தன்னுடைய வாழ்க்கையில் நேரவிரயம் என்று அடிக்கடி தோன்றி குற்றவுணர்ச்சிக்குள்ளும் தள்ளியது.

இரவில் தண்ணீர் குடங்கள் தூக்கிவரும் போது, வானத்து நட்சத்திரங்களையும், நிலாவையும் பார்த்து மனதுக்குள் அழுதுப்புலம்பினாள். நிலாவின் வருங்காலம் அவளுக்கு தந்த அச்சுறுத்தலைக் காட்டிலும், அவள் காலருகே ஊர்ந்து சென்ற கொடும் விஷம் கொண்ட நீளபாம்புகள் அவளை பெரிதாக அச்சுறுத்திவிடவில்லை. எல்லோரும் தூங்கினாலும் நிலா மட்டும் தூங்காது "கடவுளே! எனக்கான வழியைக் காட்டு!" என்று அழுது தலையணைகளை ஈரமாக்கினாள்.

குக்கூவின் வருங்காலம் என்னவாக இருக்கப்போகிறது என்று தெரியாது பயந்தாள்.

ஆதி தன் வேலையில், எவ்வளவோ அவமானப்பட்டு முட்டிமோதி அவனுக்கான இடத்தை நிலை நிறுத்த முயன்றாலும்,

நிலாவால் முழுக்க அவனை ஆதரிக்கமுடியவில்லை. வெளியே அவனோடு சிரித்து பேசினாலும், உள்ளுக்குள் ஏதோ ஒன்று பிளவுப்பட்டுக் கடும்கோபத்தோடு உறுமிக்கொண்டே இருந்தது.

நன்கு அறிந்தவர்கள் மெதுமெதுவாக அந்நியமாவதன் வலியை நிலாவும், ஆதியும் உணர்ந்தார்கள். வெவ்வேறாகத் தேய்ந்தார்கள்.

ஆதி நிலாவின் அருகே வந்தாலும், தொட்டாலும் அது நிலாவிற்கு கோபத்தை வரவழைத்தது. அந்நியமாக உணர்ந்தாள். ஒரே அறைக்குள் இருந்தாலும், முடிந்தவரை அவனிடமிருந்து வெகுதூரம் இருக்க முயன்றாள். குழந்தையைக் கட்டிப்பிடித்துக்கொண்டு தனியாக தூங்கினாள். அவனுக்கும் நிலா வேறொருத்தியாக மாறியிருப்பதை ஏற்றுக்கொள்ளவோ, புரிந்துக்கொள்ளவோ முடியாது நின்றான்.

ஆதியின் குழப்பம் நிலாவைக் கொஞ்சம் மகிழ்வாக்கி, 'என் லைஃப்பே உன்னால இப்படி போச்சுல்ல. இனிமேல இது தான் நான். So deal with it' என்று இறுக்கமாக்கியது.

உள்ளம் விலக விலக, சிறு விஷயங்கள் கூட இருவரையும் பயமுறுத்தி, அவர்களின் பொறுமைகளைத் தின்று ஒருவர் மேல் ஒருவருக்கு எரிச்சல் வளர்த்தது. ஆதி வாழ்க்கையை மேம்படுத்த பலவாறு முயன்றாலும், நிலா மீண்டும் லண்டன் திரும்ப ஆன பாடுப்பட்டாள்.

ஆதி, "நீ ஏன் திரும்ப லண்டன் போகணும்? இங்கேயே வேலை செய்! போதும்" என்று சொல்லும்போது நிலாவுக்குள் கோபம் கொப்பளித்தது. ஐந்து வருடத்தில் இங்கு இருக்கும் படிப்பு போட்டியிலும் பின் தங்கிப்போய், வெளிநாட்டில் செய்த வேலையும் அரைகுறையாக நின்றதில், தன் ஐந்து வருடமும் ஒன்றுமே சொல்வதற்கு இல்லாது போனதை நிலாவால் விளக்கமுடியவில்லை.

நிலா பதில் சொல்லாது இருப்பது, அவனுக்குள் சந்தேகத்தை வரவழைத்தது. அதனை அங்கொன்றும் இங்கொன்றுமாக வார்த்தையில் கொட்டத் தொடங்கினான். குடிக்கத் தொடங்கினான். எரிந்துவிழத் தொடங்கினான்.

'நான் உனக்காக எவ்வளவு செஞ்சிருக்கேன். ஆனால் நீ என்னைக் கொஞ்சமும் புரிஞ்சிக்கல' என்ற கழிவிரக்கம் எத்தனை பயங்கரமான பூதம் என்பது நிலாவுக்கு அன்று தெரிந்திருக்கவில்லை.

இருவரும் அந்த கழிவிரக்க கொடும்பூதத்தின் பிடியில் சிக்கினார்கள்.

ஆதி தன் மனதுக்குள் "நான் உனக்காக எவ்வளவு தியாகம் செஞ்சேன். எங்கப்பா அம்மாவை எல்லாம் எவ்வளவு கஷ்டப்பட்டு ஒத்துக்கவச்சு, உன்னைக்கட்டிக்கிட்டேன். நீ என்னை விட்டுட்டு கஷ்டப்பட்ட மாதிரிதானே நானும் கஷ்டப்பட்டேன். அப்ப உனக்கு என்மேல இருந்த லவ் இப்ப இல்லை. நீ இப்படி மாற கட்டாயம் வேறொரு ஆண் தான் காரணம்" என்று திட்டவட்டமான முடிவுக்கு வந்து, உள்ளுக்குள் புழுங்கினான்.

ஆதியுடைய மனவேதனைக்கு நிலாவிடம் பதிலில்லை. அவளுக்குத் 'வேலையும், பாதியில் நின்றிருந்த படிப்பும், வருமானமில்லாத பணத்தட்டுப்பாடும் பெரும்பயத்தைக் கொடுத்துக் கொண்டிருந்தது. இதற்கும் இன்னொரு ஆண் தான் காரணம் என்று நினைக்கிறானே. ஆண் வர்க்கமே இப்படிதான்' என்ற குரோதமும் இதோடு சேர்ந்துக்கொண்டது.

இதற்கு நடுவே, நிலாவிற்கு வேலைக் கிடைக்க வாய்ப்பிருக்கலாம் என்று பாகிஸ்தானிய நண்பன் ஆமிர் மின்னஞ்சல் எழுதியிருந்தான். அன்று அவனுடைய மாலைநேரம் நிலாவை அலைப்பேசியில் அழைத்துப் பேசுவதாகச் சொல்லி யிருந்தான். நிலாவும் தோழனுடைய அழைப்புக்காகக் காத்திருந்தாள்.

இங்கிலாந்தில் நேரம் இரவு 10 மணிக்கு இந்தியாவில் இரவு 3 மணி.

ஆமிர் 12 மணிநேர ஷிப்ட் முடித்துவிட்டு அப்போது தான் வந்ததாகவும், வேலையைப் பற்றிய விஷயங்களைச் சொல்லிக் கொண்டும், நிலாவின் வாழ்க்கை எப்படியிருக்கிறது என்றும் கேட்டான். நிலா ஹாலில் இருந்த சோபாவில் அமர்ந்துப் பேசினாள்.

வேலைக்கான விண்ணப்ப படிவம் அனுப்பியிருப்பதாகவும், அவனுக்குத் தெரிந்த மருத்துவ கன்சல்டண்ட் மூலம் கட்டாயம் வேலை ஏற்பாடு செய்வதாக சொன்னதும், நிலாவுக்குள் இருந்த கனமான பாறை ஒன்று நகர்ந்து லேசானது போல உணர்ந்தாள்.

ஆமிரிடம் "thank you dear" என்று நன்றி சொல்லிவிட்டு, திரும்பிப்பார்த்தால் ஆதி இருட்டில் நின்று நிலாவையேப் பார்த்துக்கொண்டிருந்தான்.

நிலா ஆதியிடம் ஒன்றும் சொல்லாது கடந்துப்போகையில், "இந்த ராத்திரில எவன்கூடடீ டியர் மயிருன்னு பேசிட்டு இருக்கே" என்று கோபமாக கேட்டான்.

ஆதிக்குப் பதில் ஏதும் சொல்லாது நகர்க்கையில், "பதில் சொல்லு" என்று இன்னும் சத்தமிட்டான். அவனுடைய மனப்புழுக்கம், பயம், கோபம் எல்லாம் நிலாவிற்கு விசித்திரமாகப் பட்டது.

"என்னுடைய ஃப்ரெண்ட். வேலைக்கு ஏற்பாடு செய்யறான்" என்று சொல்லிவிட்டு சென்றுக் குழந்தையின் அருகேப் படுத்துவிட்டாள். ஆதி அந்த இரவு அறைக்குள் வரவே இல்லை. தூங்கவுமில்லை. அதை நிலா பெரிதாகக் கண்டுகொள்ளவே யில்லை.

'நான் எப்போது இவ்வளவு கல்நெஞ்சக்காரியாக மாறினேன்' என்று சிறு குரல் உள்ளிருந்து ஈனக்குரலில் கேட்டது. அதற்கு சொல்லவும் நிலாவிடம் பதிலில்லை.

அரசல்புரசலாக இருவரும் மெல்லிய குரலில் சண்டையிட தொடங்கினார்கள். ஏற்கனவே கரைந்துப் போய்க்கொண்டிருந்த மன அமைதி இல்லாமலேயே போனது.

'நான் உனக்கு போதவில்லையா' என்னும் கேள்வி ஆதியுடைய உள்ளத்தை உலுக்கி உடைத்துக்கொண்டிருந்தது.

இருவரும் பேசினாலும், அவரவர் குரல் தவிர எதிராளியின் குரலோ, சொல்லும் வார்த்தைகளோ காதில் நுழையவே இல்லை. அதனால் பேசும் தொனி அதிகரித்து சமயத்தில் கத்தலாக முடிந்தது.

குக்கூ இருவரும் சண்டைப் போட்டால், பயந்து நடங்கி, இருவரையும் கட்டிக்கொண்டான். குழந்தைக்காக கோபம்

குறைந்து சண்டையிடாமல் இருக்க முயன்றார்கள். ஆதியால் குக்கூவை சட்டென சிரிக்கவைக்க முடிந்தது. அப்பா அப்பா என்று எப்போதும் தேடி, அவளை சட்டைச்செய்யாது இருக்கும் குழந்தை நிலாவை வெறுப்பேற்றினான்.

மெல்ல ஆதி நிலாவிற்கு 'வேண்டாத மருமகள்' ஆகிப்போனான்.

இதன் நடுவே, திருவிழாவுக்காக வேலை செய்யும் பெண் ஊருக்கு போயிருந்தாள். நிலாவும் குக்கூவும் வீட்டில் தனியாக இருந்த இரவு ஒன்றில் ஆதி வீடு திரும்பினான். குடித்திருந்தான். அவன் குடித்திருந்தது நிலாவுக்குள் 'இங்க நக்கவும் துப்பவுமே இல்லையாம் இதுல எப்படி பொறுப்பில்லாம குடிச்சிட்டு வரான் பாரு' என்ற கோபம் பெரும் அலையாக கிளம்பியது. ஆனால் ஒன்றும் பேசாது, சென்றமர்ந்து டிவி பார்த்துக்கொண்டிருந்தாள்.

அலைப்பேசியில் ஏதோ குறுஞ்செய்தி வந்ததும் எடுத்துப் பார்த்தாள்.

சத்தம் கேட்டு ஆதி உள்ளிருந்து தள்ளாடியபடியே மீண்டும் வெளியே வந்து, "யாருக்கிட்ட இருந்து மெசஜ்" கோபமாகக் கேட்டான்.

நிலா ப்ரெஷர் குக்கருக்குள் இருப்பதைப் போல அழுத்தமாக உணர்ந்தாலும், ஒன்றும் பேசாது இறுக்கமாக இருக்க, ஆதி, "உன் பாய் ஃப்ரெண்டுக்கிட்ட இருந்தா" என்று நக்கலாக நாக்குக் குளறக் கேட்டான்.

ஏனோ அவன் கேட்ட தோரணை நிலாவிற்குள் எங்கேயோ இழுத்துப்பிடித்து வைத்திருந்த வரப்பை உடைத்துக் கட்டுப்பாடிழக்கச் செய்தது. "ஆமா என் பாய்ஃப்ரெண்ட் கிட்ட இருந்துதான். இப்ப என்னங்கற?" என்றுக் கேட்டாள்.

பிரம்பு சோபாவில் அமர்ந்திருந்த குக்கூ கார்ட்டூன் பார்ப்பதை நிறுத்திவிட்டு, இறங்கிவந்து நிலாவை மார்போடு சேர்த்துக்கட்டிக்கொண்டான். கோழிக்குஞ்சின் அடிவயிற்றைத் தொட்டால் இருப்பதைப் போல, சூடோடு குழந்தையுடைய இருதயம் படுவேகமாகத் துடிப்பதை உணர்ந்தாள்.

உள்ளுக்குள் பொங்கிக்கொண்டிருந்த எல்லா கசப்பும் எரிமலை போல இருவருக்குள்ளும் வெடித்துத் தெறித்தது.

ஆதி, " பாய் ஃப்ரெண்ட்னா! கூடவே படுத்திட்டியா! நாயே! நாயே! அவ்வளவு அரிப்பெடுத்துச்சா! பொறுக்கிமுண்ட!" என்றுக் கத்தினான்.

நியூட்டனின் மூன்றாவது விதிகள் வார்த்தைகளிலும் நிற்கும் போல!

ஆதி துப்பிய வார்த்தைகள் நிலாவை எந்த அளவு ஆழமாகத் துளைத்து அவமானமாப்படுத்திக் காயப்படுத்தியதோ, அவனை அதே அளவு, தானும் அவனை கூடவே அவமானப்படுத்திவிட வேண்டும் என்று நிலாவுக்குத் தோன்றவைத்தது.

"ஆமாடா! படுத்தேன். என்னடா செய்யப்போறே!" என்று நிலா அதே எரிச்சலில் குரல் உயர்த்தி கத்தினாள்.

ஆதி "அடிங்க தேவடியா முண்ட! தொடப்பக்கட்ட! லோலாயி! நீ பண்ணியிருப்பேடீ. என் ஃப்ரெண்ட்ஸ் எல்லாம் நீ ஓடம்பு தெனவடுத்து திரியறவனு அப்பவே சொன்னானுங்கடீ! நீயெல்லாம் ஓக்கறதுக்கே அலையறவ. குடும்பத்துக்கு எல்லாம் அடங்கி நடக்கறவ இல்லைனானுங்க! நான் தான் காதல் கருமாந்திரம்னு வந்து உன்கிட்ட மாட்டிக்கிட்டு என்னோட லைஃப்பையே வேஸ்ட் செஞ்சிட்டேன்!" என்று உச்சக்குரலில் கத்தினான்.

அவனுடைய ஒவ்வொரு வார்த்தையும் அவளைச் செதில் செதிலாக வெட்ட, நிலா இன்னும் ஆக்ரோஷமாகி, "ஆமாடா தேவடியா தான். இத்தனை நாளா போற ஊரெல்லாம் கண்டவன்கூட படுத்துத்தான் காசு சம்பாதிச்சேன். அதைதான் உனக்கும் அனுப்பிவச்சேன். அதுல தான் நீ சாப்பிட்டே. நான் தேவடியாவே இருந்துட்டுப்போறேன். அப்ப நீ யாரு" என்று சொல்லிமுடிக்கவும், அவனுடைய கண்கள் கடும்கறுப்பாக மாறுவதை பார்த்தாள்.

அடுத்த நொடி நிலாவின் முடியைக் கொத்தாகப் பிடித்து தரையில் இருந்து எழுப்பி, பொளேரென அறைந்தான்.

குழந்தை நிலாவின் மடியில் இருந்து உருண்டு விழுவதைப் பார்த்தாலும் நிறுத்தமுடியவில்லை.

நிலாவின் வலது கன்னமும் காதும் "கொன்ய்ய்ய்" என்ற சத்தத்தோடு எரிந்து, கண்முன் வெள்ளி நிற பூச்சிகள் பறந்தது. குக்கூ அழும் சத்தம் தூரத்தில் கேட்டது.

ஆதி தன்னை அடித்துவிட்டான் என்பது நிலாவின் உள்ளிருந்த பேய்ப்பிடித்த காட்டுமிராண்டி பெண்ணை இழுத்து வெளியே துப்பியது.

ஆதியை எதிர்த்து சண்டைப்போட அவனைத் தள்ளியும், அடித்தும் பிராண்டவும் முயன்றாள். ஒரு கட்டத்திற்கு மேல் அது அவனை மேலும் கோபமாக்க நிலாவை சரமாரியாக அடித்து உதைக்கத் தொடங்கினான்.

தொடக்கத்தில் இருந்த தெம்பும், கோபமும், வெறியும் முதலிரண்டு அடிகள் விழுந்ததிலேயே நத்தைப் போல நிலாவிற்குள் சுருங்கிப்போனது.

நிலாவை ஆதி தள்ளியதில் சுவற்றில் சென்று பின்மண்டை மோதி, சுவற்றின் ஓரம் அடுக்கியிருந்த குடங்களில் சரிந்து விழுந்து, குடங்கள் உருண்டதில் அந்த அறை முழுக்க தண்ணீர் ஆனது.

நிலாவின் வாழ்க்கையில் முதன்முறையாக அடிவாங்கினாள்.

குடிபோதை ஆதிக்குள்ளும் இத்தனை வருடங்களாகத் தேங்கி வைத்திருந்த எல்லா கோபத்தை, விரக்தி, எரிச்சல், பயத்தை வெளியே போட்டது.

ஆதிக்குள் இருந்து வெளியே வந்த பெரும் ரௌத்திரன், ஆக்ரோஷமாக அலறிகுதித்து ஆர்ப்பட்டம் செய்ததில், நிலாவுக்குத் தெரிந்த தன் மென்மையான கணவன் காணாமல் போனான்.

எங்கே அடிக்கிறான் என்றே தெரியாது உடலெங்கும் அடிவிழுந்தது. ஆதி அடிப்பதில் அலறும் சத்தம் அவளுடையது தான் என்று நிலாவுக்குப் புரியவே நிறைய நேரம் எடுத்தது. வலியின் உச்சத்தில் செத்துவிடுவேனோ என்று யோசித்தாள்.

வாழ்க்கையில் இரண்டாவது முறையாக அந்த நொடியில் அவள் இறக்க நேரலாம் என்று நிலாவுக்கு புலப்பட்ட நிகழ்வு அது.

அடிகளுக்கு நடுவே திறந்து மூடும் நிலாவின் கண்ணுக்குப் புகைப்படங்கள் போல சில காட்சிகள் மூளைக்குள் பதிந்தது.

வெறியேறிச் சிவந்த கண்களோடு நிலாவை உதைக்கும் ஆதி! உருண்டோடும் குடங்கள்! தரையெல்லாம் தளும்பிக்கொண்டு தண்ணீர்! அந்த இடமெல்லாம் கேட்கும்படியான அலறல்! ஆதியின் கால்களை இறுகப்பிடித்தப்படி "டாடி! நம்ம மம்மீ பாவம்! அடிக்காதீங்க டாடி" என்று உச்சக்குரலில் கதறியபடி, கேவி கேவி அழும் குக்கூ!

குழந்தை ஆதியினுடைய முட்டியளவு தான் இருந்தான். குக்கூவின் வீறிடல் ஆதியை மெல்ல நிதானத்திற்கு அழைத்து வந்தது. ஒரு கட்டத்திற்கு மேல் ஆதி குக்கூ அழுவதைப் பொறுக்கமுடியாது, சமாதானப்படுத்த குழந்தையைக் குனிந்துத் தூக்கினான்.

குழந்தை ஆதியின் தோளில் அமர்ந்து, தரையில் அரைமயக்கத்தில் விழுந்துக் கிடந்த நிலாவைப் பார்த்துக் கேவுவதும், கண் மூக்கிலிருந்து தண்ணீர் வழிய, மூச்சு விக்கியபடி "ம்மீ! மீ" என்று வீரிட்டு அழுவதும் ஆதியை முழுக்க சுயநினைவுக்கு அழைத்துவந்தது.

குழந்தையை இறக்கிவைத்து, நிலாவினுருகே வந்தான். 'என்ன காரியம் செய்துவிட்டேன்' என்ற பெரும் பதட்டமும், பயமும், குழப்பமும் ஆதியின் முகத்திலும், உதறிக்கொண்டிருந்த கைகளிலும் உடலிலும், மயக்கத்தள்ளாட்டத்திலும் புரிந்தது.

பாதி விழிப்பும், பாதி மயக்கமுமாக அவனையே நிலைக்குத்திப் பார்த்தப்படி, முனகிக்கொண்டிருந்த நிலாவின் முகத்தில் தண்ணீர் தெளித்தான். " பாப்பா! பாப்பா! ப்ளீஸ்! சாரி பாப்பா! என்றுப் பிதற்றியபடியே, அவளின் அருகே தரையில் தண்ணிரில் ஆதி மண்டியிட்டு அமர்ந்துவிட்டான்.

நிலாவை மென்மையாகக் கட்டிப்பிடித்துத் தூக்கிவிட முயன்றான்.

நிலாவைத் தரையில் இருந்து எழுப்பமுயலும்போது, அவன் கையைத் தட்டிவிட்டு ஆதியை எஞ்சியிருந்த பலம் கொண்டு நிலா கையால் தள்ளிவிட்டாள். போதையில் ஆதி நிதானமிழந்துப் பின்னோக்கித் தரையில் விழுந்தான். குக்கூ

அம்மா அப்பாவில் யாரைப் பிடிப்பது என்றுப் புரியாது, மீண்டும் ஓங்கி கதறி அழுதபடியே, இரண்டு பக்கமும் பார்த்து மேலும் அலறினான்.

அந்த நொடி! இருவருக்குள்ளும் விரிசல் விட்டபடி, ஒட்டியும் ஒட்டாது இருந்த ஒன்றை முழுக்க வெட்டிய நொடி!

நிலாவை ஆதி மிகுந்த பதட்டத்தோடும், பயத்தோடும் பார்த்தான்.

குக்கூ இப்போது நிலாவின் அருகே வந்து "மீ! எழுந்துருங்க மீ" என்று அவன் பிஞ்சு கைகளால் அவளை எழுப்ப முயன்றான். குழந்தையின் அந்த செயல் நிலாவை உடைத்து அழவைத்தது. குக்கூவின் கைகளைப் பிடித்துக்கொண்டு நிலா எழுந்து அமர்ந்தாள்.

ஆதியுடைய கண்களில் கண்ணீர் வழிந்தபடி இருக்க, என்ன செய்வது என்று தெரியாது, குறுக்கும் நெடுக்குமாக தலைமுடியை கலைத்தப்படி, சிகரெட் ஒன்றைப் பற்றவைத்து நடந்தான். நிலாவைப் பார்த்தான். மீண்டும் நடந்தான். கடந்து முடிந்த கணங்களின் அழுத்தம் தாங்க முடியாது வேகவேகமாக மூச்சு வாங்க நடந்தான். அப்படியும் இப்படியுமாக நூறு முறை நடந்தவன், அங்கிருந்த சோபாவில் சென்று சரிந்துப் படுத்த அடுத்த நொடி தூங்கிப்போனான்.

அவ்வளவு குடித்திருந்தான் என்று நிலாவிற்குத் தெரிந்திருக்கவில்லை.

ஆனால், அவனுடைய மனதை நிலாவும், நிலாவுடைய மனதை ஆதியும் எத்தனை தெளிவாக நொறுக்கிவிட்டார்கள் என்பது புரிந்தது.

இருவருக்குள்ளும் இருக்கும் அழுக்கு கொடூர மிருகங்களைக் கனக்கச்சிதமாக வெளியே கொண்டுவந்து சண்டையிடப் பழகிக்கொண்டார்கள்.

இருவருக்குள்ளும் இத்தனை நாளாய் இருந்த காதலை, எல்லாவற்றையும் பொறுத்துக்கொண்டு நேசிக்கும் அன்பை, அரவணைப்பை, பணமில்லை, பாதுகாப்பில்லை என்று நிலா தன் பயத்தாலும், நான் காதலித்த அன்பான பெண் இப்போது காணவில்லை என்று ஆதி அவன் பயத்தாலும் கழுத்தை நெறித்துக் கொன்றேவிட்டார்கள்.

அந்த அறையில் சிதறியிருந்த தண்ணீரும், குடங்களோடு, முழுக்க நனைந்துப்போயிருந்த உடையும், உடலெங்கும் வலியும், மங்கிய கண்களோடும் நிலா தரையில் படுத்திருந்தாள். குக்கூ நிலாவின் கன்னத்தைச் சுறண்டியபடி அவள் பக்கம் மண்டியிட்டு அமர்ந்து அழுதுக்கொண்டிருந்தான். நிலா மெல்ல சுவற்றைப் பிடித்தப்படி எழுந்து அமர்ந்தாள்.

தாடை வலியில் திறக்கமுடியாது ஒட்டிக்கொண்டிருந்தது. நிலாவின் ஒரு பக்கம் முகம் வீங்கிப்போய் ஒரு கண்ணைத் திறக்கவே முடியவில்லை.

குக்கூவிடம், "மம்மீக்கு ஒண்ணுமில்லை மோனா. நீ அழாதே" என்று கிசுகிசுப்பாக சொல்லிக்கொண்டே எழுந்தாள்.

நிலா அந்த அறையில் இருந்த தண்ணீர் குடங்களை எடுத்து அடுக்கினாள். தரையில் சிந்திய தண்ணீரை துடைத்தாள். உடையை மாற்றினாள். குக்கூவிற்கு பால் காய்ச்சிக் குடிப்பாட்டினாள். குக்கூவைத் தூங்கவைக்க முயற்சி செய்தாள்.

உடம்பெங்கும் வலி பின்னியது. அதைவிடவும் "என்னை இப்படி அடித்துவிட்டானே" என்ற அவமானம் பெரும் நெருப்பாக எரிந்தது.

ஒருவரிடம் அடிவாங்குவதால் இத்தனை கனமான கடினமான கறை போல அவமானத்தை உணர முடியுமா?

படிக்காவிட்டால், வேலை செய்யாது இருந்தால், யாருக்காகவும் எதையும் மாற்றாது தனக்கு பிடித்தது போல வாழ்ந்தால், நினைப்பதை எந்த இடத்திலும் மறைக்காது வெளிப்படுத்தினால் - இப்படியான எதை ஒரு மனிதன் செய்தாலும் உயிரைக்கொள்ளும் அளவு toxic shameஐ உள்ளுக்குள் வளர்த்து விட தயங்காத உலகம் இது.

அந்த இரவு தந்த மனநிலையில், இன்னும் கொஞ்ச நேரத்தில் வர இருந்த எக்ஸ்ப்ரெஸ் ரயில் நினைவுக்கு வந்தது. பக்கத்தில் இருந்த தண்டவாளத்தில் சென்று நிலாவும் குழந்தையும் படுத்துவிடலாம் என்று யோசித்து, அடுத்த நொடி தன்னையே கடிந்துக்கொண்டாள்.

நிலாவிடம் தங்கநகை எதுவுமில்லை. கையில் 110 ரூபாய் இருந்தது. அந்த வீட்டில் இருக்கப் பிடிக்கவில்லை. இங்கிருந்து எங்கே செல்வது என்றும் தெரியவில்லை.

திருமணம் நடந்து இந்த ஐந்தாறு வருடத்தில் பிறந்த வீட்டுக்கும், அவளுக்குமான தொடர்பு அம்மா மாத்திரமே.

அம்மாவிடம் அலைபேசியில் பேசினாலும், வீட்டிற்குத் திரும்பி வர நிலாவுக்கு அனுமதியில்லை என்பது நன்கு தெரியும். மாமியார் வீட்டுக்கும் செல்லப்பிடிக்கவில்லை.

தோழி கோமதியிடம் சென்றுவிடலாம் என்று யோசித்தாள். கரூர் செல்லும் அளவு பணம் நிலாவிடம் இல்லை. பள்ளிக்கூட தோழிகளான அனுராதாவையும், பாரதியையும் நினைத்துக்கொண்டாள். எங்கிருக்கிறார்கள் என்றுத் தெரிந்தால் அவர்கள் வீட்டிற்காவது போய்விடலாம். ஆனால் அதுவும் சாத்தியமில்லை. இத்தனை வருட வாழ்வில், போய் அண்டிக்கொள்ள சில உறவுகளைக்கூட இன்னும் அடையாளம் கண்டடையவில்லை என்பது மனதில் ஓங்கிக்குட்டியது.

குக்கூ தூங்கிவிட்டான். ஒரு சிறு பையில் குழந்தைக்கும் அவளுக்கும் சில துணிகள், தன்னுடைய படிப்பு சான்றிதழ்கள் எடுத்துக்கொண்டு கருப்பு இருட்டைப் பார்த்தப்படி அமர்ந்திருந்தாள்.

அழுகையும், கோபமும், கழிவிரக்கமும், வலியும் கலந்து அமிழ்த்தியது.

இரவு மணி 2 இருக்கும். கிளம்பி ரயில் நிலையத்துக்குச் சென்றுவிடலாம் என்று முடிவு செய்தாள். அதன்பின் ஏதேதோ நடந்தது. அம்மாவுக்குத் தெரியவந்து, அடுத்த நாள் மதியம் தன் பிறந்த வீட்டின் வாசலில் காலெடுத்து உள்ளே நுழைந்தாள்.

ஆறு வருடத்திற்கு முன் நடந்தவைகளை நினைத்தாள்.

காதல் திருமணங்கள் மலிந்த வீட்டில், தன் காதலும் ஏற்கப்படும் என்று நினைக்கையில், தன்னோடு பேசுவார் என்று யோசித்த சித்தப்பா முகம் காட்டாது நிலாவை ஒதுக்கிவிட்டுப்போனார். தனக்காக பேசுவார் என்று நம்பிய அத்தை நிலாவையும் அவளுடைய அம்மாவையும் கைவிட்டார். பாட்டியின் கோபம் நாளுக்கு நாள் ஏறியதே தவிர குறையவில்லை. இருவரும் வீட்டை விட்டு வெளியேறியே ஆகவேண்டும் என்று வெகு தெளிவாக சொன்னார்.

அதற்கு மேல் அங்கு இருக்க அனுமதியில்லை என்பதை எல்லோரும் செய்கையாலும் காட்டத்தொடங்கிய போது, சொந்த வீடு நரகமானது.

'என் அப்பா இருந்திருந்தா என்னை இப்படி வீட்டை விட்டு போகவிட்டிருப்பாரா?' என்று நிலா தன்னைத் தானே கேட்டுக்கொண்டாள். கேட்டுக்கொண்டே இருக்கிறாள்.

அம்மா நிலாவுக்காக எடுத்த நிலைப்பாட்டின் கணம் என்னவென்று நிலாவிற்குப் புரிந்திருக்கவில்லை.

ஒரு ஊரில் 40 வருடங்களாக நன்கு பரிச்சயமான மருத்துவர், சொந்த வீட்டை விட்டு, வாடகை வீட்டிற்கு செல்கிறார் என்பதை பலவாறு பேசினார்கள்.

திருமணம் செய்து, எல்லாவற்றையும் இழந்த புகுந்த வீடே கதியென்றிருந்த அம்மா, தனக்காக மீண்டும் எல்லாவற்றையும் இழக்கிறார் என்பது நிலாவுக்கு வெகு வருடங்கள் கழித்தே புரிந்தது.

வீட்டை விட்டு வெளியே வருவதற்கு முன், பாட்டி யிடம் சென்று "நான் போயிட்டு வரேங்க தங்கம்மா" என்று அழுதபடி சொன்னாள்.

பாட்டி வெகு நிதானமாக, தனக்கே உரித்தான உக்கிர கோபத்தோடு நிலாவைப் பார்த்து, "நான் இருந்தாலும், இல்லாட்டியும், ஒரு நாளில்லை ஒரு நாள் இந்த வீட்டு வாசல்ல ஒண்ணுமில்லாம, கைல கொழந்தையோடு வந்து நீ நிப்ப. நான் வயிறெரிஞ்சு சொல்லுறேன்டி. இது நடக்கும்பாரு! நீ நல்லா இருந்துடுவியா என்ன! ஒண்ணுமில்லாம மண்ணா தான் போவப்போற! எங்கள எல்லாம் எதிர்த்துட்டுப் போய், நாசமாத் தான் போவப்போற பாத்துக்க!" என்றுச் சொல்லிவிட்டுக் கடும்கோபத்தோடு முகம் திருப்பிக்கொண்டார்.

நிலா தன் பிறந்தவீட்டிற்குள் பல வருடம் கழித்து காலடி எடுத்துவைக்கும்போது பாட்டியின் வார்த்தைகள் காதில் ஒலித்துக்கொண்டே இருந்தது.

எது ஒன்றை நினைத்துக் கொண்டே இருக்கிறோமோ, பேரண்டம் அதையே நிஜமாக்குகிறது என்று இப்போது நிலாவுக்குப் புரிந்தது.

நிலாவும் பாட்டிச் சொன்னதை அவளுடைய நிஜமாக மாற்றிக்கொண்டாள்.

வாய் திறந்து சாப்பிட ஒரு வாரம் ஆனது. லேசாக வீங்கி மூடிய கண், ஆங்காங்கே தடித்து பழுத்த காயமும் வலியும், அடைத்திருந்த காதும், இதை எல்லாம் விட 'இவ்வளவு நம்பினேனே! என்னை கதிகெட்டு இப்படி எல்லோர் முன்னாடியும் தலைக்குனிஞ்சி நிக்கவச்சிட்டானே' என்ற ஒற்றை வரி மீண்டும் மீண்டும் மனதுக்குள் ஓடிக்கொண்டே இருந்தது. அதை தவிர வேறு எதுவும் நினைக்கத் தோன்றவில்லை.

ஆதி நிஜத்தில் அடித்ததைவிட நிலவின் மனதுக்குள் இருந்த அந்த நிகழ்வு, exaggerated memory ஆகி பலமடங்கு பெரிதாக வளர்ந்து நின்றது.

ஆதி நிலாவை அலைப்பேசியில் பலமுறை அழைத்தான். குறுஞ்செய்தியில் மன்னிப்பு கேட்டான், குழந்தை நினைவாக இருப்பதாக சொன்னான். அவனுடைய பதட்டம் அவன் எழுதியதில் தெரிந்தது.

மாமியார் "இது மாதிரி இன்னொரு முறை நடக்காதும்மா. நான் கண்டிச்சிருக்கேன். குடும்பம் பிரியவேண்டாம்மா" என்று சொன்னார்கள்.

நிலாவின் வாழ்க்கை மேலேறி கீழ் சறுக்கி, நடந்தவைகளை மீண்டும் அழித்து முதலில் இருந்து தொடங்கும் இடத்தில் வந்து நின்றது. படித்த படிப்பிற்கும், அதுவரை வாழ்ந்த வாழ்க்கைக்கு சாட்சி சொல்ல, குக்கூவை தவிர வேறு ஏதுமில்லாது அம்மாவின் வீட்டிற்கு வந்தது வெகு கடினமாக இருந்தது.

நிராதரவாகத் தஞ்சம் அடைவது எப்போதும் "conditions apply" என்ற விதிகளுடன் வருவது தான்.

ஒரு வேளை, நிலாவின் குடும்பம் பார்த்து செய்துவைத்த திருமணமாக இருந்திருந்தால் சமாதானம் என்ற இடத்திற்கு வந்திருப்பார்களோ என்னவோ, தெரியவில்லை. ஆனால் இந்த சமயத்தில் "ஆதியோடு மீண்டும் நீ சேர்ந்துவாழ்ந்தால் உன் வாழ்க்கை என்ன ஆகுமோ? அப்படி மீண்டும் சிக்கினால் இடைப்பட்டு உன்னை ரட்சிக்க நாங்கள் இருக்கமாட்டோம்" என்றுத் தெளிவாகச் சொல்லிவிட்டார்கள்.

பிறந்து நிலாவை விட்டு, இங்கேயும் அங்கேயும் உருட்டப்பட்ட குக்கூவின் பந்தாட்ட வாழ்க்கையில் மீண்டும் அவனுக்குப் பிரியப்பட்ட அசகாயவீரனான, ஆர்ப்பாட்டமாக சிரித்து விளையாடும் அப்பாவிடம் இருந்தும், பறவைகள் பாம்புகள் நிறைந்த காட்டு வீட்டிலிருந்தும் பிடுங்கப்பட்டு, பிடிக்காத, பரிச்சயமற்ற வேறொரு இடத்தின் நடுவே நடப்பட்டான்.

குக்கூவிற்கு அம்மாவே இன்னும் அந்நியமாக இருக்கையில், மீண்டும் ஒரு அந்நிய வீடு! அந்நிய மக்கள்! அந்நிய சாப்பாட்டு முறை மற்றும் பழக்கவழக்கங்கள்! அண்ணனின் குழந்தை ஏற்கனவே முடிசூடா ராணியாக இருந்த இடத்தில், குக்கூவால் பொறுந்தமுடியவில்லை.

குறும்பு செய்யவும், அராத்தாக இருக்கவும், அடம்பிடிக்கவும் இருந்த தன் சொந்த இடத்திலிருந்து தூக்கிவீசப்பட்டு, குக்கூ மிக பொறுப்பான குழந்தையாக இருக்கவேண்டும் என எதிர்ப்பார்க்கும் வீட்டில், புதிதாக தொட்டியில் விடப்பட்ட மீன் போல ஒரு மூலையில் அமைதியாகி ஒடுங்கிப்போனான்.

நிலாவினால் அவளுடைய வலி ஏமாற்றத்துக்குள் இருந்து அவளைத் தோண்டி எடுத்துக்கொள்ளமுடியாது, ஆதியையும் அவள் காதலையும் தொலைத்து, மீட்டெடுக்க முடியாது எங்கேயோ புதைந்துப்போனாள். அதன் நடுவே குழந்தையின் மாற்றங்களை அவளால் பார்க்கமுடியவில்லை.

அடுத்து என்ன, எங்கே, எப்படி, எப்போது என்பது நாட்களின் மேல் படிந்து, அம்மா அப்பா என்ற இருவர் சேர்ந்திருக்கும் குக்கூவின் கனவை, காதலை, அன்பை, எதிர்காலத்தைப் புதைபடிவமாக்கியது.

குக்கூ வெளியே எந்த ஒரு மோட்டர்பைக், கார் போகும் சத்தம் கேட்டாலும், கேட் அருகே குடுகுடுவென்று அவன் சின்ன கால்களோடு ஓடிச்சென்று, கிரில்களுக்கு நடுவே முகம் புதைத்து இப்போது அப்பாவைத் தேடத் தொடங்கியிருந்தான்.

★ ★ ★

# 7

## குக்கூ : வயது 8

அன்றைய காலை எப்போதும் போல தலைத்தெறிக்க ஓடிவந்தது!

அலார்ம் அடித்ததும் நிலா பதறி எழுவது எப்போதும் போலவே நடந்தது.

இங்கிலாந்தின் காலைக்குளிர் நிலாவின் மூக்கில் நுழைந்துக் காய்ந்திருந்த உள்சதை எறிய வைத்தது.

திடீர் தூக்கமுறிவின் பதட்டத்தில் உதறிய இதயமும், உடம்பும், மனதும் அமைதியாக வேண்டி நிலா ஆழமாக மூச்சையிழுத்து வெளியேவிட்டாள்.

நிலாவின் மனதில் முந்தைய நாள் இரவு ஆவணப்படத்தில் பார்த்த காங்கோ (Congo) காடுகளில் வாழ்ந்த பாகா பிக்மிக்கள் (Baka Pygmies) ஆதிவாசிகள் நினைவுக்கு வந்தார்கள்.

ஒரே நிமிடத்தில் பல்லாயிரம் ஏக்கர் பரப்பளவுள்ள பிரமாண்ட காடுகள் தரைமட்டமாக்கும் பேரழிவு இயந்திரங்கள்! எப்பேர்ப்பட்ட அரிதான, ஆற்றல் மிகுந்த, உயிரனமாக இருந்தாலும் அதை நொடியில் கொன்று பணமாக்கும் போச்சர்ஸ் (Poachers) எனப்படும் சட்டவிரோத வேடர்கள்! அதை கொண்டாடி வாங்கும் மனிதர்கள்.

ஆதிவாசி கிராமங்களை ஆக்கிரமித்து இனப்படுகொலை செய்து குவிக்கும் துப்பாக்கி கலகக்காரர்கள்! எதை பற்றியுமே

நிமிடம் கூட யோசிக்காது, எல்லாவற்றையும் விற்று காசு பார்த்துவிடும் மனநிலை கொண்ட ஊழல் அரசியல்வாதிகள், அரசுத்துறை அதிகாரிகள், கார்ப்பரேட் நிறுவனங்கள் என்று ஏகப்பட்ட வெளிக்காரணிகள்!

இது எதைப் பற்றியுமே கவலைப்படாது நான் நன்றாக இருந்தால் போதும், யார் எக்கேடு கெட்டால் எனக்கென்ன? காட்டில் இருந்து எனக்கு வேண்டியவை வந்து சேர்ந்தால் போதும் என்ற மனநிலைக்கொண்ட மக்கள் வாழ்ந்த நாடு அது.

இவர்கள் அத்தனைப்பேரின் ஒட்டுமொத்த முயற்சியில் பல பில்லியன் வருடமாக உயிர் வாழ்ந்த காடுகள், ஒவ்வொரு நாளும் துடைத்து அழிக்கப்பட்டுக்கொண்டிருந்தாலும், காலை வெளிச்சம் வருகையில், குருவிகளின் சப்தம் கேட்டப்படி மெல்ல கண்விழித்த அந்த பிக்மி குழந்தையின் முகத்தை நிலா நினைத்தாள்.

காட்டை எந்த எதிர்ப்பார்ப்பும் இல்லாது காதலித்து, காடு நடத்தும் போக்கில் நடந்து, அது தரும் கொடையில் மட்டும் வாழும் பெருங்கருணை சூழ் மக்கள் அவர்கள்.

அலார்ம் இல்லாத வாழ்க்கை!

இந்த அலார்ம் தான் எத்தனை கொடூரமானது!!

Snoozeல் இருந்து மீண்டும் அடிக்கத்தொடங்கிய அலார்மைத் தூக்கிச் சுவரில் விட்டெறிந்துச் சுக்குநூறாக உடைக்கவேண்டும் போல நிலாவுக்குத் தோன்றியது. தினமும் அவளுக்கு அப்படித்தான். அலார்ம் அடிப்பதைக் குதூகலமாக வரவேற்றப்படி எழுந்த யாரையும் நிலா இதுவரை தன் வாழ்க்கையில் பார்க்கவில்லை.

வெளிச்சம் வெளியே மெல்ல மெல்ல பரவியது. ஜன்னலின் மீது அடுக்கியிருந்தச் செடிகளைப் பார்த்தாள். சின்னஞ் சிறு இளம்பச்சையிலை விரியத் தொடங்கியிருந்த குட்டி செடியொன்று நிலாவைக் கொஞ்சம் அமைதியாக்கியது. அவள் வயிற்றில் கால் போட்டு படுத்திருந்த குழந்தையைப் பார்த்தாள்.

வாய் பிளந்து தூங்கிக்கொண்டிருக்கும் குக்கூவை பார்க்கையில் "உலகிலேயே என் மகன் மட்டும்தான் அழகு" என்று நினைத்துப் பெருமிதம் கொண்டாள்.

பிரியா விஜயராகவன் ● 119

எழுந்தே ஆகவேண்டும் என்று ஓடிக்கடந்த நிமிடங்கள் நிலாவைப் பிடித்துத் தள்ளியது. இன்னமும் அவளுக்குள் ஏதோ ஒரு மூலையில் ஒளிந்து மறைந்து வாழும் காட்டுவாசி ஒருத்தி குருவிகள் கத்துவதைக் கேட்டு எழுவதற்காக அமைதி காத்துக்கொண்டு இருந்தாள்.

நிலாவின் மூளைக்குள் இருந்த பெரும் பழங்காட்டொன்றில் வாழ்ந்துக்கொண்டிருந்த காட்டுவாசி பெண்ணை, கடிகாரப்பற்கள் கடித்து விழுங்கி ஏப்பம் விட்டது.

மெல்ல பெருமூச்சோடு குக்கூவை இன்னொரு முறை இறுக அணைத்துவிட்டு எழ முயற்சிக்கையில், குக்கூவின் கைகளும் கால்களும் சின்ன ஆக்டோபஸ் போல மாறி எழும்பவிடாமல் நிறுத்தியது.

அதுவரை அவளுக்குள் இருந்த படபடப்பு, குழந்தையுடைய அந்த சிறிய அணைப்பில் அடங்கி சட்டென மனதில் பேரமைதியைப் புகைப்போல பரவவிட்டது. அது நிலாவை மீண்டும் நிம்மதியான உறக்கம் ஒன்றில் அமிழவைக்கப் பார்த்தது.

புத்திக்கும் மனதுக்கும் எத்தனை பெரிய போர் நிகழவைத்துவிட்டது இந்த வாழ்க்கைமுறை. உனக்கு வேறு வழியே இல்லை! எழவேண்டும்! எழுந்து தான் ஆகவேண்டும்! எழுந்து கடிகாரம் சொல்லும் இடத்தில் நிற்கவேண்டும். இல்லாவிட்டால் வேலை இல்லாது போகும். வேலையும், பணமும் இல்லாத நிலை தாங்கிவரும் மூன்றாம் உலகநாட்டின் பயங்கள்.

மருத்துவமனையின் வேலைக்குள் நுழையும்போது கடிகாரமுள் காட்டும் நேரத்தை நோட்டம் பார்க்கும் மனிதர்களை சந்திக்க வேண்டியிருந்தது. 10 நிமிடம் தாண்டினாலே ஏதோ கொலைக்குற்றம் செய்ததைத் துப்பறிந்துக் கண்டுப்பிடித்து விட்டதைப் போல கண்களால் சிறுப்பிள்ளைத்தனத்தோடு ஒருவருக்கு ஒருவர் சைகையில் பேசிக்கொண்டு, நிலாவைப் பார்த்து உதட்டால் சிரிப்பு தூவும் மனிதர்கள் மிகுந்த கார்ப்பரேட் காடுகளுக்குள் வசித்துக் கொண்டிருந்தாள் என்பது அவளை சோகமாக்கியது.

காட்டின் அடிமையாவது எப்போதுமே மகோன்னதம்! கார்ப்பரேட் அடிமையாவது மனம்பிழன்று போகும் பாதை. ஆனால் காட்டிலிருந்து இழுத்துவரப்பட்டு காட்டையும் மறந்து, நாட்டுக்குள்ளும் இருக்க முடியாது போன பிறகு எங்கே செல்வதென்று தெரியாத வாழ்க்கையில் தொலைந்தவர்களில் அவளும் ஒருத்தி!

மீண்டும் ஒரு முறை குருவிகளின் சத்தம் கேட்கிறதா என்று காதுகளைக் கூர்த்தீட்டிக் கேட்டு விட்டு ஏமாந்து, அவளை சுற்றியிருந்த குட்டி ஆக்டோபஸ் கரங்களில் இருந்து விடுவித்துக்கொண்டு எழுந்து குளிக்கச் சென்றாள்.

குளிர்ந்த நீர் நிலாவின் உள்ளே மிச்சமீதியிருந்த காட்டுவாசி பெண்ணை அடித்துச் சென்றதில், கடிகாரத்து அடிமை மட்டும் எஞ்சி நின்றாள்.

கடிகார அடிமைகள் உலகம் பயம் சூழ்ந்தது. பயம் மட்டுமே உண்ணும், உணரும் உயிர்களாக மனிதர்களை மாற்றியதே அதன் வெற்றி. பயமே இப்போது மனிதர்களின் வானம், பூமி, காற்று, நீர், நெருப்பு எல்லாம்.

படிக்கும் படிப்பில் தொடங்கி, சேரும் வேலையில் நடந்து, வீட்டை நடத்த வைத்திருக்கும் எல்லாமே பணம் மட்டுமே வைத்து நகரும் வாழ்க்கை. பணத்திற்காக எதையும் விலை கொடுக்க கற்றுத்தரும் வாழ்க்கை.

பயத்தை வளர்க்கும் சதுப்பு நில கார்ப்பரேட் காடுகள்.

இந்த கார்ப்பரேட் காடுகள் கொழுத்து வளர பெருமனிதக்கூட்டத்தின் பயம் தேவை.

மாதம் சம்பளப்பணம் வராவிட்டால் எப்படி வாழ்வது என்ற கடும்பயம் சாட்டையாக சுழட்டிவிடும் பொருள்சார் உலகம்.

அடிமையாக்கிப் பணத்தை இந்த கையால் கொடுத்து, வெவ்வேறு பேரில் இன்னொரு புறம் அதே காடு பிடுங்கிக்கொள்ளும். இதில் சேர்த்துவைக்கும் சில்லறைகள் ஏதோ சாதித்துவிட்டது போல மாயை காட்டும். ஓடியோடி ஏதோ சாதித்துவிட்டது போல நினைக்கவைத்து, உடலின்

பிரியா விஜயராகவன் ● 121

நலத்தை உறிஞ்சிக் குடிக்கும். சம்பாதித்ததை மீண்டும் வேறொரு பெயரில் பிடுங்கிக்கொண்டு இந்த பயம் உயிர் குடிக்கும்.

எதற்கு, ஏன் என்று இந்த பயத்தின் மீது எப்படி போர் செய்து சண்டையிட்டாலும், எப்படி எதிர்த்தாலும், கடைசியில் செய்தே ஆகவேண்டும் என்று மண்டியிட வைத்துவிடுகிறது. மனதை எப்போதும் ஏதோ ஒரு பதைபதைப்போடே வைத்திருக்கும் உலகமாக இது எப்போது மாறிப்போனது என்று நிலா யோசித்தாள்.

இப்படியாக ஏதேதோ யோசித்துக்கொண்டே நிலா குளித்துமுடித்தாள். வெளியே வந்து அரக்கப்பரக்க கிளம்பினாள்.

காலை மணி 7.15.

மெதுவாக குக்கூவை எழுப்பிவிட்டு சென்று. காலை சிற்றுண்டி தயாரித்தாள்.

நிலா ஆதியின் மகனாயிற்றே! அவனும் குருவிகளின் குரல்களை, மரங்களின் சலசலப்பைக் கேட்டு எழக் காத்திருந்தான் போல. நிலா குரல் கொடுக்கும்போது பாம்பு போல நெளிந்து எழுவது போல சாகசம் செய்து, குரல் மறைந்ததும் மீண்டும் போர்வைக்குள் சூடுப்பிடித்து சுருண்டு தூங்கினான்.

நிலாவின் வேலை 8.30க்கு தொடங்கும் நாள் அன்று.

நேரமும், குக்கூவை எழுப்பும் நிலாவின் குரலின் கோபத்தொணியும் directly proportional ஆக அதிகமாகியபடி இருந்தது. கடைசியில் அலறலாக "குக்கும்மா! நேரமாகுது! எழப்போறியா இல்லையா" என்று கத்தியப்பின் திடுக்கிட்டு எழுந்த குழந்தையைப் பார்க்க நிலாவுக்கு பாவமாக இருந்தது.

பாட்டி நிலாவைக் கூச்சலிட்டு பள்ளிக்கு எழுப்பும் போது எவ்வளவு கோபத்தோடும் ஆற்றாமையோடும் எழுவாள் என்பதுதான் பள்ளிக்கூடம் பற்றிய நினைவில் முன்னுக்கு இருந்தது..

மெதுவாக குக்கூவின் அருகில் போய் அமர்ந்ததும் நடுங்கும் அவன் உடல் நிலாவுக்குத் தீவிரமான குற்றவுணர்வைக் கொடுத்தது.

“செல்லம்மா! மம்மீ கத்துனதுக்கு சாரி! நேரமாகுது மோனே. எழும்புடீ” என்று சொல்லி தலைக்கோதி மடிமேல் சாய்த்துக்கொண்டாள்.

குக்கூ நடுங்கும் குரலோடு “மொம்மே” என்றான்.

நிலா “ம்ம்” என்றாள்.

குக்கூ மீண்டும் “மீ” என்றான்.

நிலா “ம்ம் சொல்லுடீ” என்றாள்.

குக்கூ “நான் இன்னைக்கு ஸ்கூல் போகாம வீட்ல இருக்கட்டா?” என்றுக் கேட்டான்.

நிலா “ஏண்டீ! என்ன ஆச்சு” என்றுக் கேட்டாள்.

குக்கூ ஒன்றும் சொல்லாது அமைதியாக இருந்தான்.

மணி 7.35.

“குக்கூம்மா! உடம்பு சரியில்லையா” என்று நிலா கேட்டதற்கு ஒன்றும் சொல்லாது அமர்ந்திருந்தான்.

இருவரும் அமைதியாக அமர்ந்திருந்தாலும், குக்கூவின் உடல் இன்னும் நடுங்கிக்கொண்டிருந்தது. அவன் நெற்றியைத் தொட்டுப்பார்த்தாள். வயிறு வலிக்கிறதா என்று கேட்டாள். குக்கூ “இல்லை” என்று மறுத்தான்.

குக்குவை எழுப்பிக் குளியலறைக்குக் கூட்டிச் சென்றாள். அவன் எப்போதையும் விட அமைதியாக, எப்போதையும் விட மெதுவாகக் கிளம்பிக்கொண்டிருந்தான்.

கடிகாரம் பார்க்க பார்க்க, நிலாவுக்குள் பயம் கொழுந்துவிட்டு வளரத்தொடங்கியது.

குக்கூவை பள்ளியில் விட்டு, நிலா நேரம் தாழ்ந்து போவாள். அதனால் மருத்துவமனையில் அன்றைய நாள் வேலைப்பளுவை முன்கூட்டியே தெரியப்படுத்தி, நிலாவைக் காலம் தாழ்த்தாது வரச்சொல்லி பல கட்டளைகள் வந்திருந்தது.

சொந்த ஊர், பிறந்தவீட்டு புகுந்தவீட்டு சொந்தங்கள், கணவன், நண்பர்கள் எல்லாவற்றையும் விட்டு 8500 கிமீ தாண்டி குக்கூவைக் கூட்டிக்கொண்டு பல கடினங்களுக்கு நடுவே மெதுமெதுவாக ஒரு வாழ்க்கையை உருவாக்கிக்கொண்டிருந்தாள்.

ஒரு பெண்ணுக்கான பாதுகாப்புகள் எல்லாம் கழுண்டுவிழுந்த போது, by tooth - nail பற்றிக்கொள்ள நிலாவிடமிருந்தது படிப்பும், வேலையும் மாத்திரமே.

பன்முகத்தன்மையில் இருந்து ஒற்றைத்தன்மை கொண்டு எது மாறுகிறதோ, அது அழிவை நோக்கியே நகரும். எது காப்பாற்றுவது போல தோன்றுகிறதோ அதுவே அழிவாகவும் மாற்றுகிறது என்பது உலகின் பரிணாமம்.

அந்த விதத்தில் நிலா செய்யும் வேலையும் அவள் கழுத்தைச் சுற்றிய சுருக்குக்கயிறு தான். அமைதியாக இருக்கவே முடியாது, மனதுக்குள் எப்போதும் பயம், பதைபதைப்பை தேக்கி வைத்தபடியே இருக்க வேண்டியதாயிற்று.

வசை சொற்கள், பாராமுகம் இப்படி தொடங்கி memo, disciplinary hearing என்று நகர்த்தி, டாமினோஸ் விளையாட்டு போல ஒன்றன்பின் ஒன்றாக விழுந்துத் தொலைந்து, இங்கிலாந்தின் மெடிக்கல் கவுன்சில் வேலை செய்யும் தகுதியை ரத்துச்செய்ததில், சொந்த ஊருக்குத் திரும்பிக் காணாமல் சென்ற பலரை நிலா இந்த சில வருடங்களில் பார்த்திருக்கிறாள்.

நிலா பொறுமையிழந்து அவசரமாக குக்கூவுடைய ஒரு கையில் சாண்ட்விச்சைக் கொடுத்து, இன்னொரு கையில் சீருடை சட்டையை நுழைத்து, நிமிடத்தில் பேண்ட், சாக்ஸுக்குள் கால் நுழைத்து, ஷூ திணித்து அவனைப் பள்ளிக்கு செல்ல தயாராக்கினாள். அவனுடைய ஸ்கூல் பையையும், தன் கைப்பையையும் எடுத்துக்கொண்டு குக்கூவை ஒரு கையில் பிடித்துக்கொண்டு வாசல் நோக்கி வரத்தொடங்கினாள்.

குக்கூ அவளோடு நடக்காது நின்று நின்று நடந்தான்.

மணி 7.45.

பள்ளிக்கூடம் வரை நடந்து சென்று அவனைவிட்டு பின், நிலா தன் மருத்துவமனையை வேகமாக நடந்தால் 8.20க்கு போய் சேரலாம் என்று கணக்கு போட்டபடி நடந்தாள். கதவு வரை வந்தவன் நகராது நின்றான்.

நிலா கோபமாகி, “மோனா! மம்மியை படுத்தாதே! இன்னைக்கு நான் கட்டாயம் 8.30க்கெல்லாம் வேலையில

இருக்கணும். இல்லாட்டி மம்மியை ரொம்ப திட்டிருவாங்க” அழுத்தமாக சொன்னாள். அவன் உதட்டைக் கடித்தபடி அமைதியாக தலையைக் குனிந்துக்கொண்டிருந்தான்.

நிலா “ஏம்பா இப்படி அம்மாவைத் தொல்லை பண்ணுறே! போலாம் குக்கூ” என்றதற்கு அவன் உதடு விம்ம அமைதியாக இருந்தான்.

பின் மெதுவாகத் தலையை நிமிர்த்தி, “நான் வீட்டுலேயே இருக்கட்டா மீ” என்றான்.

8 வயது குழந்தையை எப்படி தனியாக வீட்டில் விட்டுவிட்டு செல்வது?

இந்தியாவில் இருந்து வந்து இங்கிலாந்தில் இருந்த பள்ளிக்கூடத்தில் அவனை சேர்த்து மாதங்கள் ஆகிறது. பள்ளியைப் பற்றிக்கேட்டால் அதிகம் பேசாது அமைதியாக இருப்பது அவன் வழக்கம்.

பள்ளி ஆசிரியர்களிடம் கேட்டால், “வந்தப்போது இருந்ததை விட இப்போது அவனுக்கு ஆங்கிலம் புரிகிறது. இப்போது கொஞ்சம் படிக்கிறான்!” என்பதைத் தாண்டி ஒன்றும் சொல்லவே இல்லை.

நிலாவுக்கும் இந்த ஊர் பள்ளிகளைப் பற்றி எதுவும் புரியவில்லை. ஆசிரியர்களிடம் “என் மகன் மகிழ்வாக இருக்கிறானா” என்ற கேள்விக்கு “அமைதியாக, பணிவாக இருக்கிறான். எந்த தொந்திரவும் தருவதில்லை” என்ற பதில் வந்தது.

காலை மணி 8.

பதட்டத்தோடு குக்கூவை ஒரு கையில் பற்றியபடி கதவுக்கு வெளியே இழுத்து வந்துக் கதவை பூட்டிக்கொண்டு நடந்தாள்.

சட்டென மூக்கை எறியவைக்கும் குளிர் காற்று! பொதுவாக குழந்தை ஏதாவது பேசிக்கொண்டே வருவான். இந்த ஊர், நண்பர்கள், பள்ளியைப் பற்றி பேசியதே இல்லை.

குக்கூ இந்தியாவின் பள்ளி நண்பர்கள், ஊர் கதைகள், அவ்வா / அம்மும்மா / தாத்தா / அப்பா கதைகள், பம்பரம்

விளையாடிய கதை, கீழே விழுந்து முட்டி சிறாய்ந்த கதை, பக்கத்தில் வளர்ந்த பூனை, எதிரே பார்த்த காகம் என்று ஏதாவது பேசிக்கொண்டு நடப்பவன், இன்று ஒரு வார்த்தை கூட பேசவில்லை.

நிலாவுடைய வேலையைப் பற்றிய பதட்டம், அவளுடைய குக்கூவின் உதடு விம்மலையும், கலங்கிய கண்களையும் கண்டும் காணாது இருக்கவைத்தது.

ஓட்டமாக நடந்தப்படி மனது கேட்காது, "மோனா! ஏதாவது பிரச்சனையா! என்கிட்ட உனக்கு ஏதாவது சொல்லணுமா" என்று கேட்டாள். குக்கூ ஒன்றும் பேசாது அமைதியாக அவள் நடைக்கு ஈடுக்கொடுத்து, ஓடியும், நடந்தும் மூச்சுவாங்கியபடி வந்தான்.

பள்ளியை நெருங்கும் போது, மீண்டும் அவன் கண்கள் அலைப்பாய்வதும், உதடு விம்முவதும், உடல் நடுங்குவதும் அதிகமானது. ஏதோ சரியில்லை என்று நிலாவுக்குப் புரிந்தாலும், நின்றுக்கேட்கும் அளவு நேரமில்லை. அவனுக்காக நேரம் ஒதுக்க கடிகாரம் ஒத்துக்கொள்ளவில்லை.

மணி *8.15!*

பள்ளிவாயிலில் நுழைந்து வரவேற்பறையில் குக்கூவை விட்டுக்கிளம்ப முயலும்போது, அவன் நிலாவின் கையை விடாது பிடித்துக்கொண்டிருந்தான்.

நிலா "மோனா! நேரமாச்சுடீ நான் போகணும்" என்றதற்குப் பதில் சொல்லாது கையையும் விடாது பிடித்துக்கொண்டு, தலைக்குனிந்து நின்றிருந்தான். நிலா தன் கையை விலக்கிக்கொண்டு நகரத் தொடங்கும் போது அவளுடைய இடுப்பை இறுகக்கட்டிக்கொண்டான். அவன் முகத்தை நிமிர்த்திப் பார்க்கையில், கண்களில் தாரை தாரையாக கண்ணீர்.

சத்தமில்லாமல் விம்மி விம்மி குக்கூ அழுதுக்கொண்டிருந்தான். தரையில் மண்டியிட்டு அமர்ந்து, "என்ன ஆச்சு கண்ணா! ஏண்டா அழறே! சொல்லு" என்றதும் கழுத்தைக் கட்டிக்கொண்டு ஓவென அழத்தொடங்கினான். நிலாவுக்கு ஒன்றும் புரியவில்லை.

அதற்குள் பள்ளி வரவேற்பறையில் இருந்த பெண் ஓடிவந்தாள். குக்கூ நிலாவின் கழுத்தை இறுக்கிப்பிடித்ததை விடவேயில்லை. குலுங்கி அழுதபடியே நடுங்கிக்கொண்டிருந்தான், அவன் அலறிக் கேவியழுவது நிலாவைக் கலங்கவைத்தது.

மணி 8.20!

"மோனா! என்னப்பா" என்றுக் கேட்டாள்.

குக்கூ மெல்லிய குரலில், "மீ! இங்க கொஞ்சம் பசங்க என்னை எப்ப பார்த்தாலும் அடிக்கிறாங்க! கீழே தள்ளிவிடறாங்க! Black paki dogன்னு கூப்புட்டுட்டு என் மூஞ்சில, தலையில, முடியில எல்லாம் துப்புறாங்க. பபுல்கம் தலமுடில ஒட்டவைக்கிறாங்க. Go back where u came from Pakiன்னு சொல்லிட்டே இருக்காங்க. மெரட்டுறாங்க. ஒரு பொண்ணு இருக்கா மீ! அவ என்ன எப்பப்பாரு எல்லா பசங்க முன்னாடியும் அடிக்கிறா! என் பேண்ட்டை கீழ கீழ இறக்கிவிட பாக்குறா! அவ என்னை அப்படி தொல்ல பண்ணும்போதெல்லாம், பசங்க எல்லாரும் சுத்தி நின்னு என்னைப் பாத்து சிரிக்கிறாங்க. சண்டைக்கு இழுக்குறாங்க! நான் எவ்ளோ ஒதுங்கிப்போனாலும் என்னையே தேடிவந்து அடிக்கிறாங்க! நா வந்ததுல இருந்து எனக்கு இங்க கொஞ்சம் கூட புடிக்கவே இல்லை! எனக்கு ரொம்ப பயமா இருக்கு! கஷ்டமா இருக்குமீ! வீட்டுக்கு போயிரலாம்மீ! என்னைத் தனியா விட்டுட்டுப் போயிடாதீங்க! ப்ளீஸ்மீ! ப்ளீஸ்மீ!" என்று கெஞ்சிய நடுங்கியபடியே அரற்றி அழுதான்.

சட்டென இத்தனை மாதமாக அவனைக் குளிப்பாட்டும் போது பார்த்த கீறல்கள், சிறு காயங்கள், கறுத்துக் கன்றிப்போ யிருந்த இடங்கள் எல்லாம் நினைவுக்கு வந்துப்போனது. நிலா எப்போது கேட்டாலும் விளையாடும்போது விழுந்துவிட்டதாக சொல்லி அமைதியாக முகம் திருப்பிக்கொள்வான்.

"என் குழந்தை அவனுடைய நாட்களை எல்லாம் பயந்துட்டே வாழுறான்!" யார் யார்கிட்டயோ அடிவாங்குறான்! அவனோட வலியை ஷேர் செய்யமுடியாம குமுறிக்கிட்டு இருந்திருக்கிறான்!' என்பதை நிலாவால் நம்பமுடியாது, அவனை இறுக்க அணைத்துக் கொண்டாள்.

வரவேற்பறை பெண் நிலாவிடம் "என்ன ஆச்சு?" என்று விஷயம் கேட்க, நிலா, "என்னுடைய மகனை அவனுடைய

க்ளாஸ்ல இருக்க பசங்க bully செஞ்சு அடிக்கிறாங்க. இனி ஸ்கூல்க்கு வரமாட்டேன்னு அழறான்” என்றாள். அந்த பெண் அவசரமாக வகுப்பாசிரியைக் கூப்பிடச் சென்றாள்.

நிலா பரிதாபமாக கேவி அழுதுக்கொண்டிருக்கும் குக்கூவை அழுகையோடுப் பார்த்து, “ஏன் பாப்பா என்கிட்ட முன்னமே சொல்லல” என்று கேட்டதற்கு “பயமா இருந்துச்சுமீ” என்று கிசுகிசுப்பாகச் சொன்னதும் அவளுக்குள் ஏதோ பெரிதாக அசைந்து நடுங்கியது.

“எல்லா எதிர்ப்புகளும் தாண்டி, என் மகனை நல்லாப் பாத்துக்கறேன். அவனுடைய உலகம் ரொம்ப சுலபமானது அப்படின்னு முட்டாள்தனமா நெனச்சிட்டேனே” என்று நிலாவுக்குப் புரிந்தது. இதற்குள் வகுப்பாசிரியை வந்து அவளிடம் பேசி, இனி குக்கூவை கவனமாக பார்த்துக்கொள்வதாகச் சொல்லி குழந்தையை சமாதானம் செய்யத் தொடங்கினாள்.

குக்கூ நிலாவின் கழுத்தை விடாது இன்னும் இறுகக் கட்டிக்கொண்டு, “விட்டுட்டு போயிடாதீங்க மீ! ப்ளீஸ்! ப்ளீஸ்! பயமா இருக்குமீ” என்று திரும்ப திரும்ப சொல்லிக்கதறிக்கொண்டே இருந்தான். அவனுடைய குரல் நிலாவுக்கு பழக்கமான பெரும்பதட்டத்தை, பெரிய பந்தில் ஏறி நிற்கும் சர்க்கஸ் யானைப் போல உள்ளுக்குள் வித்தை காட்டவைத்தது.

ஆசிரியை “எத்தனை நாள் பயந்து இருக்க முடியும்? நான் பார்த்துக்கிறேன். யார் அவனை டார்கெட் செய்யுறாங்கன்னு கவனிக்கிறோம். நீங்க பயப்படாம போங்க” என்று மீண்டும் மீண்டும் உறுதி கொடுத்தாள்.

*மணி 8.35!*

நிலா நடுங்கி அழுதுக்கொண்டிருக்கும் குக்கூவையேப் பார்த்தாள். திடீரென அவனுக்குப் பதில் அங்கு காங்கோ பிக்மி பையன் நின்றுக்கொண்டிருப்பதைப் போல மாயத்தோற்றம் மின்னி மறைந்தது.

காட்டுக்குள்ளும், காட்டுக்கு வெளியும் தினம் உயிர் கொல்லிகள் உலவினாலும், தைரியத்தையும், அன்பையும்

விடாது மீண்டும் பழம் பொறுக்கப்போகும் அந்த குழந்தையை நினைத்துக் கொண்டாள்.

குக்கூவின் முன் மண்டியிட்டு அமர்ந்தவள், அவனைப் பார்த்து, “மோனா! நீ ரொம்ப தைரியமானவன். இந்த பசங்களால எல்லாம் உன் தைரியத்தைப் புரிஞ்சிக்கமுடியாது. அதை அவங்களால ஒடைக்கவும் முடியாது. உனக்கு இப்ப 2 சாய்ஸ் இருக்கு. நம்ம இப்போ திரும்பி விட்டுக்குப் போயிடலாம். நம்மள லைஃப் பூரா நெறய பேரு பயமுறுத்திட்டே இருப்பாங்க. நாம இவங்களப் பார்த்து பயந்து ஒளிஞ்சிக்கிட்டே இருக்கலாம். ஆனா தினம் தினம் பயந்துட்டே இருக்கணும். இல்லை இப்போ நமக்கு பயமா இருந்தாலும், அவங்கள நேரா ஃபேஸ் பண்ணலாம். யாராவது அடிச்சா, உன்னை பாதுக்காத்துக்க நீ திரும்ப அடி. என்ன ஆகுதுன்னு பாக்கலாம். நீ திரும்ப சண்டை போடுவேன்னு தெரிஞ்சாலே, உன்னை அடிக்கறவங்க பயந்துடுவாங்க. ஆனா நாம ஒளிஞ்சிக்கிட்டா எப்பவும் எதையுமே நேரா சந்திக்கவே முடியாது. நீ என்ன சொல்லுறே. நீ ஸ்ட்ராங் பாப்பா தானே” என்றாள்.

குக்கூ நிலாவை விம்மியபடியேப் பார்த்தான். ஆசிரியைப் பார்த்தான்.

விம்மலோடு “சரிம்மீ” என்றுச் சொல்லிவிட்டு, வேறெதுவுமே பேசாது, நிலாவைத் திரும்பித் திரும்பிப் பார்த்துக்கொண்டே நடந்து வகுப்பறைக்குள் சென்று மறைந்தான்.

நின்ற இடத்தில் இருந்து நிலாவால் காலை நகர்த்த முடியவில்லை. ‘என் குழந்தைக்கு சரியான பதில் சொன்னேனா இல்லை தவறான பதில் சொன்னேனா’ என்றுத் தெரியாது நின்றிருந்தாள்.

கருணையோடு மன்னித்துவிடு என்பதும், எதை செய்தாவது உன்னைத் தற்காத்துக்கொள் என்பதும் எங்கு தொடங்கி எங்கு முடிகிற கோடு?

நேரம் 9.10!

நிலாவுடைய அலைப்பேசியில் வேலையில் வரிசையாக அழைப்பு வரத்தொடங்கியது.

சட்டென எல்லாவற்றையும் வெட்டிவிட்டு வேலையை நோக்கி நகர மனதும், மூளையும் இன்னும் பழகவில்லை.

அழைப்பை எடுத்து, நிலா தன் மகனுடைய நிலையைப் பற்றி சொல்லி, இப்போது வேலைக்கு வந்துக்கொண்டிருப்பதாகச் சொன்னாள்.

சலிப்பும் கோபமுமாக சீக்கிரம் வரச்சொல்லிவிட்டு வைத்த காரியதரிசியின் குரல் நிலாவை அவமானப்படுத்தியது.

வேகமாக வேலைக்குச் சென்று, இன்னும் நிறைய எரிச்சல்மூட்டும் குத்தல் வார்த்தைகளைக் கேட்டுக்கொண்டு அன்றைய நாளில் மூழ்கினாள். இனி இப்படி தாமதமாக வந்தால் டிசிப்ளினரி ஆக்ஷன் எடுக்கவேண்டியிருக்கும். அடிக்கடி இப்படி நிகழ்ந்தால், பிஸிக்கு பதில் சொல்லவேண்டும். அதன்பின் ப்ரொபேஷன் பீரியட்டில் வைக்கப்படுவாள் என்ற கடினவார்த்தைகள் வந்து விழுந்தது. Late coming warning letter உடன் 35 பக்க sickness absence policyயை மீண்டும் நினைவுப்படுத்தினார்கள். அவைகளை எல்லாம் விட மனதுக்குள் குக்கூவின் அழுகை முகம் வந்து நின்று நிலாவின் நெஞ்சைப் பிசைந்தது.

கடிகாரத்தைப் பார்த்தப்படியே வேலைப் பார்த்தாள். அலைப்பேசியில் சிலமுறை பள்ளியை அழைத்து குக்கூவைப்பற்றி விசாரித்தாள். அவன் நார்மலாகிவிட்டான் என்று சொன்னதைக் கேட்டுக்கொண்டாள். ஆனாலும் மனது ஆறவில்லை.

என் சின்னஞ்சிறிய குழந்தை தினமும் பயத்தோடுப் பள்ளிக்குச் சென்று, மற்ற பிள்ளைகளிடம் அடிவாங்கி, வசைசொற்களால் அவமானப்பட்டிருக்கிறான் என்பது நிலாவுக்கு இன்னமும் பிடிப்படவில்லை.

குக்கூவினுடைய தோலின் நிறத்தால் அப்படி அவனை நடத்தினார்கள் என்பது அவளுக்குள் அடக்கமுடியாத ஆத்திரத்தை வரவழைத்தது. அதுவும் அவன் வயதொத்த சிறுகுழந்தைகள் அவனைக் கொடூரமாகத் துன்புறுத்தியிருக்கிறார்கள் என்பதன் அழுத்தமான கனம் நகரும் ஒவ்வொரு கணமும் வளர்ந்தது.

வந்த கோபத்திற்குக் குக்கூவை அடித்த எல்லா பிள்ளைகளையும் சவுக்கெடுத்து ரத்தம் வரும்வரை விளாசவேண்டும் என்று கொதித்தது. இப்படி பிஞ்சாக முளைக்கும்போதே சிறுபிள்ளைகளை நிறமதமொழியின வெறியர்களாகத் தயார் செய்யும் பெற்றோரையும் சேர்ந்துப்

பிளந்துக்கட்டி மாட்டுக்கு போடுவதுபோல சூடு போடவேண்டும் என்று ரௌத்திரமாக குதித்தது மனது.

குழந்தைகளுக்குள் வன்மம் இல்லை என்பது எத்தனை பெரிய பொய். Kids can be very cruel என்பது உள்ளே குலுக்கியது.

ஒரு ஆலமரம் பத்தடி வளர எடுக்கும் 5 ஆண்டு காலத்தில், பல்லாயிரம் சீமை கருவேலம் வளர்ந்து நிற்கும்.

அன்பு செலுத்த கடினமாக இருக்கும் இவ்வுலகில் வெறுப்பையும், எகத்தாளத்தையும், குரூரத்தையும் வளர்க்க மனிதர்களுக்கு எத்தனை காரணங்கள்! எத்தனை எளிது!

இந்த காலக்கட்டம் குக்கூவை உடைக்குமா? வலிமை யாக்குமா? என்று தெரியவில்லை ஆனால் அது நிலாவை மிகவும் உடைத்தது.

பிறந்தவூரில் அவனுக்குத் தெரிந்த எல்லாவற்றில் இருந்தும் விலக்கிக்கொண்டு வந்து இப்படியான வாழ்க்கையில் அவனை வைத்திருப்பது சரியா தவறா என்றுக் கலங்கினாள்.

சாயங்காலம் ஆறு மணி ஆனதும் வீட்டிற்கு ஓடினாள். 4 மணிக்கு பஸ்விட்டு வந்த குக்கூ எதிர்வீட்டு பங்களாதேஷி டாக்டர் வீட்டில் எப்போதும் போல நிலா வரும்வரை காத்திருந்தான். நிலா மாடிப்படிகளைத்தாவியேறி மூச்சுவாங்கியபடியேக் கதவைத் தட்டினாள்.

கதவைத் திறந்த மிசஸ் அன்வரின் பின்னால் குக்கூ அவனுடைய பைகளை வைத்துக்கொண்டு நின்றுக்கொண்டிருந்தான். நிலா அவரிடம் நன்றி சொல்லிவிட்டு அவனோடு வீட்டுக்குள் நுழைந்தவுடன், குக்கூவை இறுக அணைத்தாள்.

குக்கூவின் சட்டையைக் கழற்றிவிட்டு கைக்கால், தலை, முதுகெல்லாம் அவசரமாக ஆராய்ந்தப்படியே "மோனு! என்ன ஆச்சு! உன்னை யாரும் தொல்லை செஞ்சாங்களா பாப்பா" என்று கேட்கும் போதே நிலாவுக்கு அழுகை வந்தது.

நிலாவை இறுகக் கட்டிப்பிடித்தப்படி, "நான் நல்லா தைரியமா இருந்தேன்மீ" என்றான். வேறு எதுவும் சொல்லவில்லை.

இருவரும் வெகு நேரம் கட்டிப்பிடித்தப்படி அமர்ந் திருந்தார்கள். மெல்லிய குரலில் "நீங்க பயப்படாதீங்கமீ" என்று சொல்லிவிட்டு, தோளில் தலையைச் சாய்த்துக்கொண்டான்.

அவரவர் போர்களை அவரவர்கள் மட்டும் தான் எப்போதும் சந்திக்கிறார்கள்.

இப்படியாக அன்றைய நாளின் நிகழ்வுகளை மென்று விழுங்கி ஜீரணித்து நிலாவும், குக்கூவும் கட்டிப்பிடித்துப் படுத்தார்கள்.

குக்கூ தூங்கிவிட்ட பிறகும் நிலாவினால் தூங்கமுடியவில்லை.

காலையில் பாதி முடித்து வைத்திருந்த ஆவணப்படத்தை மீண்டும் நிலா பார்க்கத்தொடங்கினாள்.

கொரில்லா தலைகளும், காண்டாமிருகத்தின் கொம்பும் கணையமும், ஒட்டகத்தின் உறுப்புகள் என்று தொடங்கி அழிந்துக்கொண்டு போகும் எல்லா உயிரினங்களின் உடலும் விற்கப்படும் கருப்பு சந்தையில் "காட்டின் ஆன்மா" என்ற பேரில் வெந்நிற சாம்பல் எனும் பொருள் ஒன்று பெரும் கிராக்கியோடு பெருவிலைக்கு விற்கப்படுவதோடு ஆவணப்படம் முடிவடைந்தது.

மந்திர தந்திரம், பில்லி சூன்யம், பேய் பிசாசு, ராட்சதர்கள், காட்டு தேவதைகள் போன்றவற்றைப் மிக பெரிதாக நம்புகிறவர்கள் ஆப்பிரிக்கர்கள்.

பொதுமக்களும், திருட்டுத்தனமாகக் காட்டில் தொழில் புரியும் மனிதர்கள் எந்த காரியத்திற்காக காடுகளுக்குள் நுழைந்தாலும் அவர்களை எந்த தீங்கும் அண்டாது இருக்க இந்த "காட்டின் ஆன்மா" சாம்பல் பூசினால் போதும் என்பது அவர்களின் அசைக்கமுடியாத நம்பிக்கை. அதனால்தான் அதற்கு நிறைய விலையும் கிராக்கியும்.

அந்த கருப்பு சந்தையின் எல்லா கடைகளிலும் நூற்றுக்கணக்கான கண்ணாடிக்குப்பிக்குள் அந்த வெள்ளை சாம்பலை பெரும்விலைக்கு விற்றார்கள்.

காட்டின் ஆன்மா என்பது காட்டை அரவணைத்து வாழும் பாகா மற்றும் பாயாகா பிக்மிகளைக் கடத்திக் கொண்டுப்போய் அடித்தும், கற்பழித்தும், குத்தியும், துப்பாக்கியாலும் சுட்டுக்கொன்று எரித்த சாம்பல் என்றதோடு ஆவணப்படம் முடிந்தது. மிச்சமீதி ஒளிந்திருந்த நிலாவின் தூக்கத்தையும் அந்த இரவு தின்றுத்தீர்த்தது.

★ ★ ★

# 8

## குக்கூ : வயது 15

குக்கூவைப் பள்ளியில் இறக்கிவிட காலை போக்குவரத்து நெறிசலில் நிலா வண்டியோட்டிக் கொண்டிருந்தாள். கூட்டம் கூட்டமாகப் பள்ளிக்கூடம் செல்லும் குழந்தைகளைப் பார்க்க மிகவும் அழகாக இருந்தது.

இந்தியாவில் நிலாவின் சிற்றூரில் பள்ளிக்கூடம் செல்லும் பிள்ளைகளுக்கும், இங்கிலாந்தில் இருக்கும் இந்த சிற்றூரின் பிள்ளைகளுக்கும் நிறைய வித்தியாசம் இருந்தது.

நிலா பள்ளியில் பத்தாவது படிக்கையில் வட இந்தியப்பெண் ஒருத்தி வந்துச் சேர்ந்தாள். 1990களின் தொடக்கம் அது. முதன் முதலில் அந்த ஊரின் வரலாற்றில் "பள்ளிக்குச் சல்வார் போட்டுத் தான் வருவேன்" என்று அந்த பெண் சொல்லவும், பள்ளிக்கூடமே கொந்தளித்தது.

நிலாவின் ஊரிலும், சுற்றியிருந்த எல்லா சிறு கிராமங்களிலும், பாவாடை தாவணியோ, சட்டையோ தான் சீருடை. அந்த காலக்கட்டத்தில் சென்னையில் கூட பெரும்பாலும் பாவாடை தாவணி மற்றும் பெரிய பள்ளியில் படிக்கும் பெண்களை சட்டையும், முட்டிவரை இருந்த பின்னஃபோர் உடையுடன் தான் பார்க்கமுடியும்.

அதனால் அந்த பெண் அப்படிச் சொல்லியதும், அந்த விவரம் பள்ளி முழுக்க பரவி, எல்லா ஆசிரியைகளும் கங்கணம்

கட்டிக்கொண்டு, தமிழ் கலாச்சாரம் சீரழிந்துப்போவது இவளால்தான் என்பதைப் போல அவளை மாறி மாறித் திட்டியப்போதும் அவள் கொஞ்சமும் அசராது, சல்வார்தான் போடுவேன் என்று கொடிபிடித்தாள்.

ரெண்டு மூன்று மாதம் கழித்து வேறு வழியில்லாது அவளை சல்வார் போடவிட்டதும், அடுத்த ஒரு வருடத்திற்குள் அந்த பள்ளிப்பெண்களும், சுத்துப்பட்டு ஊரில் இருந்த எல்லாப் பள்ளி மாணவிகளும் சல்வாரை சீருடையாகப் போடத் தொடங்கிவிட்டார்கள்.

எண்ணெய் வைத்து வழித்துப் படிய வாரி , ரெட்டை ஜடை ரிப்பன் வைத்து மடித்துக்கட்டி, வியர்வை வழியும் கழுத்தில், முகத்தில் டேல்கம் பவுடர் வெள்ளையாகத் திட்டுத்திட்டாக பாவாடை தாவணி / பாவாடை சட்டை / சல்வார் அணிந்து செல்லும் பெண்குழந்தைகளைப் பார்க்கையில் சந்தோஷமாக இருக்கும்.

இங்கிலாந்தில் எல்லா வயது பெண்குழந்தைகளும் பள்ளி சீருடை அணிந்திருந்தாலும், சினிமா நடிகைகள் போல கலையாத மேக்–அப் அணிந்த பளபள முகத்தோடும், ஜடைப்போடாது ஃப்ளாட் அயர்ன் செய்த நீளமான தங்கநிற தலைமுடியோடும், கையில் பெரிய ஹாண்ட் பேக் எடுத்துக்கொண்டு செல்வதையும், ஆண் குழந்தைகள் வெவ்வேறு சிகையலங்காரத்துடன் துள்ளல் நடையோடும் செல்வதையும் நிலா பார்த்தாள்.

அவள் பக்கத்தில் அமர்ந்திருந்த ஆறடி உயர மகனைப் பார்த்தாள்.

போன வாரம், குக்கூவின் நான்கு நண்பர்கள் ஸ்லீப் ஓவருக்காக வீட்டில் வந்து தங்கினார்கள். குசு குசு என்றுப் பேசிக்கொண்டும், சிரித்துக் கொண்டும் இருக்கும் குழந்தைகளைப் பார்த்தாள். இந்த நான்கு பேரும் ஒன்று சேர்ந்தால், ஹாலில் படுத்து, அங்கேயே தூங்கிச் சாப்பிட்டு, பன்றிக்குட்டிகள்போல கிடப்பார்கள். இப்படி மாதமொருவர் வீட்டில் ஒரு வார யிறுதியைக் கழிப்பார்கள்.

குக்கூவின் நண்பன் கேலம் (callum) அவனுடைய 4 வருட கேர்ள்ஃப்ரெண்ட்டை விட்டுப் பிரிந்துவிட்டதை

சோகமாகச் சொல்லிக்கொண்டிருந்தான். சமையலறையில் ஏதோ செய்துக்கொண்டிருந்த நிலாவுக்குத் தூக்கிவாரிப்போட்டது. இந்த 15 வயது குழந்தைக்கு கடந்த 4 வருடமாக கேர்ள்ஃப்ரெண்ட் இருந்ததை ஆச்சரியமாக யோசித்துப் பார்த்தாள்.

பதின்வயதில் காதலன் / காதலியைத் தேர்ந்தெடுக்கவும், வீட்டினரிடம் சொல்லவும், அவரவரின் அறைக்குள் தனியாகக் கூட்டிச்செல்லவும், உடலுறவில் ஈடுபடவும் இந்த குழந்தைகளுக்கு எந்த விதத்திலும் தயக்கமே இல்லை. அதை பெற்றோரும் எந்த சிக்கலும் இல்லாது ஏற்றுக்கொள்கிறார்கள்.

இது எப்படி சாத்தியப்படுகிறது என்று நிலாவுக்குப் புரியவேயில்லை.

25 வயதில் கல்லூரி முடித்தப்பின் திருமணத்திற்கு ஒத்துக்கொள்ளாத குடும்பத்தை நினைவு கூர்ந்தாள்.

உன் வாழ்க்கை உன் முடிவுகள் என்று இங்கிருக்கும் பெற்றோரால் எப்படி பிள்ளைகளின் தீர்மானங்களுக்குள் அவர்களுடைய கருத்தை திணித்துத் தலையிடாது இருக்க முடிகிறது?

உடை, படிப்பு, உணவு, வாழ்க்கைத்துணை என்று எல்லாவற்றிலும் முழுக்கவோ, பெரும் சதவிகிதமாகவோ பெற்றோரின், குடும்பத்தினரின் விருப்பமாக இருக்கும் இந்திய கலாச்சாரத்திற்கும், இந்த ஊரின் நடைமுறைக்கும் எத்தனை வித்தியாசங்கள்?

கார் சிக்னலுக்காக நின்றிருந்த போது, நிலா குக்கூவைப் பார்த்து திடீரென, “உனக்கு யார் மேலயாவது க்ரஷ் வந்திருக்கா, மோனா?” என்றுக் கேட்டாள்.

அவளைக் கோபமாகப் பார்த்து, “மீ!!! Please don’t embarrass me.” என்று சொல்லிவிட்டு அமைதியாகிப் போனான்.

நிலா அவனிடம், “க்ரஷ் பத்திக் கேட்டா ஏண்டா எரிச்சலாகுறே! எனக்கு நிறைய க்ரஷ் இருக்கு. அதான் உனக்கேதும் இருக்கான்னு கேட்டேன்.” என்று சொல்லும்போது குக்கூ தலையசைத்து மறுத்துக்கொண்டே “Too much info e! Don’t try too hard to be cool” என்று நக்கலாக சொன்னான்.

அவனுடைய முகபாவத்தையும், அவன் சொன்னதையும் நினைத்து நிலாவிற்குச் சிரிப்பு வந்தது. கார் பள்ளியின் அருகே நிறுத்தியதும், எப்போதும் போல நெற்றியில் முத்தமிட்டு அனுப்பிவிட்டு, வீடு திரும்பினாள்.

நிலாவுக்குச் சிறுவயது முதலே கற்பனை அதிகம். அவள் பார்க்கும், படிக்கும், கேட்கும் எல்லாவற்றின் மீதும் பெருங்காதல் கொண்டிருக்கிறாள். நிலாவின் முதல் காதல் பத்தாவது வயதில் தொடங்கியது. கோகுலம், அம்புலிமாமா, ராணி காமிக்ஸ் படித்துக்கொண்டிருந்த அவளுக்கு முதன்முதல் கணேஷ் வசந்த் நாவல் படிக்கக் கிடைத்தது.

சிறுவயதில் தனியாக சத்தமில்லாமல் இருந்தாலும் நிலாவின் காதுக்குள் பாட்டும் இசையும் கேட்டுக் கொண்டே இருக்கும். அதற்கேற்றாற் போல அவளுடைய கால்கள் ஆட்டமாடும், நிலாவின் கண்ணுக்குள்ளும், மூளைக்குள்ளும் பார்ப்பவைகளின் மேல் கூடுதல் வண்ணமும், விவரங்களும் கூட்டிப் பார்க்கும் கற்பனையிருந்தது.

இப்படி அவள் உலகம் வேறாக இருக்கையில், குக்கூவின் உலகம் எப்படி இருக்கும் என்று நிலாவுக்குத் தெரியவில்லை.

கிருஷ்ணர், சூப்பர்மேன், டார்சானுக்குப் பிறகு நிலாவுக்கு அறிமுகமான காதலன் வசந்த். பொம்மைகளைக் காதலித்துக்கொண்டிருந்த இடத்திலிருந்து நகர்ந்து வேறொரு தளத்திற்குச் சென்ற கணம் அது.

நிலாவின் மனதுக்குள் அத்தனை பட்டாம்பூச்சிகள்.

முகம் தெரியாத வசந்தின் பக்கம் நிற்பது போலவும், வசந்த் அவளைப் பார்த்து கிண்டல் செய்வது போலவும், கண்ணடிப்பது போலவும், இருவரும் சேர்ந்து பல குற்றங்களைத் துப்பறிவது போலவும், நினைத்துச் சிலிர்த்துக்கொண்டது உண்டு. எந்த நேரமும் விளையாடிக்கொண்டிருந்த நிலாவுக்குத் தடை விதித்தப்பின், அவளுக்குப் பொழுதுபோக்க கிடைத்த சில விஷயங்கள் புத்தகங்கள், இசை, மற்றும் வரைய புத்தகங்களும் வண்ணங்களும், நிறைய கற்பனையும் தான்.

குக்கூ இப்போது இருப்பதையும், நிலா தன் 15 வயதில் எப்படி இருந்தாள் என்பதையும் ஒப்பிட்டுப் பார்த்தாள்.

சில மாதங்களுக்கு முன், குக்கூவின் அறைக்குள் செல்ல கதவைத் திறக்கையில், அவன் வெகு தெளிவான குரலில் “ மீ! நீங்க என்னோட ரூம் உள்ள வரதுக்கு முன்னாடி கொஞ்சம் கதவைத் தட்டிட்டு வரீங்களா? ஜஸ்ட் ஃபார் மை ப்ரைவசி!” என்று சொன்னதை நினைத்துப்பார்த்தாள்.

பெற்றோர் குழந்தைகளோடு அவர்களை ஒப்பீடு செய்யமுடியுமா?

பாட்டி தன் ஏழ்மையான கடினமான குழந்தைப்பருவத்தையும், நிலாவின் வாழ்க்கையையும் ஒப்பிட்டுக்கொண்டே இருப்பார்.

பள்ளியும், வீடும், உறவுகளும் நிலாவைப் பதின்பருவத்தில் நிறைய குழப்பியதுண்டு.

ஏன் உறவு சிக்கல்கள் மிகுந்துப்போய்விட்டது; என்ற கேள்விகளுக்கு ஒரே பதில் தான் இருப்பதாக எல்லா அறிஞர்களும் சொல்கிறார்கள்.

இயந்திரமயமும் நகரமயமும் சேர்ந்து குடும்பத்திலிருக்கும் எல்லோரையும் வேலை என்ற பெயரில் வீட்டைவிட்டு இழுத்து வெளியே துப்பிய பின், பொருளாதார போருக்குப் போய் தினம் திரும்புபவர்களின் மனதில் விழும் காயங்களை, உளைச்சலைப் பார்த்துக்கொள்ளவே நேரமில்லாது சுழலும்போது, உறவுகளை எப்படி வளர்ப்பது?

சோறு போடுவோம், தலைக்கு மேல் கூரை கொடுப்போம், உடுத்திக்கொள்ள உடை இருக்கும், வேறு எதைப் பற்றியும் கேள்வி கேட்காமல், சொல்லும் பக்கம் சென்றுப் படித்து, சொல்லும் வேலை செய்து, உடலைப் பற்றியோ, எதிர்பாலினத்தைப் பற்றியோ எந்த curiosityம் இல்லாது, காட்டும் ஆளைத் திருமணம் செய்து என்று அடுக்கும் பட்டியலில் சிக்கி சிதைப்படும் குழந்தைகள் என்னவாக மாறுவார்கள்?

கொஞ்சம் பற்றுடனும் நிறைய வெறுமையுடனும் வளர்ந்தால் எதை உறவு என்பது? எதை பற்றுவது?

இப்போது இருக்கும் உறவு சிக்கல்களுக்குக் காரணம் Massive attachment voids! Perpetual conflicts within oneself and with everyone - everything in world!

நிலா எதற்கு பள்ளிக்குப் போகவேண்டும் என்று தினம் கேட்டுக்கொண்டு எழுவாள். ஒவ்வொரு பள்ளிப்பாட வகுப்பும் ஏன் இதை படிக்கவேண்டும்? என்று கேட்கையில், எதற்கு என்று சொல்லாது, கட்டாயம் படித்துத்தான் ஆகவேண்டும் என்ற பதில் மட்டும்தான் வந்தது. பள்ளிக்கு ஒருபோதும் சுறுசுறுப்பாகப் போனதில்லை.

பல நாட்கள் தாமதமாக சென்றுப் பள்ளிக்கு வெளியே நின்றிருக்கிறாள். அசெம்ப்ளியில் தமிழ்த்தாய் வாழ்த்துப் பாடத் தொடங்கியதில் இருந்து, ஜபம், தகவல் அறிவித்தல், ஜன கண மன இப்படி ஏதாவது ஒரு இடத்தில் வந்துச் சேர்வாளே தவிர, அசெம்ப்ளி தொடங்கும் முன் ஒரு நாளும் சென்றதில்லை.

நேரம் தவறாமையைப் பள்ளியிலோ, கல்லூரியிலோ, வேலையிலோ மனம் ஒன்றி கடைப்பிடித்ததில்லை. Time is an illusion, Lunchtime doubly so என்று டக்ளஸ் ஆடாம்ஸ் சொல்வதில் ஏதோ உண்மை இருக்கும்போல!!!

ஆனால் மணிக்கணக்கில் ஏதும் பேசாது காலை எழும், மாலை மங்கி அடங்கும் சூரியனைப் பார்க்கவும், தொடங்கி அடங்கும் கடைசித்துளி மழை வரை பார்க்க காத்திருந்த நிலாவுக்கு மற்ற இடங்களில் நேரம் தவறாமை கடைப்பிடிக்க முடியவில்லை. அது வெகு முக்கியமான ஒழுங்கு என்றெல்லாம் நிறைய இடத்தில் பார்த்து, கேட்டு, படித்தாலும் அது நிலாவுக்கு வசமாகவில்லை.

குக்கூ பள்ளிக்கூடத்திற்குச் செல்வதைப் பிடித்துச் செய்யாவிட்டாலும், நேரம் கடைப்பிடிப்பான். நிலாவிடம் இருந்த பல கெட்ட வழக்கங்கள் குக்கூவிடம் இல்லை.

கடமைகளால் நிறைந்த உறவுகள் நிறைய இருந்தாலும், "நீ எப்படி இருந்தாலும் நான் உன்னோட நிப்பேன். நீ என் மனசுக்கு நெருக்கமான உயிர். நீ எப்போதும் என்னை முழுசா நம்பலாம். நான் எப்பவும் உனக்காக இருப்பேன்" என்ற பிடிமானங்கள் குறைந்திருக்கும் குடும்பத்தில் ஒருவருக்கு ஒருவர் யார்?

அப்பா என்றால் எதனால் அப்பா ஆகிறார்? அம்மா என்றால்... எது ஒருவரை அம்மாவாக்குகிறது? பாட்டி என்றால் என்ன அவருடைய கடமை? அண்ணன் எதனால் அண்ணன்?

நிலாவுக்கு ஒரே போன்ற நாட்கள் பிடித்ததில்லை. தனியாகவே இருக்கவும், ஒவ்வொரு நாளும் ஒரே நாளாக விதிக்கப்பட்ட பின், 'என்னை யாராவது கவனிக்கிறார்களா?' என்பது மட்டுமே மாறும் கோணமாக இருந்தது.

ஒரு நிமிடம் நிலா மிகப்பெரிய அழகியாகவும், இன்னொரு நிமிடம் உலகிலேயே மிக அசிங்கமான பெண்ணாகவும் மாறி மாறி ஓடிய எண்ணத்துக்குள் மூழ்கி வளர்ந்தாள்.

நிலாவை யாராவது பார்த்தாலே நிலைத்தடுமாறி நாட்கணக்கில் கற்பனையில் சுற்றினாள். நிறைய காதலித்தாள். தன்னை யாரோ ஒருவர் கவனிக்குமளவு இருக்கிறாள் என்பது மிதப்பைத் தந்தது. அவள் உணர்ந்தவைகள் இரண்டு மூன்று நாட்களில், ஒன்றுமில்லாது கரைந்து போக அடுத்த காதலில் விழத்தயாரானாள். மற்றவர்கள் அவளைக் கவனிக்குமளவு அபத்தமாக நடந்தாள்.

நல்ல பெண்ணாக இருப்பது என்றால் கேள்விகளுக்கே இடமில்லாத சொல்லப்படுவதை அப்படியே செய்ய நிர்ப்பந்தப்படுத்தும் அழுத்தமான சூழலும், குடும்பத்தினர்கள் இருந்தாலும் நிறைய வெறுமையும், சிறுவயது முதலே உடல் சார்ந்து வயதுக்கு மீறிய நிகழ்வுகள் யாருக்கும் தெரியாது நிலாவின் மீது அத்துமீறி நடத்தப்பட, அவளை எப்படி நிலைநிறுத்திக்கொள்வது என்றே தெரியாது வளர்ந்தாள்.

சிறுவயதில் இருந்தே நிலாவுக்கு அதீத அழுத்தமும், மன உளைச்சலும் இருந்திருக்கிறது என்பதை நிலா இங்கிலாந்து வந்தப்பிறகு தான் உணர்ந்தாள். மனநலம் சார்ந்த சோதனைகளில் அவளுக்கு attention deficit disorder இருந்திருக்கிறது என்பதைத் தன்னுடைய 30களில் தான் அவள் உணர்ந்தாள்.

தேவைக்கதிகமான சக்கரை, சாப்பாடு என்று பல Addictive comfort eating வழக்கங்கள், சாதாரணமாக செய்யும் நிகழ்வுகளைக் கூட தள்ளித்தள்ளிப் போட்டுக்கொண்டிருப்பது, தேவைக்கதிகமான பதட்டமும் பயமும், disorganisation இப்படியான பலவற்றை தனக்குள் பார்த்திருக்கிறாள்.

கசப்பான குழப்பங்களின் நடுவே, தன்னை அந்த நொடி மகிழ்ச்சியாக்க instant gratificationல் மூழ்குவதைத் தவிர நிலாவுக்கு

வேறு எந்த coping mechanismம் தெரிந்திருக்கவில்லை. எதை பிடித்துக்கொண்டு நாட்கள் தள்ளுவது என்று தெரியாத போது, மற்றவர்கள் நிலாவின் மேல் கொஞ்சம் கவனமும், ஈர்ப்பையும் காட்டினால் அதுவே அவளுக்குப் பெரிதாக தெரிந்தது.

மற்ற பெண்கள் போல தான் இல்லை என்பது பதின்வயது நிலாவை மிகவும் பயமுறுத்தியது. பல இடங்களில் அதிகப்பிரசங்கித்தனமாக இருந்த நிலாவை அம்மா விசித்திரமாகப் பார்த்திருக்கிறார். 'நீ ஏன் இப்படி நடந்துக்கிற? உனக்கு என்னதான் வேணும்? ஏன் இப்படி இருக்கிறாய்?" என்று கோபித்து, எரிச்சல்பட்டு, வருந்தி, அழுதிருக்கிறார்.

வயதுக்கு மீறி தன் மேல் நடத்தப்படும் அழுக்கான பாலியல் அத்துமீறல்கள்! பாட்டியின் நிலையான கோபம்! கடுமையான வேலை பளுவால் எப்போதாவது பார்க்கும் அம்மா அப்பா! இவையெல்லாம் தடைகளாக மாறிவிட குழந்தையான நிலாவால் தனக்கு என்ன நிகழ்கிறது, என்று அம்மாவிடம் சொல்ல தெரியவில்லை.

தன்னுடைய பலவகை அசட்டுத்தனங்களைப் பொறுத்துக் கொண்டாலும், நிலா நிலையான மனநிலை கொண்டவள் இல்லை என்பதில் நிலாவின் அம்மாவுக்கு அதிக நம்பிக்கை இருந்தது. நிலாவும் தன் அம்மா நினைத்ததை நிஜம் என்று வெகு நாட்கள் நம்பினாள்.

மூளைக்குள் இரண்டு சிறு பகுதிகள் இருக்கிறது. அவை காடேட் ந்யூக்ளியல் (caudate nucleus) மற்றும் வெண்ட்ரல் டெக்மெண்டல் ஏரியா (Ventral tegmental Area) ...

காதல் உருவாகிய பின் மூளையை MRI scan செய்தால், சின்ன கமா போல மூளையின் நடுவே ஆரஞ்சு சிகப்பில் ஒளிரும் பகுதி.

காதல் இங்குமட்டும் தான் உணர்கிறோமா என்று கேட்டால், நிலாவுக்கு அதில் கொஞ்சம்கூட உடன்பாடில்லை. மூளை சிறிய டேட்டா பாங்க் மட்டும் தானே! அதில் இருந்து எல்லா உலகிலும் உணரப்படுபவை எங்கேயோ பெரிய பிரபஞ்ச சர்வரில் சென்று அடங்கிப்போவதைப் போல தோன்றியது.

காதல் பிரபஞ்சத்தில் சென்று கரையும் முன், மூளையில் பதியும் இடம் தான் இந்த VTA பகுதி.

சிறுவயது தொடங்கி இப்போது வரை நிலாவின் காதல்கள் என்று கணக்குப் போட்டால், அது நூற்றுக்கணக்கில் போகும். புத்தக, பட, பாட்டு கதாநாயகன்கள் போக, நிலாவுடைய நிஜ காதலன்களும் அவளுடைய அம்மாவையும், அப்பாவையும் மிகவும் பயமுறுத்தியிருக்கும் என்று நிலாவுக்கு உறுதியாக தெரியும்.

அம்மா, அப்பா, சொந்தபந்தங்கள் தாண்டி, ஏதோவொரு வகையில் பெண் என்ற தனக்கான அங்கீகாரத்தை அவளைப் பார்க்கும் ஆண்களிடம் எதிர்ப்பார்த்தாள். அப்படி எதிர்ப்பார்ப்பது தவறா? அது படைப்பின் விதி அல்லவா? இல்லை அவளுடைய பிறப்பின் / மனதின் கோணலா? எந்த வயதில் எதிர்பாலின ஈர்ப்பை எதிர்பார்க்கவேண்டும் என்று யார் முடிவு செய்யமுடியும்?

How do one explain their own precociousness?

காதல், க்ரஷ் இவைகளின் தாக்கம் மூளையில் "Cocaine rush" (கொக்கென் ரஷ்) போலவே செயல்படுகிறது என்று படித்திருக்கிறாள். பல காத்திரமான போதைமருந்துகள் தரும் அதே மயக்கத்தைக் காதல் தருகிறது. காதலும், போதை பொருட்களின் தாக்கமும் மூளையில் VTAஇல் தான் உணர்வதாக சொல்கிறது Functional MRI.

எதையுமே உணரக்கூடாது, அமைதியாக இருக்கவேண்டும் என்ற இரும்பு கதவு அணுகுமுறையை தவிர நிலாவுடைய உணர்வுகளை எப்படி கையாள்வது என்று யாரும் அவளுக்கு சொல்லித் தரவில்லை.

நிலாவினுடைய மனமும், எல்லாவற்றையும் பார்த்து பரவசப்படும் உணர்வுகளும், மீண்டும் மீண்டும் உணரவேண்டும் என்ற போதை தரும் அடிக்டிவ் மெண்டாலிட்டியும், அதன் பின் வந்த சமூகம், குடும்பம் கற்பித்த நல்லது கெட்டதில் இருந்து எழும் கோபமான குற்றவுணர்வும் அவளுடைய பதின்பருவம் முதல் நிலாவை வாட்டி வதக்கியிருக்கிறது.

பத்தாவது படிக்கும்போது நிலாவுக்கு ஒருவன் மேல் காதல். அது காதல் என்பதைத் தாண்டி கடும் ஈர்ப்பு. அவன் செய்த கோணங்கித்தனங்கள் மிகவும் பிடித்திருந்தது. யாரும்

பார்க்காதபோது சிலமுறை கையைத் தொட்டு பேசியிருக்கிறான். சிலமுறை முத்தம் கொடுத்திருக்கிறான். மில்லிசெகண்ட் நேரம் கட்டியணைத்திருக்கிறான். அதை தாண்டி வேறேதும் பெரிதாக செய்துவிடவில்லை. ஆனால் அந்த சில தொடல்களும், அவனோடு பேசுவதும், அவளுக்கு மிகவும் மகிழ்ச்சியைத் தந்தது. வேண்டும் என்பதை தாண்டி அது சரி தவறு என்றெல்லாம் அப்போது யோசிக்க தெரியவில்லை.

நிலாவின் வீட்டில் இது தெரிந்தப்பின் அவள்மீது எல்லோரும் கடும்கோபம் கொண்டார்கள்.

பள்ளி விடுமுறை தொடங்கி, பத்தாவது பரிட்சை மதிப்பெண்கள் வரக் காத்திருந்த இரண்டரை மாதமும் நிலாவுடைய வீட்டில் யாரும் அவளுடன் பேசவே இல்லை. தன் வீட்டிற்குள் யாரும் பேசாது இருப்பதன் வலியை நிலா முதன்முதல் உணர்ந்தாள். துள்ளித்திரிந்து சத்தம் போட்டு சிரித்து, ஆடிப்பாடியோடிக் கொண்டிருந்த அவளைக் கண்ணுக்குத் தெரியாத சங்கிலியால் கட்டிப்போட்டதைப் போல இருந்தது.

சட்டென நிலாவைப் பார்ப்பதையே அவளுடைய அண்ணா, தம்பி, கோடை விடுமுறைக்கு வந்த அத்தையின் பெண்கள் எல்லோரும் தவிர்த்தார்கள். எங்கேயும் நிலாவை வெளியே விடவில்லை. யாரோடும் பேசவிடவில்லை. புத்தகம், டிவி, டேப்ரிக்கார்டர் எதுவும் படிக்க, பார்க்க கேட்கவிடவில்லை.

யாராவது ஒருவரின் கனத்த அமைதியான மேற்பார்வையில், ஏதோ ஒரு மூலையில், ஒரு புத்தகம், பென்சிலோடு ஏதாவது வரைவது மட்டுமே நிலாவால் முடிந்தது. அதையும் பாட்டி புரட்டிப் பார்ப்பதைக் கவனித்திருக்கிறாள். அப்படியே டிவியை எல்லோரும் பார்க்கும்போது அவளும் ஒரு மூலையில் பார்த்துக்கொண்டிருந்தால், "இந்த கண்ராவி எல்லாம் பாத்துத் தான் சனியனுங்க சீரழிஞ்சு போதுங்க" என்ற சுரீர் வார்த்தைகளுக்கு பயந்து, படிக்கட்டில் போய் தனியாக அமர்ந்திருக்கிறாள்.

எதாவது பேச்சைக்கேட்டு அழுதால், "செய்யுறதெல்லாம் செஞ்சுட்டு நீலிக்கண்ணீர் வேற" என்றும் பேச்சு வந்தது.

“இந்த வயசுல ஆம்பள கேக்குதா உனக்கு “உனக்கு இப்பவே தெனவெடுக்குதா”, “உனக்கு எங்கிருந்து இப்படியொரு கேடுகெட்ட ஊர் மேயுற புத்தி வந்துச்சு “, “நாய் புத்தி, பேய் புத்தி”, “குடும்பத்து பேரைக் கெடுக்கவே வந்திருக்கு சனியன்” என்ற ரீதியில் பாட்டியின் கோபமான குத்தல் பேச்சு நிலாவை எல்லா சமயத்திலும் விடாது தொடர்ந்தது.

அதை விடவும் நிலாவின் அம்மா, அப்பா அவளிடம் பாராமுகமாக இருந்தது கடும்சோகம் தந்தது.

நான்கைந்து வாரங்கள் இப்படி கடும் நிசப்தத்தில் உழன்றுக் கொண்டிருந்த நிலாவோடு அப்பா ஒரு காலைப்பொழுதன்று தனியறையில் அமர்ந்துப் பேசினார். அவர் பேசியது நிலாவுக்குப் புரிந்தும் புரியாது இருந்தது.

அப்பாவுடைய முக உடல்பாவனையும், பேச்சும் ‘அப்பா என்னை முழுக்க வெறுத்துவிட்டார் ‘ என்று அவளை அசிங்கமாக உணரவைத்துப் பயமுறுத்தியது.

அப்பா பேசியவைகளில் ஒன்றை தவிர நிலாவுக்கு வேறேதும் நினைவில்லை. ஏதேதோ கேட்டுவிட்டு, கடைசியாக நிலாவை ஆழமாகப் பார்த்து, “எனக்கு நீ ஏன் இப்படி செஞ்சேன்னே புரியலைடா, அம்மு” என்று சொல்லியபின், தலையைத் தாழ்த்தி, “Is it about sex?” என்றார்.

எதுவுமே சொல்லாது தலையைக் குனிந்திருந்த நிலாவை அறையை விட்டு அனுப்பிவிட்டார்.

படிக்கட்டில் இருந்து இறங்கிவந்து வீட்டிற்குள் எந்தப்பக்கம் செல்வது, எந்த அறைக்குள் நுழைவது என்றுத் தெரியாது தவித்தாள். எல்லா அறைகளும் கடுங்கோபமும், நாராசமான அமைதியிலும் மூழ்கியிருந்தன. அவசரமாக தனியாக இருக்கவேண்டும் என்றுத் தோன்றி எந்த அறைக்குள்ளும் செல்லமுடியாது தடுமாறி, கழிப்பறையில் நுழைந்து அமர்ந்து அழுதாள்.

நிலாவுக்குத் தன் அப்பாவே அவளைப் பார்த்து இப்படிக் கேட்டதை ப்ரோசெஸ் செய்ய முடியவில்லை. பயங்கர கழிவிரக்கமும், அவமானமுமாக இருந்தது. இறந்து விடலாம் என்று தோன்றியது. ஆனால் இறக்கும் அளவு தேவைப்படும் நேரமும், தனிமையும் கூட அவளுக்கு இருந்தில்லை.

பத்தாவது மார்க் வந்ததும், நிலா நல்ல மதிப்பெண்கள் வாங்கியிருந்தது அவளை சுற்றியிருந்த இறுக்கத்தைக் கொஞ்சம் தளர்த்தியது. ரிக்ஷாவில் அம்மாவோடு மதிப்பெண் வாங்க பள்ளிக்கூடம் சென்றது நினைவிருக்கிறது.

எதுவுமே பேசாது வந்து, மதிப்பெண்கள் பார்த்து, " வேண்டாத கண்ட நெனப்புல மனசை அலைப்பாய விடாம இருந்திருந்தா இன்னும் நிறைய மார்க் வாங்கியிருப்பே " என்று அம்மா எந்த உணர்ச்சியும் இல்லாத குரலில் சொன்னார்கள்.

2 மாத அமைதிக்குப்பின் நிலாவைப் பார்த்துப் பேசியதே அவளை வெகு மகிழ்வாக்கி அழுகை வரவழைத்தது. அதன்பின் எப்போதோ அம்மா நிலாவைக் கட்டிப்பிடித்து சமாதானம் ஆனார். அதன்பின் மெதுவாக எல்லாம் சகஜமானாலும், அவளைப் பற்றிய தீர்மானங்கள் மாற அம்மாவிற்கு பல வருடங்கள் ஆனது.

நிலா அம்மா, அப்பாவை மீண்டும் வருத்தப்பட வைக்கவே கூடாது என்று வெகுவாக யோசித்தாள். ஆனால் அவளால் ஈர்க்கப்படாமல், காதலிக்காமல் இருக்கமுடியவில்லை. அவளுடைய ஈர்ப்புகள் மிக மனஅழுத்தம் தந்தது. நிறைய தனியாக அழுதிருக்கிறாள். சாமியிடம் 'எனக்கு நல்ல புத்தி கொடு' என்று மனமுருகி வேண்டியிருக்கிறாள். 'நான் இப்படி கேவலமா இருக்கேன்?' என்று அவளையே கேவலமாக எண்ணி,க் கோபித்திருக்கிறாள். கையை விளக்கு வெளிச்சத்தில் வைத்துக் கொளுத்தியிருக்கிறாள். மனதுக்குள் ஏற்படும் உணர்வை அப்படியே அழுத்திக்கொன்றுவிட முடிந்தவரை முயன்றுத் தோற்றாள்.

மருத்துவராக ஆனப்பிறகு, அவள் வேலை செய்த இடத்தில் 35 வயது பெண் ஒருத்தி தற்கொலைக்கு முயன்றதாக அட்மிட் செய்திருந்தார்கள். அவளுக்கு சிகிச்சை செய்த நிலாவிடம் கதறி அழுதாள். பெரிய கூட்டு குடும்பம்! மூன்று அண்ணன்கள்! இவள் நான்காவது! அம்பத்தூர் பேக்டரி ஒன்றில் வேலை செய்துக் குடும்பத்தைப் பார்த்துக்கொண்டிருப்பவள். யாரையோ காதலிக்கிறாள் என்றுத் தெரிந்ததும் குடும்பமே சேர்ந்து அவளை நடுவீதியில் நிறுத்தி காறித்துப்பி எல்லோர் முன்னிலும் அசிங்கப்படுத்த, இவள் அதை தாங்கமுடியாது தற்கொலைக்கு முயன்றுவிட்டாள்.

35 வயதில் கூட உடல் ஈர்ப்பு ஏற்படக்கூடாது என்றும், அதுவும் பெண்ணுக்குத் துளியும் இருக்கவே கூடாது என்றுப் பேசும் இதே ஊரில் தான் இத்தனை பாலியல் சார்ந்த குற்றங்களும், விகாரங்களும்...

குக்கூவிற்கு ஏற்படும் காதலை கட்டாயம் நேர்மையாக நிலாவால் அணுகமுடியும் என்று அவளுக்குத் தெரியும்.

ஈர்ப்பை அப்படியே ஏற்கும் பழக்கம் நம்மிடம் இல்லையே!

இரு பாலினத்தினருக்குள் ஏற்படும் எல்லா உணர்வுகளுக்கும் பெயர் கொடுத்தே ஆகவேண்டிய இடத்தில் நிறுத்தி, எல்லா பாதைகளும் திருமணத்தில் மட்டும்தான் முடியவேண்டும் என்று யோசிக்க வைத்துவிட்டதற்கு சிக்கி சிதைந்துப்போன மரபு காரணமா?

**"வேட்கை ஒருதலை உள்ளுதல் மெலிதல்**
**ஆக்கம் செப்பல் நாணு வரை இறத்தல்**
**நோக்குவ எல்லாம் அவையே போறல்**
**மறத்தல் மயக்கம் சாக்காடு என்று இச்**
**சிறப்புடை மரபினவை களவு என மொழிப"**

தான் உணர்ந்ததை எல்லாம் பல்லாயிரம் ஆண்டுகளுக்கு முன்னே தொல்காப்பியத்தில் தெளிவாக எழுதிவிட்டார்களே. 'உலகிலேயே என்னால் மட்டும் தான் இப்படி ஈர்ப்பை உணரமுடியும்' என்று யோசித்திருந்ததை தலையில் தட்டி, எல்லாரும் இப்படி தான் உணர்வார்கள் என்று மனநிம்மதி கொடுத்தது.

வேலைக்குப்பின், உலகத்தின் வேறு சில பகுதிகளில் பார்க்க நேர்ந்தது, பதின்வயது பெண் குழந்தைகளை அம்மாக்கள் கர்ப்பத்தடை மாத்திரைகளுக்காகக் கூட்டிவருவது, ஆண்/பெண் குழந்தைகளுக்கு ஆணுறைகளை எப்படி உபயோகப்படுத்த வேண்டும் என்பதை சொல்லித்தரும் பெற்றோர்கள், பதின்பருவத்தில் அப்படியே கர்ப்பமானாலும் அதையும் பெரிதுபடுத்தாது குழந்தை பெறுவதை சப்போர்ட் செய்யும் பெற்றோர்கள் பலரைப் பார்த்து ஆச்சரியப்பட்டிருக்கிறாள்.

ஒரு நாள் நிலாவும் அவளுடைய ஆப்பிரிக்க தோழனான அப்துலும் ஒரு தமிழ் படம் பார்த்துக் கொண்டிருந்தார்கள்.

அவன் திடீரென நிலாவின் பக்கம் திரும்பி, "இந்த இருவரும் பார்க்கிறார்கள்... பார்க்கிறார்கள்... இந்த இரண்டு மணி நேரமாக பார்த்துக்கொண்டே இருக்கிறார்கள். நிறைய அழுகிறார்கள். எப்போது இவர்கள் ஒன்றாக இருப்பார்கள்? When will they fuck? ஏன் இவ்வளவு கடினமாக ஒரு உறவை நெருங்குகிறார்கள்?" என்று கேட்டான்.

நிலாவுக்கு அப்துலின் கேள்வி சிரிப்பு வரவழைத்தது. படத்தில் இருவரும் சேராது அழுதப்படி பிரிந்துப்போவது அவனை இன்னமும் குழப்பியது.

அவன், "எங்களூரிலும் காதல் நடக்கிறது. கொஞ்ச நாள் டேட் செய்வோம். பிடிச்சிருந்தா ஒன்றாக சுற்றுவோம். இன்னும் பிடித்திருந்தால், ஒன்றாக வாழ்வோம். அது கலைந்தால், பிரிஞ் சிடுவோம். இவ்வளவு நேரம் எடுத்து காம்ப்ளிகேட் செய்து முட்டாள்தனமாக நடக்கமாட்டோம்" என்றான். "இதை கேட்க சிம்பிளாக இருக்கிறது" என்றாள்.

நிலா அவனிடம் "இந்த ஆர்ய, முகலாய, ஆங்கிலேயர்களின் ஆதிக்கத்தில் வந்து நுழைந்த தூய்மைவாத மனநிலை எங்கள் கலாச்சாரத்தைக் கலங்கிய குழப்பக்குட்டை ஆக்கிடுச்சு. உடலுறவை திருமணம் வரை அதிதீவிரமா வெறுக்கவும், திருமணம் நடந்த அடுத்த நொடிமுதல் வெகு சாதாரணமாக ஒத்துக்கொள்ளவும் வேணும்னு நம்பவைக்கும் கருப்பு சமூகம். இன்னும் குழம்பி போனவங்க காதல்ல செக்ஸ் இல்லேன்னா மட்டும்தான் அது புனிதமான உறவு, அப்படி உடல்மேல் ஈர்ப்பு ஏற்பட்டாலோ, உடலுறவு கொண்டாலோ அந்த உறவே பீ போன்ற கழிவுன்னு யோசிக்கிறாங்க. எங்களுடைய எழுத்துகளும், படங்களும், படைப்புகளும் இந்த காலத்தில கூட அந்த உடல்கலவா so called காதலை ஓவர் ரொமாண்டிஸைஸ் செய்யுறாங்க. "While the reality is far from it." என்று சொல்லிச் சிரித்தாள்.

அவன் இப்போது நிலாவைப் பார்த்து, "நீ சொல்றது ரொம்ப காம்ப்ளிகேட்டா இருக்கு" என்றான்.

கல்லூரியில் படிக்கையில் வெகு காதலோடு இருந்த ஜோடியை அவளுக்கு தெரியும். அந்த இருவரும் எங்கோ சென்று ஒன்றாகத் தங்கியதை வெகு நாட்கள் கல்லூரி

முழுக்க பெரும் கதையாகப் பேசினார்கள். இது அவர்கள் பெற்றோருக்குத் தெரியவந்து அவர்கள் இருவருக்கும் திருமணம் செய்துவைத்தார்கள். ஒரு வருடம் கூட ஆகாத நிலையில், இருவரும் விவாகரத்து பெற்றார்கள்.

உடல் மனத்தேவைகளும் திருமணங்களும் ஒத்துப்போயே ஆகவேண்டும் என்று சொல்பவர்கள் யார்?" யாருடைய சரிகள் உலகில் வாழும் எல்லோருக்கும் சரி என்று நிர்ணயிக்கப்படுகிறது? சரிகள் எல்லாம் தவறாகவும், தவறுகள் எல்லாம் ஒத்துக்கொள்ளப்படலாம் என்றும் மாறும் காலத்தில் எது எப்போது சரி? 16 வயது குழந்தையைத் திருமணம் செய்து கொடுத்தால் உடலுறவு சரி! தானாக ஈர்க்கப்பட்டு ஒருவனை நாடினால் தவறு! இருஉடல் சேர பெரும்கூட்டம் ஒத்துக்கொள்ளவேண்டுமா? பெருங்கூட்டம் ஒத்துக்கொண்ட எல்லா உறவுகளும் அதன் நெறி மாறாமல் நடந்துவிட்டதா?

16ஆம் 17ஆம் நூற்றாண்டுகளில் விக்டோரியன் சமூகமாக இருந்த வெள்ளையர்கள் எல்லாரும் அங்கிருந்து வெகுதூரம் சென்றுவிட்டார்கள். பதின்வயதில் உடலுறவு சரி என்று இப்போது ஒப்புக்கொண்ட இந்த அயல்சமூகத்தில் 60, 70 வருடம் திளைக்கும் திருமணமும், காதலோடும் வாழும் இங்கிலாந்து தம்பதிகள் பலரை சந்தித்துவிட்டாள்.

உடல், மனம் மூலம் ஒவ்வொருவராக தாண்டி, அவரவர்க்கு ஏற்ற துணையை உள்ளத்தால் கண்டெடுக்கிறார்கள் என்பதை நிலா உணர்ந்தாள். திருமணம் செய்தோ, செய்யாதோ ஒன்றாக வாழ்ந்து, காதல், கண்ணியம், கடமை தவறாது அந்த உறவை அன்போடு இறக்கும்வரை போற்றுகிறார்கள்.

வெவ்வேறு நாடுகளும், அது தாங்கிவந்த நிறைய குழப்பங்கள் நம்முடைய உண்மையான வாழ்க்கை முறையைக் கொத்திப்பறித்து தரைமட்டமாகிவிட்டது. அடிமைகளாக இருந்து விடுதலை பெற்றாலும், அதே விக்டோரியன் விதிகளை இன்னமும் இறுகப்பற்றி பிடித்திருக்கிறது இந்தியா.

திருமணம் இல்லாத உடலுறவு என்பதே பெரும் பாவம் என்று அடிப்படைவாத தர்க்கங்கள் பேசும் இந்தியாவில் தான் இன்னமும் பெண்களின் மீதான அடக்குமுறை ஓங்கி நிற்கிறது.

வன்புணர்வு தாண்டி, டீன் ஏஜ் கர்ப்பங்கள், கருக்கலைப்பு 19 வயதுக்கு கீழ் இருக்கும் பெண்களில் உலகிலேயே இந்தியாவில் அதிகம் இருப்பதாக சொல்கிறது ஆய்வுகள்.

வெளிநாட்டில் அன்பைத் தேடிக்கண்டெடுப்பதைப் பார்த்து மூக்குசுளிக்கும் நம் குழம்பிய சமூகத்தில்தான், பெரும்பாலும் மகிழ்ச்சியே இல்லாத திருமணங்கள், மனப்பொறுத்தமே இல்லாத திருமணங்கள், நீயும் ஏதோ வீட்டில் இருக்கிறாய் என்பதைத் தாண்டி வேறு எந்த ஒரு அங்கீகாரமும் கொடுக்காத திருமணங்களும், ஏதோ திருமணம் செய்து தொலைத்துவிட்டோம். அதனால் ஒன்றாக இருந்தே தீரவேண்டும் என்ற உறவுகள், உள்ளுக்குள் படுவெறுப்பும் காழ்ப்பும் கடும்தனிமையும், வெளியே ஒரு நாடகமுமாக வழியும் திருமணங்களும் படர்ந்துக்கிடக்கிறன.

இத்தனை பொய்யும் வெளிப்பூச்சில் சரியாகி போவதால், உண்மையாக உணரும் ஈர்ப்பு தவறாகி போகவேண்டுமா என்ன?

இந்த இரவு நிலா தன் எல்லாக் காதல்களையும், 20 வருடம் கழித்து எந்த ஒரு ஜட்ஜ்மெண்டும் இல்லாது மறுபரிசீலனை செய்தாள்.

அப்பாவின் கேள்விக்கு இன்று நிலாவால் பதில் சொல்லமுடியும் என்று தோன்றியது.

அடுத்த நொடி, நிலா அவளுடைய வீட்டின் மாடியறையில் காலைப்பொழுதில் அப்பா ஒரு மூலையிலும், பத்தாவது படிக்கும் நிலா ஒரு மூலையிலும் அமர்ந்திருப்பதைப் பார்த்தாள்.

அப்பாவின் முகத்தில் வேதனையும் ஏமாற்றமும்! சிறுவயது நிலாவின் முகத்தில் தோல்வியும் பயமும்! அவர்களுக்கு இடையே நின்றிருந்த இன்றைய நிலா ஏனோ மிக அமைதியாக உணர்ந்தாள்.

“நீ செய்வதெல்லாம் செக்ஸுக்காகவா?” என்று கேட்ட அப்பாவை இன்றைய நிலா ஆரத்தழுவினாள். அப்பாவைக் கட்டியணைத்ததும் மனம் விம்மியது.

அப்பாவின் கண்களை நேராகப் பார்த்து “ஆமாங்க டாடி! இப்ப இந்த நிலா உணர்வது உடல் சார்ந்த ஈர்ப்பு மட்டும்தான்! இதை ரொம்ப பெரிசு படுத்தவேண்டாம்! உங்க இடத்தில

நான் இருந்தால், இந்த நிலாவிடம் நான் வெறுப்பையோ, கோபத்தையோ காட்டமாட்டேன், உங்களுக்கு என் நடவடிக்கை சரியா படலைன்னு தாராளமா சொல்லுங்க! என்னை பொறுமையா இருக்க சொல்லுங்க! நிதானமா முடிவெடுக்க சொல்லுங்க! ஆனா என்னை நிராகரிக்கவேண்டாங்க டாடி! "I will just Let the flames burn out in its own time!" என்று சொல்லி மீண்டும் அப்பாவை நிலா இறுகப்பற்றிக் கொண்டாள்.

அப்பாவின் முகத்தில் குழப்பம்.

இன்றைய நிலாவின் வார்த்தைகள் அவருடைய மனக்கவலையைத் தீர்த்ததா, அதிகப்படுத்தியதா என்று தெரியவில்லை. அவளுடைய பதில் என்றாவது அவரை அமைதியாக்கும் என்று நிலாவுக்கு நம்பிக்கை வந்தது.

தொங்கிய முகமும், உடைந்த தோரணையும் கொண்டு மூலையில் அமர்ந்திருந்த பதின் பருவ நிலாவை, வளர்ந்த நிலா ஆரத்தழுவிக் கொண்டாள்.

சிறுவயது நிலாவின் கண்களையும் ஆழமாகப் பார்த்து "நான் சொல்லுறத கவனமா கேளு! அழாதே! பயப்படாதே! உன்னோட ஃபீலிங்க்ஸ் எல்லாமே நியாயம்தான். இது ரொம்ப நேசுரல். இதெல்லாம் யோசிச்சுக் குழப்பிக்காதே! சரி தவறு என்று பேச எதுவுமே இல்லை. இந்த ஈர்ப்பு / காதல் / காம உணர்வுகளுக்கு நீ வலிமைக் கூட்டவோ, குறைக்கவோ தேவையில்லை. உடனடியாக அதை நோக்கி நகராது, எந்த ஆக்ஷனும் எடுக்காது, எதுவுமே செய்யாம ஒரு அழகான காட்சியை, புகைப்படத்தை, ஓவியத்தை, பாட்டை உற்று கவனிப்பதைப் போல கவனி. உன் மனசில வர உணர்வுகளையும் உள்குவிந்துப்பார். நீ பார்க்கும் போதே உனக்கு என்ன தேவை என்பது கொஞ்சம் கொஞ்சமாக உருபெறும். அப்படி உடலால் உன் காதலை நீ உணரவேண்டும் என்றாலும் அது சரியானது தான். உனக்கு அது கட்டாயம் தேவையான்னு மட்டும் நல்லா யோசிச்சிக்க! You grow, you morph, you scar, and you will grow more. I love You. நீயும் எல்லாவற்றையும் காதலிச்சிட்டே இரு! உனக்கு இறை கொடுத்திருக்கும் வெகு அழகான கொடை. நீ உணரும் எல்லாமே இறை தான்." என்று சொல்லி கட்டிப்பிடித்துக்கொண்டாள்.

பதின்பருவ நிலாவும், வளர்ந்த நிலாவை விடாது இறுகக் கட்டிப் பிடித்துக்கொண்டிருந்தாள்.

அவளைத் தவிர உடைந்துத் தொலைந்திருந்த தன்னுடைய inner childஐ வேறு யாருக்கும் தெரியவும் போவதில்லை! அதை அடையாளம் கண்டு அவள் கண்ணீரைத் துடைக்க வேறு யாரும் வரப்போவதும் இல்லை! அது தேவையும் இல்லை!

மிக மிக தனியாக, மிக கடினமான வலியின் ஊடே, பலவகையான நிராகரிப்புகளின் நடுவே தனக்கான மனசமாதானத்தை நிலா கண்டுப்பிடித்துக் கொண்டிருக்கிறாள். செய்பவை, செய்தவை, செய்ய போவது எல்லாம் வாழ்க்கையின் பாதை மாத்திரமே! வந்த பாதையில் எது மாறியிருந்தாலும் இன்றைய அவளாக இருக்கமுடியாது என்று பதின்பருவ நிலாவுக்கு, அவளைத் தவிர யாருமே சொல்லப்போவதில்லை என்பது மட்டும் தெரியும்.

மனம் சட்டென லேசானது! உள்ளுக்கும் தனக்கு தானே கொடுத்துக்கொள்ளும் விடுதலையும், பாவமன்னிப்பும் நிலாவுக்கு அழுகை வரவழைத்தது.

மிக குளிர்ந்த வெப்பநிலையில், கொதித்துக்கொண்டிருக்கும் சுடுநீரை ஊற்றினால் சட்டென உறைந்து கரையும் பனிப்புகை போல பரவும். அப்படியாக அந்த நாள் பதின்வயது நிலாவுக்கும், இன்றைய நிலாவுக்கும் இடையே நடந்த Mpemba effect உணர்ந்து சிலிர்த்தாள்.

★ ★ ★

# 9

## குக்கூ : வயது 10

அது ஒரு மிக அசதியான ஜனவரி மாத குளிர் காலைப்பொழுது.

ஊரெல்லாம் பனி பொழிந்துக்கொண்டிருந்தது. அந்த ஒரே இரவில் முட்டியளவு பனி தரையிலிருந்து முளைத்திருந்தது.

உடலும் மனதும் மிகவும் அசந்திருந்தாலும், நிலாவினுடைய மெடிகல் ரெஜிஸ்ட்ரார் வேலையின் பேஜருக்கு அதைப் பற்றியெல்லாம் என்ன கவலை? "கொய்ன், கொய்ன்" என்று ஒரு நிமிடம் கூட அவளை மூச்சுவிடாது அழைத்தப்படியே இருந்தது. அந்த அழைப்புகளுக்குப் பதில் சொல்லியபடியே, நோயாளிகளைப் பார்த்து அட்மிட் செய்துக்கொண்டும், மிகவும் கவலைக்கிடமான நோயாளிகளைப் பார்த்துக்கொண்டும் அந்த மருத்துவமனையின் எல்லா பாகமும் நடந்து நடந்து நிலாவின் கால்கள் வீங்கியிருந்தது. குளிரில் கால் விரல்கள் மடங்கி இழுத்தது.

நிலாவிற்கு அந்த வாரம் முழுக்க இரவு ஷிஃப்ட் 8.30க்கு தொடங்கி காலை 9 மணிவரை.

இது நிலாவின் 4ஆவது இரவு. தினமும் காலை வேலை முடித்து அப்படியே அவளுடைய மருத்துவமனையில் இருந்து கிளம்பி 2 மணிநேரம் பர்மிங்க்ஹாம் வரை வண்டியோட்டி, இந்திய தூதரகத்துக்கு சென்று வரிசையில் நின்று குக்கூவுடைய பாஸ்போர்ட் பற்றி ஏதும் தெரியவந்ததா என்றுக் கேட்டு, ஏமாற்றத்தோடுத் திரும்புவது இந்த 2 வாரமாக வழக்கமானது.

எதிர்வீட்டு பங்க்ளாதேஷி டாக்டர் அன்வரின் மனைவி குக்கூவைக் கிளப்பிப் பள்ளிக்கு அனுப்ப உதவுவது நிலாவுக்கு பெரும் நிம்மதி. இல்லையென்றால் குழந்தையை எப்படி காலை பள்ளிக்கு அனுப்புவாளோ? தெரியவில்லை.

மிசஸ் அன்வரிடம் அலைப்பேசியில் அழைத்து மகன் பள்ளிக்கு சென்றதைப் பற்றிக் கேட்கையில், இன்றும் சோகமாக இருந்ததாகவும், காலை உணவு வேண்டாம் என்று சொல்லிவிட்டு வெறும் வயிற்றோடு குக்கூ பள்ளிக்கு சென்றதாகவும் சொன்னார்.

நிலா இரவு வேலை முடித்து, ஒரு டீ குடித்துவிட்டு, காரை பர்மிங்க்ஹாம் நோக்கி ஓட்டத் தொடங்குகையில் காலை 9.45.

அன்றைய விடியல் 5 மணி வாக்கில் தூக்கம் வெகுவாய் கண்ணை சுழற்ற, நர்சிடம் 'ஒரு 10 நிமிடம் தூங்கிக்கொள்கிறேன்' என்று சொல்லி, வேலை செய்துக்கொண்டிருந்த மேஜை மேலேயே தலை சாய்த்து படுத்துவிட்டாள். சில நிமிடம் தூங்கி யிருப்பாள். அந்த சில நிமிட தூக்கத்தில் ஒரு குட்டி கனவு.

கனவில் 'நிலா படிக்கட்டில் ஏறி வீட்டின் உள்ளே செல்கிறாள். அந்த வீட்டை அவள் இதற்கு முன் பார்த்ததாக நினைவில்லை. உள்ளே நுழைந்ததும் பெரிய வரவேற்பறையும், சில நாற்காலிகளும் அமைந்திருந்தது. இரண்டு கைகளிலும் பெரிய கனமான பைகளில் பலசரக்குகள், பழங்கள் தூக்கிக்கொண்டு நுழைகிறாள். அந்த அறையின் மூலையில் இருந்த நாற்காலியில் அவளுடைய கணவன் ஆதி அமர்ந்திருப்பதைப் பார்த்து ஆச்சரியமாகிப் போனாள்.'

நீ எப்போடா வந்தே? என்று நிலா சிரித்தப்படியே கேட்கையில், ஆதி "உன்னப் பார்க்கத்தான் வந்தேன்டா பாப்பா" என்று சொல்லி, லேசாக கட்டியணைத்து உச்சி முகர்ந்தான்.

இருவரும் படிக்கட்டில் ஏறத்தொடங்கினார்கள். "நீ எப்டிடீ இருக்கே?" என்று நிலா கேட்டுக் கொண்டேப் படிக்கட்டில் ஏறினாள். ஆதி அமைதியாக கூட நடந்தான். படிக்கட்டு சென்று திரும்பும் இடத்தில் இருந்த சுவற்றின் ஜன்னல் வழியே வெயில் நுழைந்தது.

ஆதியின் பின்னிருந்து வெயில் வந்ததில், அவன் முகம் கடும் இருட்டாகவும், அவன் மொத்த தலைமுடியும் தங்க நிறமாகவும் ஜொலித்தது.

உணர்ச்சி துடைத்த குரலில் "பாப்பா! எனக்கு ரொம்ப வலிக்குது! கேன்சர் ரொம்ப பரவிடுச்சு. நான் போகணும்" என்றான். அவன் அப்படி சொல்லவும், அவனுக்கு முன்னால் படிக்கட்டில் ஏறிக்கொண்டிருந்த நிலா "என்னடா சொல்லுறே" என்று அதிர்ந்துத் திரும்பவும், அவள் கையில் இருந்த பைகள் நழுவி, மஞ்சள் நிற எலுமிச்சைப்பழங்கள், ஆரஞ்சு பழங்கள், படிக்கட்டில் தெறித்து ஒவ்வொரு படியாக உருண்டு உருண்டு விழுந்து ஓட, வெளிச்சப் பின்னணியில் கருப்பாகியிருந்த ஆதியின் முகத்தைத் திடுக்கிட்டுப் பார்க்க முயன்றபோது தூக்கத்தில் இருந்து நிலா திடுக்கிட்டு எழுந்தாள்.'

அது கனவு போலவே தோன்றவில்லை.

ஐந்து நிமிடம் நிலா உறங்கியதாக அருகில் இருந்த நர்ஸ் டோனா கூறினாள். நெஞ்சம் தடதடவென அடித்துக்கொண்டு, கைகால் எல்லாம் உதறி, வியர்த்துவிட்டது. இருந்த தூக்கமெல்லாம் அடித்துக்கொண்டுப் போய்விட்டது.

டோனா நிலாவைப் பார்த்து "ஆர் யூ ஓகே?" என்றாள். நிலா "கெட்ட கனவு" என்று சொன்னாள். டோனா, "நீ தூங்குகையில் அந்த 8ஆம் பெட் பேஷண்ட் இறந்துவிட்டார்" என்றாள்.

அந்த பெட்டில் இருந்த வயதான மூதாட்டி மிகவும் முடியாது இருந்தார். அவர் இரவு தாண்டமாட்டார் என்று தெரியும். நிலா அந்த பாட்டியின் இறப்பை சர்ட்டிஃபை செய்ய சென்றாள். அசையாத சுருங்கிய உடலும், எந்த இரைச்சலோ குலுக்கமோ இல்லாத அமைதியோடும், நிம்மதியான முகத்தோடும் முதன்முறை அவரைப் பார்த்தாள்.

தலைமுதல் கால் வரை சுருக்கங்களுக்குள் புதைந்திருந்த பாட்டி இந்த 4 நாட்களில் நிலாவிற்கு பரிச்சயமாயிருந்தாள்.

மரண அவஸ்தை என்பது எப்படியானது என்று நிலாவிற்கு அந்த பாட்டி தினம் ட்யூஷன் எடுத்தாள்.

குறுகிய பிஞ்சு புறா போல இருந்தவள் மூச்சுவிட பட்டப்பாடு பார்ப்பதற்கு கண்ணுக்குத் தெரியாத யாரோ ஒருத்தனோ / ஒருத்தியோ / பல நூறுப்பேரோ தலையணை எடுத்து அந்த பாட்டியின் முகத்தில் ஸ்லோ மோஷனில் அழுத்திக்கொண்டிருந்தது போலவும், அப்படியான அரூபனிடம் அந்த பாட்டி உயிரைக் காப்பாற்றிக்கொள்ள சண்டையிடுவது போலவும் நிலாவிற்குப் பட்டது.

நிமிடம் விடாது காலம் தின்று எச்சமிட்டு மீதம் வைத்திருந்த உடலும், மூளையும் குழம்பி, குலுங்கி, அரண்டு, மூச்சுக்குப் போராடி, பிதற்றி, அழுது, அசதியாகி, மீண்டும் அலறியடியே இருந்தாள். யாராரிடமோ பேசினாள்.

அந்த பாட்டி இத்தனை அமைதியோடும் வலியில்லாதும் பார்ப்பது இதுதான் முதன்முறை. அவரை சுற்றி ஸ்ட்ராபெரி பழவாசனை அடித்தது. நிலா பல நிமிடம் அவருடைய பக்கத்தில் நின்றிருந்தாள். அவருடைய நெற்றியில் கைவைத்து, 'போய் வாருங்கள். கடவுளின் கருணை எப்போதும் உங்களை அரவணைக்கட்டும்' என்றாள்.

மனதில் இன்னமும் தடதடப்பு அடங்கவில்லை. அதன்பின் மற்ற வேலைகளில் மூழ்கிப் போனாலும், கனவு நினைவில் வந்து உறுத்திக்கொண்டிருந்தது.

நிலாவும், ஆதியும் அவர்களுக்குள் நடந்த பெரும் சண்டைக்குப் பின், இந்த சில ஆண்டுகளில் ஒற்றுமையாக இருக்க பலமுறை முயன்றார்கள். சண்டைக்கான காரணங்கள் என்னவென்று சிக்கெடுத்துப் பார்த்தால், இப்போது அவை ஒன்றுமேயில்லை என்றே தோன்றியது.

ஆனால் சண்டையும் சச்சரவுமாக இருந்த சமயத்தில், அமைதியாக சில நாட்கள் இருந்தாலும் பிறகு உள்ளிருக்கும் காழ்ப்பு மேலேறி, கோபமும், குறைக்கூறலுமாக, மாறி குமுறலோடு மீண்டும் நிலாவும் ஆதியும் சண்டையிட்டார்கள். கடுஞ்சொற்கள் பேசிக்கொண்டார்கள். பிரிந்து சென்றதும் மீண்டும் இருவரும் ஒருவரை ஒருவர் காணாது தனித்தனியாக வருந்தினார்கள். ஆனால் அதை ஒத்துக்கொள்ளவோ, பகிரவோ முடியாத வண்ணம் இருவரின் கர்வமும் தடுத்தது.

அன்பை ஒருவர் மாத்திரம் சொந்தம் கொண்டாடி, தன்னை ஒரு தியாகி போலவும், எதிராளியைக் குற்றவாளிப் போல பாவிக்கத் தொடங்கிய பிறகு எப்படி நிம்மதியும், நிஜமும் நிற்கும்?

ரங்கராட்டினத்தில் ஒரே தாளஜதியில் மேலே ஏறுவதும் கீழே இறங்குவதுமாக அவர்களின் திருமணம் சென்றது.

தன்னுடைய திருமணத்தால் தன் குடும்பத்தினரையும், சண்டைகளால் ஆதியின் குடும்பத்தினரையும் அதிகம் அணுக இயலாது, அவளையும் மகனையும் வேறு எப்படியும் பார்த்துக்கொள்ள வழியில்லாது, வேலை மட்டுமே நம்பத்தகுந்த ஒரே கணவன் என்று வரித்துக்கொண்டு, இந்தியாவை விட்டு இங்கிலாந்து வந்து வேலைக்குச் சேர்ந்து, மகனையும் இங்கே கூட்டி வந்துவிட்டாள்.

நிலா தன்னுடைய செயல்களும், கோபங்களும், நியாயதர்மங்களும் அவளைப் பொறுத்தவரை சரியானவை என்றுதான் முழுக்க நம்பினாள். மகன் இந்தியாவில் இருந்தவரை நிலாவுடைய வாழ்க்கை மிகுந்த தனிமையோடும், கடினமாக இருந்தாலும், வேறு ஒருவரையும் சாராது இருப்பது சிறு சுதந்திரமான உணர்வை தந்தது.

குடும்பத்தினரை சாரும்போது வரும் ஏமாற்றங்கள் மனதைப் பிறாண்டி உள்ளிருந்து வெளிவரை எல்லாவற்றையும் புரட்டிப்போட்டு வேறொருவராக்கிவிடுகிறது. நிலாவும் அதற்கு விதிவிலக்கல்ல.

யாரையும் சாராது எப்படி வாழ்வது?

பகிர முடியாது போனால், மனங்கள் வெடித்து சிதறிப்போகும் அல்லவா?

இரவு சில சமயம் குக்கூ, “மீ! டாடி இருந்தா நல்லா இருக்கும்ல. அவரு இங்க முத்தம் தருவாரு தெரியுமா” என்று மோவாய்கட்டையைக் காட்டுவான்.

பின்னொரு சமயம், “டாடி என்னை இப்படி கெட்டியா கட்டிப்பிடிச்சுக்குவாரு. அப்படி தூங்குனா ஜாலியா இருக்கும் தெரியுமா? கெட்ட மோன்ஸ்டர்ஸ் யாரும் கனவுல வரமாட்டாங்க

தெரியுமா?" என்று சொல்லியபடியேத் தூங்கிப்போகும் குழந்தையைப் பார்க்க மிக வேதனையாக இருக்கும்.

நிலா தன் வேலையைப் பிடித்துக்கொண்டு தனியாக வெளிநாட்டில் போராடிக்கொண்டிருந்த சமயம், ஆதியும் தன்னைத் தக்கவைக்கும் போராட்டத்தில் தனியாக சென்னையில் இருந்தான். குக்கூ நிலாவின் அம்மாவிடமோ, மாமியாரிடமோ வசித்து வந்தான். குக்கூ ஒரு வருடம் அம்மாவின் வீட்டின் அருகே இருந்த பள்ளியிலும், ஒரு வருடம் மாமியாரின் வீட்டின் அருகே இருந்த பள்ளியிலும் படித்தான்.

வாரயிறுதிகளில் சென்னையில் இருந்து ஆதி ஊருக்கு வந்து தங்கும்போது, தன் அப்பாவின் மார்பின் மீதும், கால்களின் மீதும், கைகளின் மீதும் இருந்து நிமிடம் கூட நகராது கழுத்தைக் கட்டிப்பிடித்தப்படியே குக்கூ சுத்துவதாக மாமியார் சொன்னார்.

அப்பாதான் சாப்பாடு ஊட்டவேண்டும். அப்பாவின் பக்கம் தான் மட்டும்தான் படுக்கவேண்டும். அப்பா... அப்பா... அப்பா என்று குக்கூ ஜபித்துக்கொண்டே இருப்பான்.

ஞாயிறு இரவு ஆதி மீண்டும் சென்னை கிளம்பி செல்லும்போது, "டாடி! சீக்கிரம் வந்துடுவீங்கல்ல டாடி. நாளைக்கு ஸ்கூல் முடியும்போதே வந்துடுவீங்கல்ல டாடி! வந்துடுவீங்கள்ள டாடி! வந்துடுவீங்கதானே! ப்ராமிஸ்தானே! வந்துடுங்க டாடி ப்ளீஸ்" என்று சொல்லியபடி காரோட்டும் அப்பாவின் முகத்தை எதிர்ப்பார்ப்போடும், கவலையோடும், விட்டுப்போகிற பயம், பதட்டத்தோடும் பார்த்துக்கொண்டே, அப்பாவிடம் சீக்கிரம் வர சொல்லிக் கெஞ்சிக்கொண்டே தெருவின் பாதிவரை காரின் ஜன்னலைப் பிடித்து ஒடும் சின்ன குழந்தையைப் பார்க்கமுடியாது பலமுறை அழுததாக, மாமியார் சொன்னதைக் கேட்டு நிலாவுக்குள் ஏற்பட்ட வலிக்கு அளவே இல்லை.

அப்பாவின் மீது அத்தனை ஆசை குக்கூவிற்கு.

இங்கிலாந்து வந்து நிலாவோடும் குழந்தையோடும் தங்கி புதிதாக வாழ்க்கை தொடங்க ஆதி முயன்றான். ஆனால் ஏனோ நிலாவின் மனது ஒன்றுப்படவே இல்லை. அவனுக்கும் அப்படி மனம் ஒன்றாதிருந்தாலும், ஆதி முயன்றான்.

இருவருக்கும் இருவரின் மேலும் சந்தேகங்களும், வருத்தங்களும். இனிவரும் காலத்தை வாழ ஒருவருக்கு ஒருவர் தேவையில்லை என்பதன் நிஜம் மெல்ல இறங்கியது. மீண்டும் மீண்டும் சண்டைகள் வாக்குவாதங்கள் கொத்தாக முளைத்தெழும் காளான்கள் போல எழும்பி இருவரையும் தின்றுக் குக்கூவைப் பயமுறுத்தியது.

எங்கும் அடைக்கலம் இல்லாது போக, பிழைப்புக்காக வேண்டி பரிச்சயமான எல்லோரையும் எல்லாவற்றையும் விட்டுவிலகி, உலகின் ஏதோ மூலையில் ஏதேதோ கடினப் பாடுகளுக்கு நடுவே எப்படியோ நிலா தன் வாழ்க்கையை ஓட்டிக்கொண்டு வந்தாள்.

இந்த பெரு உலகில் அவளுக்கு ஒரே ஒரு அடைக்கலமாக இருந்த அந்த சிறிய வீட்டிற்குள்ளும், நிலாவுக்கும் ஆதிக்கும் இடையே ஆன சண்டைகளால் தூக்கமில்லாது, அமைதில்லாது போனது. ஆதி ஒரு அறையிலும், நிலாவும், குக்கூவும் ஒரு அறையிலும் சில மாதங்கள் வாழ்ந்துப் பார்த்தார்கள்.

ஆதி செய்தவைகள் சிலவற்றை அவளால் ஒத்துக்கொள்ளவே முடியாது கோபத்தைக் கிளப்பியது. அப்படியாகவே நிலா செய்த பலவற்றை ஆதியாலும் ஒத்துக்கொள்ள முடியவில்லை.

பொம்மையை வைத்து விளையாடும் சிறு பிள்ளைகள் சண்டையிட்டு டூ விட்டுக்கொண்டால், பொம்மை யாருக்குச் சொந்தமோ அந்த பிள்ளை பொம்மையை பிடுங்கிக்கொண்டுச் செல்வது போல, ஒரு கட்டத்தில் நிலாவால் பொறுத்துக்கொள்ள முடியாது, ஆதியிடம், 'நீ ஊர் திரும்பிவிடு' என்று கடின முகத்தோடும், மனதோடும் சொல்லி ஒரு வருடம் முன்பு இங்கிலாந்திலிருந்து சென்னைக்கு ஆதியைத் திருப்பி அனுப்பிவிட்டாள்.

நிலாவின் கடினமான வார்த்தையையும், முகத்தையும் ஆதி எதிர்ப்பார்த்திருக்கவில்லை. ஆதி அப்படியே நிலைக்குலைந்து அதிர்ந்து போனான். அவனுடைய எந்த குலுக்கமும் நிலாவைப் பாதிக்காத வண்ணம் இத்தனை வருட கடும் தனிப்போராட்டம் நிலாவைக் கரடுமுரடாக்கியிருந்தது; அவளுக்கே அவளின் மாற்றம் ஆச்சரியமாக இருந்தது.

குழந்தையைத் தாண்டி வேறொன்றும் இருவருக்குள்ளும் மிச்சம் இல்லை. பிரிவு ஒன்றுதான் இருவருக்கும் சரியான அமைதியான தீர்வு என்று சொல்லிவிட்டாள். ஏதேதோ பேசிப்பார்த்தான். ஆதி நிலாவின் மாற்றத்தை கசப்போடு உள்வாங்குவதை நிலா உணர்ந்தாள்.

ஊர் திரும்ப முடிவு எடுத்தப்பின், ஆதிக்குத் தேவையானவை களை இருவரும் ஒன்றாக வாங்கினார்கள்.

மூவரும் லண்டனில் ஒரு நாள் தங்கி ஊரை சுற்றிப் பார்த்துவிட்டு, ஏர்போர்ட்வரை சென்றார்கள். குக்கூ அப்பாவைப் பிடித்துக்கொண்டே வெகு குதூகலமாக நடந்தான். லண்டனை சுற்றிக்காட்டும் பஸ் ஒன்றில் நாளெல்லாம் சுற்றினார்கள். நன்கு சாப்பிட்டார்கள். குக்கூ ஆதியின் நெஞ் சில் சாய்ந்து தூங்கினான்.

விக்டோரியா பார்க்கை தாண்டுகையில், அந்த பூங்காவினுள் இருந்து குபீரென ஆயிரக்கணக்கில் மக்கள் நிர்வாணமாக சைக்கிள்களில் செல்வதை மூவரும் ஆச்சரியமாகப் பார்த்தார்கள்.

அன்றைய தினம் World Naked Bike Ride (WNBR) என்று பிறகு கேட்டுத் தெரிந்துக்கொண்டார்கள்.

5 வயதில் இருந்து தொண்டு கிழம் வரைக்கும், வெவ்வேறு நிற, மத, இனத்தவர்கள் அம்மணமாக லண்டன் முழுக்க சைக்கிளில் வருடம் ஒருமுறை செல்வார்களாம்.

நிலத்தடி எண்ணெய் எடுப்பதற்கு எதிராகவும், மோட்டர் வாகனங்களால் ஏற்படும் சுற்றுச்சூழல் மாசுக்கு எதிராகவும், உடல் சார்ந்த தன்னம்பிக்கை என இப்படி பல காரணங்களைக் கொள்கையாக கொண்ட திரளணி தான் இந்த இருசக்கர அம்மண போராட்டம்.

நான்குவழி சாலை முழுக்க வெவ்வேறு நிற, எடை, வயதுக்கேற்ப பளபளப்பும், சுறுக்கங்களும் உடைய வெவ்வேறு விதமான தோலின் தன்மைகள் கொண்ட ஆயிரக்கணக்கான பிட்டங்களை ஆதியும், நிலாவும், குக்கூவும் ஆச்சரியமாகப் பார்த்ததும், சிரித்ததும், வியந்ததுமாக சில மணிநேரம் சென்றன.

இது போலவே இனி எல்லா நாட்களும் அம்மாவும், அப்பாவும் மகிழ்ச்சியாக இருப்பார்கள் என்ற உணர்வுடன் குக்கூ சந்தோஷமாக ஓடியாடினான்.

குழந்தைக்கு அம்மா அப்பாவின் மனபிறழ்வும் முறிவும் புரியவில்லை. அவர்களுக்கே அது புரியவில்லை.

நாள் ஓடி முடிந்தது. விமானநிலையம் வந்து சேர்ந்தார்கள்.

ஆதி டிபார்ச்சருக்கு செல்லும் பாதையில் நின்றான். பெருங்கடலின் அமைதியோடு நிலாவைப் பார்த்துக்கொண்டே நின்றான். அவனுடைய கண்களில் அத்தனை உணர்வுகளும் அலைப்போல வந்துப்போய் கொண்டிருந்தது.

ஆதி அத்தனை வருடம் சென்னையில் சினிமா சார்ந்து எடுத்த எல்லா முயற்சிகளையும் முழுக்க நிறுத்திவிட்டு, புதியதாக இங்கிலாந்தில் வாழ்க்கையைத் தொடங்கலாம் என்ற நம்பிக்கையோடு வந்திருந்தான்.

இங்கிலாந்தில் தனக்கான வேலை சரிசெய்துக்கொண்டால் நிலாவோடு இருந்தாலும், இல்லாமல் போனாலும் தன்னை நல்ல இடத்தில் நிறுத்திக்கொண்டு குழந்தைக்கு ஒரு வருங்காலத்தை ஏற்படுத்திக் கொடுக்க முடியும். குக்கூவைப் பார்த்தப்படி வாழலாம் என்ற கனவெல்லாம் நொறுங்குவது அவனுடைய கண்களில், முகத்தில், உடல்மொழியில் தெளிவாகத் தெரிந்தது.

ஆதியைப் பார்த்து, 'எங்கேயோ போய் என்னவாவது செஞ்சுக்க! நீ என் பிரச்சினையில்லை. எங்களவிட்டுட்டு நீ போ' என்பதைக் கொஞ்சமும் அசராது சொன்னது அவள்தான் என்பதன் கடூரம் அங்கு நின்றுக்கொண்டிருந்த நிமிடத்திற்கு நிமிடம் நிலாவுக்கு உறைத்தது.

அந்த விமானத்தில் இந்தியா செல்லும் பயணிகளை பெண்ணொருத்தி அழைக்கத் தொடங்கினாள்.

போக வேண்டாமென்று சொல்லிவிட பாதி மனதிருந்தாலும், ஒன்றாக இருந்து முழுக்க மன்னித்து மறந்து அமைதியாக வாழும் இடத்தில் இருவரும் இல்லை என்பதன் கணமும் தெரிந்தது.

நிலா எடுத்த அந்த முடிவு முழுக்க முழுக்க மூளை சார்ந்தது.

ஆதியைக் கட்டியணைத்து அழுதப்படி 'ரொம்ப சாரிடா. ப்ளீஸ். என்னோட முடிவுக்கு நான் ரொம்ப சாரி சொல்லிக்கிறேண்டா. என்னை மன்னிச்சிரு!' என்று மட்டும் மீண்டும் மீண்டும் சொல்லி அழுதது நினைவுக்கு வந்தது.

பிரியா விஜயராகவன்

மெல்ல மீண்டும் நினைவுகள் இன்றைக்குத் திரும்பியது. சிறு பஞ்சுபொதிகள் போல பெய்துக் கொண்டிருந்த பனிப்பொழிவினால் மெதுவாக வண்டியோட்டி சென்றாள். இல்லாவிட்டால் இன்னும் கொஞ்சம் வேகமாக செல்லலாம்.

ஆதியைப் பார்த்து "நீ திரும்ப இந்தியாவிற்கே போய்விடு" என்று சொன்னதன் குற்றவுணர்வு இந்தநேரம் கண்களில் கண்ணீரை வழிய வைத்தது. அவனைப் பல வருடம் கண்ணுக்குள் மனதுக்குள் வைத்து பைத்தியக்காரத்தனமாகவும் அதிதீவிரமாகவும் காதலித்தாள்.

திருமணத்தின் ஏமாற்றங்கள், கோபங்கள், கசப்புகள் எல்லாம் தாண்டி வெளியே சொல்லமுடியாத வகையில் இன்னமும் நிலா ஆதியைக் காதலித்துக் கொண்டிருந்தாள். அவனும் நிலாவை அப்படித்தான் காதலித்தான் என்று அவளுக்கும் தெரியும்.

விமான நிலையத்தில் இருவரும் கண்களில் நீர் வழிய கட்டிப்பிடித்து நின்றதும், குக்கூ தன் அம்மா அப்பா அழுவதைக் கண்டு அழத்தொடங்கினான்.

ஆதி தன் கண்களை சட்டென துடைத்துக் கொண்டு, தரையில் மண்டியிட்டு அமர்ந்து, அவனைக் கட்டிப்பிடித்துக்கொண்டு, " குக்கூம்மா! டாடிக்கு சென்னையில ஷூட்டிங் இருக்கு. நான் போய் அதை முடிச்சிட்டு சீக்கிரமா உங்கிட்டயும், மம்மீட்டயும் வந்துடறேன் " என்று சொல்லிவிட்டு, குக்கூவின் முகம் முழுக்க முத்தம் தந்துவிட்டு, எழுந்து நிலாவின் நெற்றியில் முத்தம் தந்துவிட்டு வேகமாக நடந்து மறைந்தான்.

குக்கூ அப்பா போவதைப் பார்த்து சத்தமில்லாமல் அழத்தொடங்கிய அந்த நொடி மீண்டும் கண்முன் வந்து நிற்க, நிலாவிற்குக் கண்ணீர் நிறைந்து, ரோட்டை மறைத்தது.

ஆதி ஊர் திரும்பி, மீண்டும் அவனுடைய வேலைகளில் மூழ்கத் தொடங்கினான். ஒரு வருடம் ஆகிய நிலையில், ஆதியும் நிலாவும் குக்கூவிற்காக பட்டும் படாது பேசினார்கள். பல சமயம் நிலா குக்கூவிடம் அலைப்பேசியைக் கொடுத்து நேரடியாக பேசவைத்தாள்.

ஊருக்கு திரும்பியப் பின் நிலாவினுடைய வார்த்தைகளும், செயலும் ஆதியின் உள்ளேறி, மேலும் அவள் மேல் அளவுகடந்த

160 ● ஆட்டுக்குட்டியும் அற்புத விளக்கும்

கோபத்தையும் , வெறுப்பையும் அதிகரித்து விட்டது, என்று புரிந்தது. ஆதியின் கோபம் நிலாவுக்கு புரிந்தாலும், ஏதும் செய்வதற்கில்லை என்று எப்போதும் போல நிலா தன் வேலைக்கணவனைப் பிடித்துக் கொண்டு மூழ்கினாள்.

ஒரு ஆகஸ்ட் மாதம் ஞாயிறு, குக்கூ பேசிவிட்டு, "மீ! அவ்வா உங்களக் கூப்புடுறாங்க" என்றான். நிலா மாமியாரிடம் பேசத் தொடங்கினாள். உடல்நலம், வேலையைப் பற்றி விசாரித்துவிட்டு "உன்கிட்ட ஒரு விஷயம் சொல்லணுமா" என்றார்.

நிலா "சொல்லுங்கம்மா" என்றாள்.

மாமியார் "இவனுக்கு கொஞ்சம் நாளா நாக்குல சின்ன புண்ணு மாதிரி இருந்தது. நாங்க போய் செக்–அப் செஞ்சோம். அது கேன்சர்னு சொல்லுறாங்கம்மா" என்றார். நிலா பதறிப்போக, "அவன் உங்கிட்ட சொல்லவே வேணாம்னுதான் சொன்னான்மா. எனக்குதான் மனசு கேக்கல" என்று சொல்லிவிட்டு அலைப்பேசியை வைத்துவிட்டார்.

அதன்பின் ஒவ்வொரு இரவும் ஆதி நிலாவின் கனவில் வந்தான். வலிப்பதாக சொன்னான். சீக்கிரம் வந்துரு பாப்பா என்றான். காதருகே அவனுடைய குரல் கெஞ்சுவதைக் கேட்டு, நடுஇரவுகளில் நிலா திடுக்கிட்டு எழுந்து அமர்ந்து அழுவது தினமாகிப்போனது.

செப்டெம்பர் மாதம் கையில் கொஞ்சம் காசு சேர்த்துக்கொண்டு ஊருக்கு லீவில் சென்றார்கள்.

நிலாவின் மாத சம்பளத்தில் எல்லா செலவும் போக 10, 20 ஆயிரம் ரூபாய் சேர்த்தால்தான், வருடம் ஒருமுறை ஊருக்கு போக டிக்கெட்டுக்கான ஒன்றரை, இரண்டு லட்ச ரூபாயும், செலவுக்கான காசும் தேறும்.

அப்படிதான் அந்த முறையும் இழுத்துப்பிடித்துச் சேர்த்த காசோடு, குக்கூவை அழைத்துக்கொண்டு ஊருக்கு சென்றாள்.

நிலாவின் வீட்டிற்கு ஆதியோ, ஆதியின் வீட்டிற்கு நிலாவோ போகுமளவு உறவு சுமூகமாக இருக்கவில்லை.

அதனால் இருவரும் பேசிவைத்துக்கொண்டு சென்னையில் இருந்த ஷாப்பிங் காம்ப்ளெக்ஸ் ஒன்றின் மாடியில் இருந்த

"ஃப்ரூட் ஷாப் ஆன் க்ரீம்ஸ் ரோட்" என்ற கடையில் சந்தித்தார்கள். 3 மணி நேரம் அமர்ந்து பேசினார்கள்.

ஆதி எப்போதும் போல அழகாக, வசீகரமாக இருந்தான். அவன் நடந்து வருகையிலேயே அவனை அங்கிருந்த அத்தனைப் பேரும் கவனித்தார்கள். பேசுகையில் சிரித்துக்கொண்டே இருந்தான். வலிக்கிறதா என்று கேட்டதற்கு பயமில்லாதது போல நடந்துக்கொண்டான். நாக்கின் பிற்பகுதியின் ஓரத்தில் கெட்டியான சதையாக வளர்ந்திருந்ததை பார்த்ததும் நிலாவின் மனது திடுக்கென்றது. ஆனால் ஆதியிடம் "இது ஒன்றுமே இல்லை. சட்டென சரியாகிவிடும்" என்றாள்.

இருவரும் மீண்டும் காதலிப்பதைப் போல உணர்ந்தார்கள். "நீ இன்னைக்கு ரொம்ப அழகா இருக்கே பாப்பா. இந்த சேல, இந்த ஜிமிக்கி, இந்த கண்ணாடி வளையல் எல்லாம் நல்லா இருக்கு" என்றான். நிலா வெட்கப்பட்டாள். அவனை விட்டுப் போகவேண்டும் என்று தோன்றவே இல்லை. இருவரும் கட்டிப்பிடித்து முத்தம் தந்துவிட்டு கண்கள் பார்த்து நின்றார்கள்.

அவர்களுக்குள் இதுவரை எந்த ஒரு சண்டையோ, மனகசப்போ இருந்ததே இல்லை என்பது போல தோன்றியது. இருவரும் பேசிக்குத்தி கீறிக்கிளறிக் கொண்ட வார்த்தைகள் எதுவுமே சொல்லப்படாதது போல உணர்ந்தார்கள். அவனோடு இருக்கையில் எப்போதும் ஆதி அப்படிதான் உணரவைத்தான்.

'அதெப்படி அவனை பார்த்ததும், எல்லாம் பிரச்சனையும் மறந்துப்போவியோ' என்று நிலாவைப் பார்த்துக் கேட்பவர்களுக்கு அவளுக்குப் பதில் தரமுடிந்ததே இல்லை. சட்டென மனது, மூளைக்கெல்லாம் போர்வையைப் போர்த்தி அவனைத் தவிர எதுவுமே முக்கியமில்லாது போல ஆகிவிடும். அப்படி சட்டென பிடிக்கும் பைத்தியத்திற்கும், அன்பிற்கும் என்ன பேர் தருவது?

நேரம் ஆகத்தொடங்கியதும், பிரியவே மனமில்லாது அந்த ஜூஸ் கடையில் இருந்து கிளம்பினார்கள்.

கையைக் கோர்த்துக்கொண்டே கார்கள் நிறுத்தியிருக்கும் இடம்வரை நடந்தார்கள். இருவேறு திசைகளில் அவர்களின் கார்கள் நின்றிருந்தது. பிடிந்திருந்த கைகளை விடவே பிடிக்கவில்லை.

மெல்ல விலகி போகும் முன், நிலாவை உற்றுப்பார்த்தப்படியே "நான் கட்டாயம் சரியாகிடுவேன். ஆன கொஞ்சம் ஹெல்ப் மட்டும் பண்ணு பாப்பா!" என்று சொல்லிக்கொண்டே நடந்தான். அவன் குரலும் முகமும் நிலாவின் நெஞ்சை அறுத்தது. "நான் இருக்கேண்டா." என்று சொல்லிக்கொண்டே நடக்கவும், ஆதி சட்டென நிலாவை இறுகக் கட்டிப்பிடித்தான். கண்கள் கலங்கி, தொண்டைக் கமறலோடு, "லவ் யூ பாப்பா" என்றான்.

அவர்களைத் தாண்டிச் சென்றவர்கள் இருவரையும் வேடிக்கைப் பார்த்துக்கொண்டே நடந்தார்கள். ஆதி, "இப்படி ஓடம்பு சரியில்லாம ஆனதும், எனக்கு பயமா இருக்குடீ. எப்பவும் உன்னோடயும், குக்கூவோடயும் இருந்துடணும்டா பாப்பா" என்றான்.

நிலா, "சீக்கிரமா இங்க ட்ரீட்மெண்ட் முடிச்சிட்டு, உடம்ப சரியாக்கிட்டு எங்கிட்ட வந்துடுடா. நாம இதுக்கு அப்புறமா எப்பவுமே பிரிஞ்சு தனித்தனியா இருக்கவேண்டாம்." என்று மனதார சொன்னாள்.

நிலாவிற்கு ஆதியை இப்படி விட்டுவிட்டு ஊர் திரும்ப விருப்பமே இல்லை. ஆதிக்கு உடம்பு சுகமில்லை என்று இந்தியா வந்திருந்த அந்த மாதம், பணியிடத்தில் நீண்ட விடுப்பு கேட்டதற்கு, வேலையும் அதற்கான விசாவையும் ரத்து செய்துவிடுவதாக வந்த கடிதத்தால் மீண்டும் நிலாவும், குக்கூவும் இங்கிலாந்து திரும்ப வேண்டிய கட்டாயம் எழும்பியது.

இங்கிலாந்து திரும்பி, மீண்டும் வேலைக்குப் போகத் தொடங்கினாள். கூடுதல் ஷிஃப்ட்கள் எல்லாம் செய்தாள். வாரம் *40* மணி நேர வேலையளவில் இருந்து நகர்ந்து *65* மணி நேரம் வேலை செய்தாள். எவ்வளவு கூடுதல் வேலை செய்தாளோ அவ்வளவு கூடுதல் வரி வசூலித்தார்கள்.

கார் பர்மிங்க்ஹாம் நெருங்கியது. நிலா அவசர அவசரமாக காரை நிறுத்திவிட்டு இந்திய தூரகத்தில் வரிசையில் நிற்கத் தொடங்கினாள். மணி மதியம் 12. உடல் குளிரிலும், அசதியிலும், தூக்கமின்மையிலும் தள்ளாடியது.

குக்கூவின் பாஸ்போர்ட் புதிப்பித்துக்கொண்டு, ஊருக்குச் சென்று ஆதி குணமடையும் வரை கூடவே இருந்து, அவனையும்

அழைத்துக்கொண்டு வந்துவிடலாம் என்று நிலா இம்முறை முடிவெடுத்தாள்.

காசு சேர்த்துவைத்து, கடன் வாங்கியாவது டிசெம்பர் ஊருக்குப் போய்விடவேண்டும் என்று முடிவு செய்திருந்தாள். நிலாவின் அந்த வருடத்திற்கான விடுப்புநாட்கள் தீர்ந்துவிடவே, மீண்டும் அவள் அளித்த Annual லீவ் அப்ளிக்கேஷனை ரத்து செய்துவிட்டார்கள். நிலா, தன் சூழ்நிலையைச் சொல்லி ஹெச் ஆரிடம் தினமும் லீவ் கேட்டாள்.

இரவு கனவுகளில் ஆதி தன் உடல்நிலை குன்றிப்போவதாக சொல்லி சென்றான். நிலா ஆதியிடம் வீடியோ காலில் பேசுகையில், அவளோடும் குக்கூவோடும் வந்து இருக்க விரும்புவதாகத் திரும்ப திரும்ப சொன்னான்.

இங்கிலாந்தில் எல்லா மருத்துவ சிகிச்சையும் இலவசம் தான். ஆனால் எல்லாவற்றிற்கும் பல வாரங்கள், மாதங்கள் காத்திருக்க வேண்டும். அதனால் சென்னையிலேயே எந்த நேரவிரயமும் இல்லாது, சிகிச்சை துரிதமாக கொடுப்பது நலம் என்று முடிவு செய்திருந்தார்கள்.

இதற்குள் கீமோ, ரேடியோதெரபி கொடுத்து ஆதியுடைய குரல்வளையும், உணவுக்குழாயும் முழுக்கத் தீய்ந்துப்போய்விட்டது.

பேசமுடியாது, சாப்பிடமுடியாது, மூக்கில் குழாயின் மூலம் திரவ உணவுகள் மட்டுமே சாப்பிடும் நிலைக்கு வந்திருந்தான். முடியெல்லாம் கொட்டிப்போய் மீண்டும் வளர்ந்த முடி சுருட்டையாக ஆகியிருந்தது. முகம் சுருங்கிப்போய் குக்கூவை குழந்தையாகப் பார்ப்பதைப் போல இருந்தான்.

பேசமுடியாது, கழுத்தைக் காட்டி, உதட்டை அசைத்து, “ரொம்ப வலிக்குது” என்று சுருங்கிய முகத்தோடு சைகையில் சொன்னான்.

ஆதிக்கு எப்போதுமே சின்ன வலிக்கூட தாங்க முடியாது. கால் நகம் கொஞ்சம் ஆழமாக வெட்டிவிட்டால் கூட அவனால் பொறுக்கமுடியாது.

நிலா “நானும் குக்கூவும் வந்து சீக்கிரமா உன்னை இங்க கூட்டிட்டு வந்துடறோம்டா. ஐ ப்ராமிஸ்” என்றாள். ஆதியை

அப்படி வலியோடு பார்ப்பதும், நேரில் கூட இருக்கமுடியாததும் வெகு கடினமாக இருந்தது.

ஒருவழியாக ஜனவரி இறுதியில் விடுப்பு கொடுத்தார்கள். டிக்கெட் வாங்க முற்படுகையில், குக்கூவின் இந்திய பாஸ்போர்ட் இன்னும் 1 மாத காலத்தில் காலாவதி ஆகப்போவதால், டிக்கெட் கொடுக்கமுடியாது என்று நிராகரித்து விட்டார்கள்.

உடனே நிலாவும் குக்கூவைக் கூட்டிக்கொண்டு இந்திய தூதரகத்தில் புதிய பாஸ்போர்ட் வாங்கும் பணியைத் தொடங்கி 2 வாரங்களுக்கு மேல் ஆகிவிட்டது. அன்றும் நிலாவுக்கு பாஸ்போர்ட் கிடைக்கவில்லை. மீண்டும் வீடு திரும்பும் போது மாலை மணி 4. குழந்தைக்கு எதையோ சமைத்துவிட்டு, திரும்ப இரவு வேலைக்கு அப்படியே தூங்காது ஓடினாள்.

அதன்பின் வந்த நாட்களில் இங்கிலாந்தில் வந்த கடும்பனிப்பொழிவின் காரணமாக எல்லாமே ஸ்தம்பித்துப் போனது. நிலாவினுடைய வேலை செய்யும் இடத்தில் சில வார்த்தைகள் குசலம் விசாரித்தப்பின், அவளுடைய நிலையைப் பற்றியெல்லாம் யோசிக்க யாருக்கும் நேரமில்லை.

வேலையையும் விடமுடியாது, வேலையில் முழு மனதோடும் ஈடுபடமுடியாது, யாரோடும் எதுவும் பகிரமுடியாது மனதும், மூளையும் ப்ரெஷர்குக்கர் போல இருப்பதாய் உணர்ந்தாள். வீட்டில் நிலாவை முழுமையாக சார்ந்திருந்த குக்கூவுக்கு, தன் அம்மா லேசாக கண் கலங்கினாலும், அவனுடைய பயம் பல மடங்காகியது. அதனால் வீட்டில் தன்னை குக்கூவின் முன்னால் வெகு தைரியமாகக் காட்டிக் கொள்ளவேண்டிய கட்டாயம் நிலாவுக்கு.

கார் ஓட்டும் போது, ஏதாவது பாட்டைக் கேட்கையில் சத்தம்போட்டு அழுவது நிலாவுக்கு வழக்கமானது.

கார் ஓட்டுகையில், சில வேலைகளில் ஆளரவமற்ற இடங்களில் தனியாக ஒற்றை மரம் நின்றிருந்தால், அது ஏதோ உறைந்துப்போன மரதேவதை போல தோன்றி, காரையோரம் கட்டி நிறுத்திவிட்டு, இறங்கி சென்று மரத்தைக் கட்டிப்பிடித்து நிலா கதறியழுதாள்.

பிரியா விஜயராகவன் ● 165

ஒன்றாக இருந்தாலும், இல்லாது போனாலும், ஆதி வெகு நாள் பூரண ஆரோக்கியத்தோடும், உயிரோடும் இருக்கவேண்டும் என்று மன்றாடினாள்.

ஒற்றை மரங்களைக் கட்டிக்கொண்டு நிலா ஓலமிட்டு அழுவது, அழுத்தித் திணிக்கும் வாழ்க்கைக்கு தினம் வடிகாலாகியது.

பாஸ்போர்ட் வருவதற்குள் பிப்ரவரி முதல் வாரம் ஆகிவிட்டது.

லீவுக்காக ஒதுக்கிய நாட்கள் எடுக்கமுடியாது போனதால், மீண்டும் லீவ் எடுக்க நிலா தன்னுடைய ஷிஃப்ட்களை ஒழுங்குப்படுத்தினால்தான் அனுமதி கொடுக்கமுடியும் என்றார்கள். அவளுடைய கணவருக்கு உடல்நிலை சரியில்லை என்பதெல்லாம் அவர்களுக்கு முக்கியமாகப்படவில்லை.

நிலா தன்னோடு வேலைப் பார்க்கும் நண்பர்களிடம் அவளுடைய ஷிஃப்ட்களை மாற்றச்சொல்லி கெஞ்சினாள். இரண்டாம் வாரம் நெருங்கிய சமயத்தில், இன்னமும் லீவ் கொடுக்காது இழுத்தடித்தார்கள்.

நிலாவுக்கு மொத்தமாக தூக்கம் மறந்துப்போனது. தினமும் கனவில் ஆதி வலியோடு துடிப்பதைப் பார்க்க பயந்து தூங்காமல் இருந்தாள்.

மூன்றாவது வாரம் தொடங்கியது. புதன்கிழமை காலை 11 மணி. அழுத்தமான வேலைப்பளு.

நிலாவினுடைய அலைப்பேசியில் மாமியார் அழைத்தார். சட்டென தரை நழுவி நெஞ்சு வலித்தது. அந்த அழைப்பை எடுக்க அத்தனை பயமாக உணர்ந்தாள். அவருடைய குரல் கேட்கையிலேயே கண்களில் நீர் பெருகியது. அவர் எதுவும் சொல்லும் முன்னவே அது நல்ல செய்தி இல்லை என்று அவளால் உணரமுடிந்தது.

நிலாவினுடைய கன்சல்டண்ட், மற்ற ஜூனியர் மருத்துவர்கள், நர்ஸ்கள் என்ற 10 பேர் கூட்டமும், அவர்கள் நின்றிருந்த வார்ட், அங்கிருந்த 20 நோயாளிகள் எல்லாமே சட்டென மறைந்துவிட்டது. பதட்டத்தோடு அவர்களிடம்

சொல்லிவிட்டு, அங்கிருந்து நகர்ந்து தனியறை ஒன்றில் சென்று நடுங்கியபடியே அமர்ந்தாள்.

நிலா "சொல்லுங்கம்மா" என்றாள். மாமியார் "ஆதிக்கு ரொம்ப முடியலைம்மா. உன்னால வரமுடியுமா. ஹாஸ்பிடல்ல சேர்க்கலாம்னு இருக்கோம்" என்றார். நான் "ம்ம், உடனே கிளம்பறேங்கம்மா" என்று சொல்லிவிட்டு மீண்டும் வார்ட் ரவுண்ட்ஸில் சென்று நின்றாள்.

அந்த நொடி எதுவுமே முக்கியமாக படவில்லை.

'நான் ஏன் முன்னாலேயே கிளம்பிப்போகவில்லை. இந்த வேலை இல்லாது போனால் வாழவே முடியாது' என்ற பயமும், பணத்திற்கு என்ன செய்வது என்று தெரியாத குழப்பமும், ஆதியோடு சில நாட்கள்கூட ஒன்றாக இருக்கவிடாது செய்துவிட்டதை நினைத்து வெட்கப்பட்டாள். அங்கிருந்தவர்களிடம் நான் உடனடியாக இந்தியா போக வேண்டும் என்று சொல்லவும், ஹெச் ஆரிடம் சொல்லிவிட்டு செல்லவேண்டும் என்று வலியுறுத்தினார்கள்.

"உடனடியாக போகவேண்டுமா? ஏன் உன் கணவர் இறந்துவிட்டாரா என்ன?" என்ற எரிச்சல் தூவிய கேள்விகள் வந்தது. என்ன பதில் சொல்லவேண்டும் என்று புரியவில்லை.

இந்த உலகில் குசலம் விசாரிப்பதில் 90 சதவிகிதம் உணர்வுக்கு ஆட்படாதவை தான்.

நிலாவின் கோபத்தை அவளுடைய மன உளைச்சல், உடல் அசதி, பயம் பிடுங்கிக்கொண்டது,

வீட்டிற்குத் திரும்பி, டிக்கெட் போட முயன்றாள். பனிப்பொழிவால் பல விமானங்கள் நிறுத்தப்பட்டிருந்தது. முட்டிமோதி ஒரு வழியாக டிக்கெட் வாங்கினாள். விமானம் நேரம் தள்ளிப்போகலாம் என்று சொன்னார்கள்.

நிலாவும், குக்கூவும் பெட்டியோடு பனியில் கிளம்பினார்கள். லண்டன் வந்துச் சேர ஆறு மணிநேரம் ஆனது.

வியாழன் மதியம் விமானத்திற்கு புதன்கிழமை இரவே விமான நிலையத்திற்கு வந்துவிட்டார்கள். குக்கூவை அவள் மடியில் தலைவைத்து, நாற்காலியில் வாட்டமாகப் படுக்கவைத்துவிட்டு அமர்ந்திருந்தாள்.

பிரியா விஜயராகவன் ● 167

நேரம் நெட்டி தள்ளினாலும் போகவில்லை. ஆதி எப்படி இருக்கிறானோ? என்ன செய்வதென்று தெரியாது பயம் நிலாவை இறுக்கிப் பிடித்திருந்தது.

இரவு மெல்ல உருண்டோடியது. காலை வந்தது. குக்கூவின் முகம் கழுவி, சாப்பாடு வாங்கி தந்தாள். குளிரினாலும், நாற்காலியின் அமைப்பினாலும் குக்கூ சரியாக உறங்கவில்லை. விமானம் கிளம்பும் நேரத்தைப் பனிப்பொழுவினால் தள்ளிப்போட்டுக்கொண்டே இருந்தார்கள்.

குக்கூ, "மீ! டாடிக்கு என்ன மீ ஆச்சு?", "இப்ப எப்படி இருப்பாரு? சரியாகிட்டாரு தானேமீ", "நான் போனதும் டாடிக்கூட காருல ஒரு ரவுண்ட் போவேனே, நம்ம போனா, டாடி சிக்கன் சப்பாத்தி செஞ்சு எனக்கு ஊட்டிவிடுவாரு மீ", "எனக்கு இங்க முத்தம் தருவாரே" என்று அவனுடைய கன்னத்தைக் காட்டினான்.

குழந்தை பேசினாலே, அப்பாவைப் பற்றிதான் பேசிக் கொண்டே இருந்தான். இந்தியாவிற்குச் செல்வது குதூகலமாக இருந்தாலும், விமானநிலையம் குக்கூவை அசதியாக்கியது.

வியாழன் கிளம்பாது, வெள்ளிக்கிழமை நடு இரவிற்கு மேல் விமானம் கிளம்பியது. இரண்டு நாட்கள் விமானநிலைய குளிரிலேயே இருந்து இருவரும் அதீத அசதியில் இருந்தார்கள். குழந்தை தூக்கமில்லாது துவண்டான். வெள்ளிக்கிழமை விமானத்தில் ஏறியமர்ந்து நிலா சிறிது நேரம் தூங்கினாள். மீண்டும் கனவு வந்து எழுப்பியது.

அழகான பூங்கா ஒன்றில் ஆதி அமர்ந்திருந்தான். நிலா அவனை நோக்கி நடந்தாலும், அந்த இடம் பக்கமிருப்பது போல தோன்றினாலும், அவன் இருக்கும் இடத்தை நெருங்க வெகு நேரம் ஆனது. தூரத்தில் இருந்து ஓடிவந்துக்கொண்டிருந்த நிலாவைப் பார்த்து, ஆதி "நான் போகணும் பாப்பா. நேரமாகிடுச்சு" என்றான்.

நிலா கெஞ்சலாக "நான் எப்படி ஓடிவரேன் பார்த்தே இல்லை. நீ கொஞ்சம் எனக்காக இருடா" என்றாள். ஆதி "எவ்வளவு நேரம் இப்படி இருக்கமுடியும்னு தெரியலடா. தல ரொம்ப வலிக்குது பாப்பா" என்று வலியில் முகம் சுளித்தான்.

ஒருவழியாக ஆதியை நெருங்கி சென்று கட்டிப்பிடிக்கையில் அழுகை வந்தது. அவனுடைய வலியினூடே நிலாவின் நெற்றியில் முத்தமிட்டான். "ரொம்ப பசிக்குது பாப்பா" என்றான். அவனுக்கு சாப்பிடக் கொடுக்க ஏதாவது கிடைக்குமா என்று தேடினாள். தேடிக்கொண்டே இருந்தாள்.

ஆதி மெல்ல மறைவது போல தோன்றியது.

ஆதியை எப்படி பிடித்தாலும் காற்றுப்போல கைகளுக்குள் சிக்காது நழுவினான். நிறுத்திவைக்க முயன்று முயன்று முடியாது தோற்று, அவன் அமர்ந்திருந்த இடத்தில் அவன் மொத்தமாக இல்லாமல் மறைந்துப்போக நிலா திடுக்கென எழுந்தாள்.

அதன்பின் தூக்கம் வரவில்லை. மனது ஏதோ ஒன்றை தியானம் செய்து முணுமுணுக்கத் தொடங்கியது.

"எங்களை விட்டுட்டு போயிடாதேடா" என்று ஜபம் போல நிலா சொல்லத் தொடங்கியிருந்தாள். குக்கூ வாயின் ஓரத்தில் எச்சில் ஒழுக தூங்கிக்கொண்டிருந்தான். இரும்பு விமானம் ம்ம் என்ற சத்தத்தோடு பறந்துக்கொண்டிருந்தது.

★ ★ ★

# 10

## குக்கூ -: வயது 10

விமானத்தில் பயணப்படுவதன் குதூகலங்கள் பல வருடம் முன்பே அடங்கிப்போய்விட்டது.

குக்கூ எப்படி அமர்ந்தாலும் அவனுக்கு வசதியாக இருக்கவில்லை.

இரண்டு நாட்கள் தூக்கமில்லாது, குளிரும் கடினமான நாற்காலிகளும், உடல் அசதியும் குழந்தையை சிடுசிடுப்பாக மாற்றி யிருந்தது. இரண்டு நாட்களில் மொத்தம் 20 வார்த்தைகளுக்குக் குறைவாகதான் பேசியிருந்தான்.

நிலாவால் முடிந்தவரை அவனை சமாதானப்படுத்தினாள். “டாடிக்கு ஒடம்பு சரியில்லை தானே மோனா. அவரைப் பாக்கத்தானே இங்க காத்திருக்கோம். கொஞ்சம் பொறுத்துக்கோடீ” என்று சொல்லும்போதெல்லாம் அவன் முழுக்க அமைதியாகிப்போனான்.

குழந்தையின் முகத்தில் தெரிவது என்ன உணர்வென்று நிலாவால் புரிந்துக் கொள்ள முடியவில்லை. ஆனால் அவனுடைய அந்த முகத்தைப் பார்க்க நேரும்போதெல்லாம் நிலாவுக்கு அடிவயிற்றில் நெருப்பு எறிவது போலவும், சட்டென எல்லாம் கொட்டி கவிழ்ந்ததைப் போல தோன்றியது.

விமானம் ஏற நேரம் தாமதித்த இரண்டு நாட்களில், அமர முடியாது கால் கை வலித்த போதெல்லாம்

அம்மாவும், பிள்ளையும் அங்கிருந்த கடைகளை வேடிக்கைப் பார்த்துக்கொண்டு நடந்தார்கள். குக்கூ ஒன்றும் பேசாது கோபத்தோடும், சலிப்போடும், கால்களை தேய்த்துக்கொண்டு தொய்வாக நடந்து வந்தான்.

திடீரென நிலாவின் கையை உதறிக்கொண்டு, கூட்டத்தின் நடுவே ஓடி மறைந்தான். தலை தெறிக்க ஓடினவன், தூரத்தில் இருந்த ஒரு கடையில் இருந்த பொம்மைகளை வேடிக்கைப் பார்க்கத் தொடங்கினான்.

குக்கூவுடைய செய்கை நிலாவை எரிச்சல்படுத்தியது. இந்த சில மாதங்களின் கூட்டல் கணக்கில் அழிந்துப்போயிருந்தவள் கூட்டத்தை விலக்கிக்கொண்டு குக்கூவை நோக்கி நடந்தாள்.

அவனை நெருங்கும் போதே, "குழந்தைதானே!" என்று சமாதானம் ஆகிப்போனாள்.

குக்கூ கையில் ஒரு அழகான கரடி பொம்மையை அதற்குள் தேடிவைத்திருந்தான். அதில் "Daddy! Ur awesome" என்று எழுதியிருந்தது.

அம்மாவை ஆர்வமாகப் பார்த்து, "நான் இந்த டெட்டியை டாடிட்ட தரவா மீ. அவரு ஜுரம் வரும்போது இது கட்டிப் பிடிச்சுட்டா, ஜுரம் போயிரும்ல." என்று ஆர்வமாக சொன்னான். நிலா ஒன்றும் சொல்லாது அவனைக் கட்டிப் பிடித்துக்கொண்டாள்.

அந்த பொம்மையை வாங்கியப்பிறகு, அதை குக்கூ கீழே விடவேயில்லை.

விமான இருக்கையில் பொம்மையைக் கட்டிப்பிடித்து, சுருண்டு தூங்கும் குழந்தையைப் பார்த்தாள். விமானம் சென்னையை நோக்கி பயணப்பட்டுக்கொண்டிருந்தது.

குளிர் உடம்பிலும், மூளையிலும் பரவி இருந்தது. மனது மறத்துப்போய் ஒரே எண்ணத்தில் நிலைத்து நின்றது. நிலா கண்மூடினாலும் திறந்தாலும், ஆதியின் கண்களும், முகமும், "வலிக்குது பாப்பா" என்று சைகையில் கழுத்தை, தலையைக் காட்டிச் சொல்வதே ரீபீட் மோடில் மனதுக்குள் ஓடிக்கொண்டிருந்தது.

பிரியா விஜயராகவன் ✱ 171

என்ன வேண்டுவது, எதைப்பார்க்கப்போகிறாள், என்ன செய்யவேண்டும் என்பதெல்லாம் ஒன்றோடு ஒன்று கலந்தும், பிரிந்தும் தூக்கத்துக்கும் பசிக்கும் போக்கு காட்டியது.

சனிக்கிழமை இரவு மணி 10.

விமானம் சென்னையை வந்தடைந்தது. வெளியே வந்ததும் அம்மாவும், கோகிலா ஆண்டியும் வெளியே சில மணிநேரங்களாக காரோடும் சோகமுகங்களோடும் காத்திருந்தார்கள்.

குக்கூ "அம்மும்மா! கோகிலாம்மா!" என்று சொல்லிக் கொண்டு ஓடிப்போய் கட்டிக்கொண்டான்.

அம்மாவின் முகத்தில் அத்தனை உணர்வுகள் மிதந்துக் கொண்டிருந்தது.

'இரு குடும்பங்களும் பிரிந்து பல வருடங்கள் ஆகி யிருந்ததால், நேருக்கு நேர் மீண்டும் சந்திக்கப்போகும் சூழல் இறுக்கமாக இருக்குமோ? என்னையும் என் மகளையும் எதுவும் கோபமாக பேசுவார்களோ? என் மகள் பைத்தியம் பிடித்த பத்ரகாளி போல காதலித்து, சண்டையிட்டு, திருமணம் செய்தவனை இழந்துவிடுவாளோ? என் பேரன் உடலாலும், மனதாலும் குரங்குக்குட்டிபோல தொங்கிக்கொண்டிருக்கும் அவன் தந்தைக்கு என்ன நடந்துவிடுமோ?' என்ற எல்லாமே தோன்றி தோன்றி மறைந்தது.

அம்மா எப்போதும் போல கீழுதட்டை கடித்துக்கொண்டு இறுகிய முகத்தோடு, நிலாவின் கையைப் பிடித்துக்கொண்டு அமர்ந்திருந்தார்.

கார் அந்த இருட்டில் தெருக்களின் ஊடே மாறி மாறி ஓடியது. யாரும் எதுவும் பேசவில்லை.

மருத்துவமனையின் முன் சென்று நின்றபோது, அசதியில் கொஞ்சம் ஆசுவாசப்பட்டிருந்த இதயம் மீண்டும் துடிக்கத் தொடங்கியது. உள்ளே நடக்கையில் அவனுடைய சொந்தங்கள் சிலர் அவர்களை வரவேற்று, ஆதியுடைய அறைக்கு அழைத்து சென்றார்கள்.

நெஞ்சம் தடதடவென ஆகி, கால்கள் குழைய மாடியில் இருந்த அறை ஒன்றுக்குள் நுழைந்தார்கள்.

மருத்துவமனையின் வரவேற்பறையிலும், ஆதியின் அறைக்குள்ளும் நிறைய சொந்தங்கள் அறையில் அசந்து அமர்ந்திருந்தார்கள்.

மாமியார் நிலாவைப் பார்த்து "வாம்மா" என்று சொல்லி, அம்மாவையும், கோகிலா ஆண்டியையும் வரவேற்றார்கள். இறுக குக்கூவை அணைத்தார்.

நூறு வயது கூடியதைப் போல அசதியாக இருந்தது அவருடைய முகம்.

அந்த அறையில் இருந்த எல்லாமே கண்ணிலிருந்து மறைந்து, நடுவே படுத்திருந்த ஆதி மட்டும் கண்ணுக்குள் நிறைந்தான்.

இப்போதும் படுக்கையை முழுக்க அடைத்தப்படிதான் படுத்திருந்தான்.

நிலா ஆதியினருகே சென்று பார்க்கையில், கண்கள் லேசாகத் திறந்தப்படி மயக்கத்தில் இருந்தான்.

நிலா ஆதியின் பக்கம் சென்று நின்று, அவனை லேசாக தொட்டெழுப்ப முயன்றாள். "நாங்க வந்துட்டோம்டா. குக்கூ வந்திருக்கான் பாரு" என்று காதின் அருகே கிசுகிசுத்தாள். மாமியாரும், அங்கிருந்தவர்கள் எல்லோரும் சோகமாக இருந்தார்கள்.

நிலா மீண்டும் ஆதியை லேசாக உலுக்கிக் கூப்பிட்டாள். பாதி திறந்த கண்களோடு அவன் உடல் குலுங்கிய விதம் நிலாவைப் பயமுறுத்தியது.

நிலா தன் மாமியாரை அம்மா என்றுக் கூப்பிடுவாள். தன்னுடைய அம்மாவை குக்கூ நிலாவைக் கூப்பிடுவது போல மீ என்பாள்.

அம்மாவும் ஆதியின் அருகே வந்து, வாஞ்சையோடு அவனுடைய தலைமுடியைக் கோதியபடி, "யப்பா ராஜா! எப்ப வருவாங்கன்னு நிமிஷம் விடாம, கேட்டு தேடிட்டே இருந்தியேப்பா. இதோ பாருப்பா. உன் நிலாவும், குக்கூவும் வந்துட்டாங்க ராஜா. கொஞ்சம் கண்ணைத் தெறந்துப் பாருப்பா" என்று சொல்லும்போதே அவருடைய கண்ணீர் ஆதியின் நெற்றியில் சொட்டு சொட்டாக விழுந்தது.

பிரியா விஜயராகவன்

அவன் பதிலேதும் பேசாது படுத்திருப்பதைப் பார்த்து நிலா குழப்பமாக பார்க்கவும், "அவனுக்கு ரொம்ப முடியலைம்மா. இங்க வந்து சேர்ந்ததுல இருந்து வலியும், மயக்கமுமா தான் இரண்டு மூணு நாளா இருந்தான். ஒவ்வொரு தடவையும் யாராவது கதவு தொறந்தாலும், நீயும் குழந்தையும் வந்துட்டீங்களான்னு அத்தனை வலிக்கு நடுவிலயும், லேசா கண்ணைத் தொறந்து தேடிட்டே இருந்தான். யார பார்த்தாலும் சைகையில நீயும், குக்கூவும் எங்கன்னு கேட்டேட்டே இருந்தான். அவனால பேச முடியலை. ரொம்ப சோர்ந்துப் போயிட்டான். ப்ளைட் வந்துடுச்சான்னு சைகையிலயே புள்ள இந்த மூணு நாளா கேட்டுட்டே இருந்தான்மா. நீ வர ஒரு மணி நேரம் முன்ன வரை கதவ கதவ தான் பாத்துட்டு இருந்தான்மா. அதுக்கப்புறம் அடங்கிட்டான்மா. என் புள்ளைக்கு மொத்தமா பேச்சும் பாக்கறதும் நின்னுடுச்சே" என்று அழுகை வற்றிய வறண்ட குரலில் அறற்றினார்.

இந்த மூன்று நான்கு மாதமாக ஆதியை ஒரு குழந்தையை பார்ப்பது போல முழுவதுமாக பார்த்த இளைப்பு மாமியாருடைய முகத்திலும், உடம்பிலும் தெரிந்தது.

குக்கூ அவசரமாக ஏறி அப்பாவின் பக்கம் படுத்துக் கொண்டான்.

அந்த நொடியை எப்படி விவரிப்பது?

குக்கூ அப்பாவின் கழுத்தில் கைப்போட்டுக் கொண்டு தூங்க தொடங்கினான். இருவரும் கண்மூடிக் கிடப்பதை பார்க்கையில் வெகு சந்தோஷமாகவும், சொல்லமுடியாத சோகமாகவும் உணர்ந்தாள். அவனுடைய காதின் அருகே "நாங்க வந்துட்டோம்டா. ப்ளீஸ் கண்ணை தொறந்து பாருடா" என்று சொல்லியபடியே நிலா ஆதியின் நெற்றியின் சிறு முத்தம் தந்தாள்.

ஆதியினுடைய முகத்தில் ஒரு சலனமும் இல்லை.

குக்கூவால் திரும்பிப் படுக்கமுடியாததால். அங்கிருந்த விசிட்டர் படுக்கும் சிறு படுக்கையில் படுத்துக்கொண்டான்.

மாமியாரும், "என்னால ஒண்ணுமே முடியலம்மா நான் கொஞ்சம் நேரம் படுக்குறேன்" என்று குக்கூவைக்

கட்டிப்பிடித்துப்படுத்தார்க. நிலாவின் நாத்தனாரும், மற்ற சொந்தங்களும் அவளோடு பரிவாக பேசினார்கள்.

நிலாவின் அம்மாவும், கோகிலா ஆண்டியும் நாளை வருவதாக சொல்லிவிட்டு இரவு 12 மணிக்கு மேல் ஊருக்குத் திரும்பினார்கள்.

எல்லாம் அடங்கிய நேரம், நிலாவுக்கும் ஆதிக்கும் ஆனதாக இருந்தது.

எத்தனை விதத்தில் யோசித்தாலும், எவ்வளவு விரிவாக விவரித்தாலும் அந்த நிமிடங்களை அவளால் விளக்கமுடியும் என்றுத் தோன்றவில்லை.

நிலா அவளுடைய நினைவுகளில் புதைந்தாள்.

10 வயதில் தன்னுடைய பள்ளியில் ஆறாம் வகுப்பில் சேர்ந்த நெட்டை சிறுவனைப் பார்த்தாள். இருவரும் கிட்டத்தட்ட 25 வருடம் ஒன்றாக வளர்ந்திருக்கிறார்கள். இருவரின் உடல்களை நிர்வாணமாக ரசித்திருக்கிறார்கள். பிரிந்துப்போகும்போது, நெஞ்சு வலிக்க அழுதிருக்கிறார்கள். ஒரு கணம் கூட பிரிந்து இருக்கமுடியாது என்று பயத்தோடுக் கட்டியணைத்திருக்கிறார்கள். எத்தனை விதமாக முடியுமோ அத்தனை விதமாக காதலித்து, வெறுத்து, சுகித்து, சிரித்து, கோபித்து, பித்தாகி காலத்தை நகர்த்தி இருக்கிறார்கள்.

இப்போதும் கோபமாக நிலாவைப் பார்க்காது, பிகு செய்துக்கொண்டு படுத்திருப்பது போல சட்டென தோன்றியது.

அது ஆதிக்கு பழக்கமானது ஒன்று. அவன் தவறு செய்திருந்தாலும், நிலாவைதான் மன்னிப்பு கேட்க சொல்லுவான். “நான் ஏண்டா கேக்கணும்” என்று கேட்டால், விவாதித்து, விவாதித்து வாதத்தில் அவளை ஜெயித்துவிடுவான். அவளும் இதற்கு மேல் தம் பிடிக்க திராணி இல்லை. இந்த சண்டை முடிந்தால் போதும் என்று அவனிடம் சாரி கேட்டுவிடுவாள்.

அப்படி சண்டைகளில் சரணடையும் போது, ஆதி “இன்னொரு மொற சொல்லு” என்பான். நிலாவும் அவனிடம் சாரி என்பாள். மீண்டும் கேட்பான். மீண்டும் சொல்வாள். இப்படி 15, 20 முறை நிலாவை மன்னிப்பு கேட்க வைத்துவிட்டு, கட்டிப்பிடித்து “என் லட்டுமூக்குக்காரி” என்று

கொஞ்சுவான். அவன் அப்படி செய்ததும், நிலாவிற்கு அதுவரை பிடித்துவைத்திருந்த கோபமெல்லாம் காணாமல் போகும்.

ஒட்டிய முகமும், சுருண்டு கோரை முடியும், பாதி திறந்த அகல கண்களும், உதடுகளும் பெரிய சைஸ் குக்கூவைப் பார்ப்பதைப் போலவே தோன்றவைத்தது.

ஆனால் ஆதியின் மூக்கில் இருந்த ரைல்ஸ் ட்யூபும், முகத்தை பாதிமறைத்தப்படி இருந்த ஆக்சிஜன் மாஸ்க்கும் அவனோடும், அவளோடும் பொறுந்தாது நின்றது.

அவர்கள் இருவரை சுற்றி எல்லோரும் தூங்கத் தொடங்கினார்கள். வெளியே நர்ஸ்கள் அங்கும் இங்கும் நடந்துக் கொண்டிருந்தார்கள்.

இரவு மணி 3 இருக்கும்.

சிறிய அறை, ஆதியுடைய படுக்கை, அவனுக்கு இடது பக்கத்தில் சிறிய விசிட்டர் படுக்கை, மருந்துகள் வைக்கும் லாக்கர் இதை தவிர அங்கு எதற்கும் இடமில்லை.

நிலா அவனுடைய வலதுப்பக்கத்தில் படுக்கைக்கும், சுவற்றுக்கும் நடுவே இருந்த சிறிய இடைவெளியில் நின்றிருந்தாள். உட்கார நாற்காலி போடும் அளவு இடமெல்லாம் இல்லை. சுவற்றில் சாய்ந்தும் ஆதியின் தலையணையில் நின்றபடியே குனிந்து தலைவைத்தப்படியும் நிலா இரவு முழுக்க நின்றிருந்தாள்.

ஆதியுடைய முகத்தை, கண்களை, மூக்கை, உதட்டை, கழுத்தைத் தொட்டுப் பார்த்தாள். தலைமுடியை கோதிவிட்டப் படியே இருந்தாள்.

எத்தனை முறை தொட்ட உடல் இது? எப்போது கடைசியாக அவனோடு உடல் கலந்தாள் என்று நினைவில்லை.

ஆதியினுடைய கண்கள் திறந்துவிடுமா என்ற எதிர்ப்பார்ப்பு நேரம் ஆக ஆக அதிகமாகிக்கொண்டே போனது. ஆதியின் கழுத்தில் கூழாங்கற்கள் போல கடினமான நெரிக்கட்டிகள் வரிசையாக உணரமுடிந்தது. அவனுடைய மூச்சு சளியோடு கலந்து கரகரப்பாய் ஒலித்தது.

நிலாவின் பள்ளிக்கூட நாட்களில் அவளோடு பெண்கள் பிரிவில் ஆறாம் வகுப்பிலிருந்து ஒன்பதாம் வகுப்புவரை

ஆதி படித்தான். வெகுவும் உயரமாகிவிட்டதால் அதன்பின் பாய்ஸ் செக்ஷன் போய்விட்டான். பிறகு 11ஆம் வகுப்பில், பிசிக்ஸ், கெமிஸ்ட்ரி, தமிழ், ஆங்கில பாடப்பிரிவுகள் அவர்கள் ஒன்றாகவும், மற்ற வகுப்புகளில் பிரிந்துப் படித்தார்கள்.

ஆறாம் வகுப்பு தொடங்கி 8ம் வகுப்பு வரை நிலாவுக்கும் அவனுக்கும் அவ்வளவாக ஒத்துப்போகாது.

அண்ணனுடைய நண்பன் என்று தெரியும். நிலாவை அடிக்கடி வம்பிழுப்பான். வகுப்பின் லீடராக இருந்ததால், நிலா அவளுடைய தோழிகளுடன் பேசினால் பெயர் எழுதி டீச்சரிடம் திட்டும் அடியும் வாங்கித் தருவான். அவனுக்கு பிடித்த இரண்டு, மூன்று பெண்களிடம் தான் அதிகம் பேசுவான். காலும் கையும் மட்டும் தனியாக நடந்துவருவதைப்போல தோன்றும் அளவு உயரமாக, ஒல்லியாக இருப்பான்.

நிலா "எட்டுக்கால் பூச்சி" என்றுக் கோபமாக கூப்பிடுவாள். அவன் "போடி குண்டடம்மா" என்று சொல்லிவிட்டு செல்வான்.

முகம் முழுக்க பருக்களும், சமமில்லாத பற்களும், கருத்த சருமமும் கொண்டிருந்த நிலாவை அவனுக்குப் பிடிக்கவில்லை என்பது நிலா நினைத்திருந்தாள். ஆனால் "கயாமத் சே கயாமத் தக்" அமீர்கானைப்போல நீண்ட முடியோடு சுற்றிய பையன்களில் நிலாவுக்கு ஆதியை தான் பிடிக்கும்.

அவர்களுக்குள் ஏற்பட்ட ஈர்ப்பை நெருங்கியும், விலகியும் பலவருடங்கள் தாண்டினார்கள்.

11வது படிக்கும் போது பிடித்திருக்கிறது என்று சொல்லிக் கொண்டார்கள். 12வது படிக்கையில் வேண்டாம் என்றார்கள். மீண்டும் கல்லூரியில் சேர்க்கையில் பிடித்திருக்கிறது என்றார்கள். பிறகு வேண்டாம். ஒத்துவராது என்றார்கள். பிறகு நீயில்லாமல் உயிர் வாழமுடியாது என்றார்கள். அப்படியே தொடங்கி திருமணம் வரை சென்றார்கள். பிறகு மீண்டும் பிரிந்தார்கள். ஆனால் நிலா ஆதியை எப்போது பார்த்தாலும், அதே அடிவ யிற்றில் மீன்கள் துள்ளிக்குதிப்பதைப் போன்ற உணர்வைத் தந்தான்.

நிலாவைப் பார்க்க ஆதி கல்லூரிக்கு வருவான். அங்கிருந்த ஹோட்டல் ஏதாவதில் சாப்பிட்டுவிட்டு, அங்கிருந்த கோவிலில்

அமர்ந்து பலமணி நேரம் பேசுவார்கள். ஆட்டோவில் செல்லும் போது கையைப் பிடித்துக்கொள்வான். இடுப்பைச் சீண்டுவான். முகத்தை காதருகே கொண்டு வந்து பேசுவான். மீண்டும் பிரிந்து போகையில் இருவர் கண்களிலும் கண்ணீர் கொட்டும்.

என்றாவது ஊருக்கு கல்லூரியிலிருந்து தனியாக போக நேர்ந்தால், யாருக்கும் தெரியாது வந்து நிலாவை பஸ்ஸில் அழைத்து செல்வான். இரவில் பஸ்ஸில் அவனோடு பாட்டு கேட்டுக்கொண்டும், பேசிக்கொண்டும், தலையை அவன் தோளில் வைத்துக்கொண்டு செல்வதும் நிலாவுக்கு மறக்கவே முடியாத மகிழ்ச்சிவான தருணங்கள்.

ஆதிக்கும் நிலாவைப் போலவே எண்ணங்கள் ஓடியதோ தெரியவில்லை.

ஆதியின் பாதி திறந்த கண்களில் இருந்து லேசாக கண்ணீர் வந்து காய்ந்தது. லேசாக பிளந்திருந்த உதடும் காய்ந்து பிளந்திருந்தது.

ஆதிக்கு பக்கத்தில் இருந்த கின்னத்திலிருந்த பஞ்சை தண்ணீரில் முக்கி, கண்களை, உதட்டை துடைத்தாள். வேறு பஞ்சை எடுத்து வறண்டிருந்த நாக்கை ஈரமாக்கினாள்.

தூக்கமும், உடல்வலியும் அழுத்தித் தள்ளியது.

நிலா தூங்கும் நேரம் அவன் கண்விழித்து விட்டால் என்ன செய்வது என்று பயந்து, ஆதியையே இமைக்காது பார்த்தபடியே நின்றிருந்தாள். ரொம்ப முடியாது கால்கள் வலிக்கையில், ஆதியுடைய முகத்தை அவள் பார்க்கும்படி திருப்பிவிட்டு, தரையில் அமர்ந்து அவனையேப் பார்த்துக் கொண்டிருந்தாள்.

பள்ளிக்காலம், கல்லூரி, குடும்பத்தோடு இருந்த / கலந்துக் கொண்ட நிகழ்வுகள், அவர்கள் தனித்திருந்த பொழுதுகள் எல்லாம் புகைப்படம் போல வந்து போனது.

ஆதியின் முகத்தையே வெறித்துப் பார்த்தப்படி இருக்கையில் நேரம் சுழன்றது.

அதிகாலை மணி 6.

எல்லோரும் எழுந்து டீ, காபி, குடிக்கவும், அங்கிருந்த குளியலறையில் பல்துலக்கவும் தொடங்கினார்கள்.

குக்கூ இன்னும் அசந்து தூங்கிக்கொண்டிருந்தான்.

குக்கூவை எழுப்பி, “மோனா, காலைல ஆயிடுச்சு. டாடி இப்ப எழுந்திடுவாரு! நம்ம சூப்பரா குளிச்சிட்டு ட்ரெஸ் பண்ணிட்டு அவரை பாக்கலாம். சரியா” என்று சொல்லவும், அதுவும் சமத்தாக எழுந்து வந்தது.

குளியலறையில் லேசான வெப்பத்துடன் தண்ணீர் வந்தது. “குளிருதும்மீ” என்றவனுக்கு அவசர அவசரமாக தலைக்கு தண்ணீர் ஊற்றி, விமான அழுக்கெல்லாம் போக குளிப்பாட்டி முடித்து உடையுடுத்தினாள். அவளும் சட்டென குளித்துவிட்டு வந்து, அங்கிருந்தவர்களிடம், “கண் தெறந்தானா” என்று கேட்கையில், இல்லை என்று உதடு பிதுக்கினார்கள்.

ஆதிக்கு பள்ளி, கல்லூரி, வேலை என்று நண்பர்கள் கூட்டம் அதிகம்.

இதில் கல்லூரி நண்பர்கள் 15 பேர் வெகு நெருக்கம். வருடத்தில் ஒன்றிரண்டு முறை எங்காவது டூர் போய்விடுவார்கள். அலைப்பேசியில் தொடர்பில் இருந்துக்கொண்டே இருப்பார்கள்.

மாமியாரும், நாத்தனாரும் இந்த சில மாதங்களில் நடந்தவைகளை ஆதியின் முகத்தையேப் பார்த்துக்கொண்டிருந்த நிலாவிடம் குட்டி கதைகள் போல சொல்லிச் சென்றார்கள்.

“ஆதியுடைய காலேஜ் ஃப்ரெண்ட்ஸ் எல்லாரும், அவனுக்கு உடம்பு சரியில்லாது போனதில இருந்து எல்லா சனி ஞா யிறுகள்ள வந்து சில மணிநேரம் இருந்து கலகலப்பாக பேசி, அவனை சிரிக்கவச்சிட்டு போவாங்க. அப்புறம் ரொம்ப முடியாம போகக்குள்ள, அவன் எல்லாரயும் பாக்கறதே நிறுத்திட்டான்மா. அப்படி உடம்பு முடியாம இருக்கறத மத்தவங்க பாக்குறத அவன் கொஞ்சம் கூட விரும்பல. அப்படியும் ரெண்டு மூணு வாரத்துக்கு முன்ன சண்டைப் போட்டு அவனைப் பாத்தே ஆவணும்னு வந்துட்டாங்க. மொத பேசாம இருந்தாலும் பெறகு அவங்க கூட எல்லாம் நல்லா சந்தோஷமா இருந்தான். எல்லாருக்கும் சாப்பாடு தரச்சொன்னான். அவன் மட்டும் அந்த கஞ்சியை மூக்கு ட்யூப்புல எடுத்துக்கிட்டான். வந்த புள்ளங்க எல்லாம் வெளியே பொறப்பட்டு போயிட்டு சுவத்தப் பாத்து திரும்பிட்டு சத்தம் போடாம அழுதிட்டு நின்னுச்சுங்க. அடிவ யிறு கலங்கிப்போச்சு.”

“எவ்வளவு ரசிச்சு ருசிச்சு சாப்பிடறவன். பேச்சும் முழுங்கறதும் மொத்தமா போயிருச்சே. இரண்டு மணி நேரத்துக்கு ஒரு தடவை கஞ்சி, ஜூஸ், சூப் அப்படின்னு அடிச்சு, சிரிஞ் ச் மூலமா அவனுக்கு விடாம தந்துட்டு இருந்தேன்மா. அவன் முன்னாடி சாப்பிடவே வெசனமா இருக்கும். கிட்சன்ல ஒரு ரெண்டு கவளம் சாதம் முழுங்கிட்டு வந்திடுவேன். ஒரு நாள் ரொம்ப அசதி. நல்லா தூங்கிட்டேன். எழுந்துப்பாத்தா பாவமா உக்காந்து பார்த்துட்டு இருக்கான். நான் என்னப்பான்னு கேட்டேன். அவன் சைகையில” ரொம்ப பசிக்குதும்மா. நீங்க தூங்கிட்டு இருந்தீங்க அதனால எழுப்ப தோணலைம்மா “அப்படின்னுட்டான்.” என் ராசா! எப்பன்னாலும் எழுப்புப்பா. யோசிக்காதேன்னு சொன்னேன்மா.”

“தெனம் ஜெபம் பண்ணிட்டே இருப்போம்மா. கடவுள் இவனுக்கு ஒரு அதிசயத்தை செஞ்சுடுவாரு அப்படின்னு நம்புறேன். ஒரு மதியம் அவனுக்கு ரொம்ப தலைவலி. எல்லா மாத்திரையும் போட்டும் கொறையல. நான் ஜெபம் பண்ணுறேம்பா, அப்படின்னுட்டு அழுது ஜெபம் பண்ணிட்டு இருந்தேன். கண்ணைத் தொறந்துப் பாத்தா, நெடுஞ் சான்கெடையா புள்ள தரையில என் காலுல விழுந்து சத்தமே இல்லாம குலுங்கி அழுதுட்டு இருந்தான்மா.”

“குக்கூ ஃபோட்டோவை பாத்துட்டே இருப்பான்மா, நல்லா வளருவான் இல்லம்மா! அவன் வளரத நான் பாப்பேனான்னு கண்ணு கலங்கிப்போயிருவான்.”

“இந்த கடைசி மாசத்தில ரொம்ப குழம்பிப் போக தொடங்கிட்டான்மா. திடீர் திடீர்னு கோபமாகிடுவான். மேல வச்சிருந்த பெட்டிங்கள எடுக்க சொல்லுவான். உடனே ப்ளைட்ல உங்க ரெண்டு பேருகிட்டயும் வரணும்னு சண்டை போடுவான். நாங்களும் பெட்டி எடுத்து, தினம் அவனோடு துணிங்க கொஞ்சம் அடுக்கி வைப்போம். அப்புறம் அவன் அந்த பெட்டியை கையிலயே பிடுச்சுட்டு உட்கார்ந்து இருப்பான். தலைவலி ரொம்ப வந்ததும், அந்த பெட்டியை கெட்டியா கையில பிடுச்சுட்டே தூங்கிடுவான்.”

“ரொம்ப முடியாம போகவும், ஆதியால கார் ஓட்ட முடியலமா. ஆனாலும் அவன் காரை வேறு யாருக்கும் கொடுக்கவும் பிடிக்கல. ஆக்டிங் ட்ரைவர் போட்டுட்டு தான்

அங்க இங்க போவோம். கார் விட்டு எறங்கி, எங்கயாவது ஸ்க்ராட்ச் ஆகிருச்சான்னு தான் மொதல்ல பாப்பான். இங்க சேர்க்கக் கூட்டிவர ஆக்டிங் ட்ரைவர் யாரும் கெடைக்கல. வீட்டு படிக்கட்டுல மெதுவா கைத்தாங்கலா எறக்கி கூட்டிவந்துட்டோம். ஆனா அவனால நிக்க முடியல. அதனால ஆம்புலன்ஸ் வர வரைக்கும், கார்ல ட்ரைவர் சீட்டுல உக்காரணும்னு சொன்னான். கால் மடக்கி சீட்டுல கூட உக்கார முடியல. அவ்வளவு வீக் ஆகிட்டான். கார் கதவை தொறந்து கால் வெளிய நீட்டிட்டே சீட்டுல சாஞ்சு உக்காந்தான். ஸ்டியரிங் வீலை தொட்டு தொட்டு பாத்துட்டே இருந்துச்சு புள்ள. கார் சாவிய கையில் வச்சு பாத்துட்டே இருந்தான். கண்ணுல தண்ணி. ஆம்புலன்ஸ் வந்துருச்சு. அவன் ஒரு பெரிய பெருமூச்சு விட்டு, தலைய அசைச்சுட்டு, மேல அண்ணாந்து வானத்தை பார்த்தான்மா. அப்புறம் குழந்தை என்ன யோசிச்சானோ, விரக்தியா சாவிய தூக்கிப்போட்டுட்டான்."

நாத்தனார் "நாலஞ்சு மாசமா பேசவே முடியாம இருந்தான்மா. இங்க கௌம்பி வர அம்மா ஏதோ எடுத்துவச்சிட்டு இருந்தாங்க. திடீருன்னு அவன் அம்மான்னு கூப்பிட்டான். அம்மா எல்லாத்தையும் அப்படியே போட்டுட்டு ஓடிவந்து "என் ராசா, உன் குரல் கேட்டு எத்தன நாளாச்சுப்பா "அப்படின்னு சொல்லி இரண்டு பேரும் கட்டிப்பிடித்து அழத்தொடங்கிட்டான்" என்றாள்.

அங்கிருந்த ஆதியின் தோழர் ஒருவர், "நீங்களும் குக்கூவும் லண்டன் போகும்போது அவன் வரலைன்னுதானே நீங்க நினைச்சு இருந்தீங்க. ஆனா ஆதி ஏர்ப்போர்ட்ல தான் தூரத்தில இருந்து நீங்க ரெண்டு பேரும் போறத 2 மணி நேரமா மறைஞ்சு இருந்துப் பார்த்துட்டு தான் வந்தான். அது உங்களுக்கே தெரியாது. யாருக்கும் தெரியாது. ரொம்ப மனசு ஒடஞ்சு போய் திரும்பி வந்தான்."

இப்படியாக கேட்ட ஒவ்வொன்றும் நிலாவின் நெஞ்சை பாளம் பாளமாக வெட்டிப்போட்டது. அங்கிருந்த எல்லோருக்கும் ஆதியைப் பற்றி ஏதோ ஒரு வலிமிகுந்த நிகழ்வை பகிர்ந்தப்படியே இருந்தார்கள்.

ஒவ்வொருவரின் கதையும் நிலாவை குற்றவுணர்வில் நிற்கவைத்து வாட்டியது.

ஆதியுடைய படுக்கையின் பக்கம் நின்றது நின்றபடியே இருந்தாள். பசிக்கவில்லை. எதுவும் குடிக்கப் பிடிக்கவில்லை.

ஆதிக்கு அடல்ட் சைஸ் டயாபர் போட்டிருந்தார்கள். அதையும் தாண்டி அவனுடைய பேண்ட் சிறுநீரால் நனைந்துப் போயிருந்தது. நிலாவும், குக்கூவும் வருவார்கள். அவர்களைப் பார்க்கும்போது பேண்ட் சட்டை போட்டுக்கொண்டு இருக்கவேண்டும் என்று அடம்பிடித்து அந்த உடைகளை அணிந்ததாக அம்மா சொன்னார்கள்.

குக்கூ பிறந்ததும் ஆதியின் மேல் ஒன்றுக்குப் போவதை தாங்கிக்கொள்ளவே அவனுக்கு சில வாரங்கள் பிடித்தது. சுத்தமாக இருக்கவேண்டும் என்பதில் அத்தனை அக்கறை காட்டுபவன். நாற்றம் பொறுக்கமுடியாது. தான் பலவீனமானவன் என்று எப்போதும், யார் முன்பும் காட்டவே விரும்பாதவன்.

மருத்துவர் என்றாலும், நோய் ஒருவரை எப்படி உருக்குலைக்கும் என்பது நன்கு புரிந்தாலும், நிலாவுக்கு ஆதி அவன் கட்டுப்பாடு இழந்து சிறுநீர் கழித்துவிட்டிருக்கிறான் என்பதை நம்ப முடியவில்லை. 'இது எப்படி சாத்தியம்? இவனா? இருக்காது' என்றெல்லாம் குழம்பினாள்.

அம்மா "ரெண்டு மூணு வாரமா அப்பப்ப இது கட்டற மாதிரி தான்மா ஆகிருச்சு" என்றார்.

எல்லோரையும் வெளியே அனுப்பிவிட்டு, நர்ஸ் உதவியோடு ஆதியுடைய பேண்டை கழட்டினாள். காலை உணவு சாப்பிட்டுத் தூங்கிக்கொண்டிருந்த குக்கூ எழுந்துக்கொண்டான். என்ன நடக்கிறது பார்க்கும் போது அவனாலும் நம்பமுடியவில்லை.

அப்பாவால் தன்னுடைய பேண்டை கழட்டிக் கொள்ளமுடியாது இரு பெண்கள் அதை செய்கிறார்கள் என்பதையும், அரை நிர்வாணமாக அப்பாவைப் பார்ப்பதையும், அப்பாவுக்கு டயாபர் மாட்டுகிறார்கள் என்பதையும் குக்கூவால் ஏற்கமுடியாது, "ஏன் மீ? ஏன் இப்படி செய்யுறீங்க? ஏன் மீ? ஏன் மீ? டாடி தூங்கிட்டுதானே இருக்காரு? நீங்க ஏன் இதெல்லாம் செய்யுறீங்க" என்று திரும்ப திரும்ப கேட்டுக்கொண்டே இருந்தான்.

குக்கூவைப்போல நிலாவும் அவள் மனதுக்குள் ஏன் ஏன் என்றுதான் கேட்டுக்கொண்டிருந்தாள்.

மணி மதியம் 12.

நிலா நேற்று வந்ததில் இருந்து இன்னும் அவன் கண் விழிக்கவே இல்லை என்பதன் நிஜம் மெல்ல உறைத்தது.

ஆதியின் காதில் "எழுந்திருச்சிருடா. என்னப் பாக்கலைன்னா போகுது. என்மேல நீ கோவமா இருக்கேன்னு புரியுது. குக்கூவை மட்டுமாவது பாருடா" என்று சொல்லியபடியே இருந்தாள். அவனுடைய உடல் வியர்க்க தொடங்கி, தலை தொப்பலாக நனைந்திருந்தது. அவனுடைய மூச்சு கொஞ்சம் கொஞ்சமாக குறையத் தொடங்கியிருந்தது.

ஆதியைப் பார்த்துக் கொண்டிருந்த ட்யூட்டி டாக்டர் நிலாவிடம் வந்து "Do not resuscitate form" பற்றி சொல்லி, அவள் கையெழுத்தை வாங்கிக்கொண்டு சென்றார்.

"என் கணவர் உடல்நிலை மிக கவலைக்கிடமாக இருக்கிறது. அவர் இறந்துப்போக நேரிடலாம். அப்படியாகும் பட்சத்தில் அவருக்கு கார்டியாக் சி.பி.ஆர் தருவது சரியான தீர்வல்ல என்பதைப் புரிந்துக்கொண்டு, முழு மனதோடு கையெழுத்து போடுகிறேன்" என்பதில் கையெழுத்து போடுவது அவளா என்று தன்னையே கேட்டுக்கொண்டாள்.

ஆதியின் உடல்நிலை acidotic ஆக மாறுவதை கண்கூடாக பார்க்கமுடிந்தது.

"நான் அவன் காதில் கெஞ்சுவது அவனுக்குக் கேட்கிறதா? அல்லது கேட்காத தூரம் ஏற்கனவே போய்விட்டானா? கடைசி நேரத்தில் குழந்தையின் முகமோ, என் முகமோ பார்க்கக்கூட அவனுக்கு ப்ராப்தம் இல்லையா? அல்லது எங்களுக்கு ப்ராப்தம் இல்லையா? ஒருவேளை, ஆதி கண் விழிக்காது அவர்களைப் பார்க்காதே போய்விடுவானோ" என்று நிலா யோசிக்கையில் குலைநடுங்கியது.

எத்தனை பெரிய குற்றவுணர்வைத் திணிக்கிறது இந்த காலம்.

ஆதியின் மூச்சு மேலும் குறைந்தது.

இறக்கும் அந்த நொடிக்கு முன் யார் முகம் பார்த்து யார் இறப்போமோ?

உலகின் ஏதோ ஒரு மூலையில், நிலாவைக் கடைசியாக பார்த்துவிட்டு இறந்த எல்லா முகங்களையும் நினைத்துக்கொண்டாள்.

இறக்கும் கடைசி தருணங்களில், "நீங்கள் பயப்படவேண்டாம். இறை உங்களை வழி நடத்தும்" என்று சொல்லிக்கொண்டே இருக்கையில், அவள் கண்களைப் பார்த்துக்கொண்டும், கையை இறுகப் பிடித்துக்கொண்டும் உயிர் விடும் பலரோடு நிலா இருந்திருக்கிறாள்.

'என் காதலன் / என் கணவன் / நான் ரசித்த, மோகித்த ஆண் / ஒரு உயிரை அவனுடைய கடைசி மூச்செட்டுக்கப் பார்ப்பேன் என்று யாரும் என்னிடம் சொல்லவில்லையே' என்று ஒரு குரல் நிலாவின் உள்ளே கூவியது.

குக்கூவை ஆதியின் பக்கத்தில் அமரவைத்தாள். அவனுடைய அம்மா, அப்பா, தங்கை, மற்ற எல்லா சொந்தங்களும் ஆதியை நெருங்கி அமர்ந்து ஜெபித்தார்கள்.

நிலாவின் காதுக்குள் ஓவென ஒரு அலறல் சத்தமில்லாது கேட்டுக்கொண்டே இருந்தது. கண்கள் அவனை விட்டு நகரவில்லை. "இப்பவாவது ஒரே ஒரு முறை பாத்துருடா உன் புள்ளய" என்று அதிதீவிரமாக நினைத்தப்படி இருந்தாள்.

நெஞ்சுக்குழியில் அவனுடைய மூச்சு மெதுவாவதை உதறலோடு பார்த்தாள். அது அவள் பலமுறை பார்த்ததுதான்.

ஆதியோடு கூடி சுகித்து, அவளை முதுகோடு கட்டிப்பிடித்து கிடந்த பல சமயங்களில் "நான் சாகும்போத, நீ இப்படிதான் என்ன கட்டிப்பிடிச்சிருக்கணும்" என்று சொல்லியிருக்கிறாள்.

இருவருக்குள் பல்லாயிரம் சண்டைகள் முளைத்தெழுந்து, மீண்டும் கீழே விழுந்தாலும், இருவரும் கணவன் மனைவியாக வாழவே போவதில்லை என்றானாலும், நிலா தான் இறக்கையில் ஆதி எங்கிருந்தாலும் வந்து அவளை முதுகோடு கட்டிப்பிடித்திருப்பான் என்றல்லவா அவள் நம்பியிருந்தாள்.

இவன் எப்படி இறக்கலாம்? இவனுக்கு எப்படி இறப்பு வரும்? இவனால் இறக்கமுடியுமா?

அவன் மூச்சுவிடும் அசைவிற்கு ஏற்றமாதிரி அவன் நெஞ்சின் மேல் சாய்ந்து படுத்திருந்த குக்கூ அசைந்தான். நிலா பார்க்கும் போதே குக்கூ அசைவது முழுக்க நின்றது.

சுற்றியிருந்தவர்கள் எல்லோரும் ஓவென கத்தியழுதார்கள். நிலாவுக்கு அழுகை வரவில்லை. வார்த்தைகள் ஏதுமில்லாது "ம்ம்ம்" என்ற சத்தம் மட்டும் வந்தது. ஆனால் அழுகை வந்ததாக நினைவில்லை.

ஆதியைப் பார்த்து 'பயப்படாம போய்வாடா! சாமியும், என் அப்பாவும் உன்னை பத்திரமா பாத்துக்குவாங்க' என்று போய்விட்டவனைப் பார்த்து மனதுக்குள் சொன்னாள்.

ஆதி இறந்துவிட்டான் என்ற வலியைவிட அவன் நிஜமாகவே இறந்துவிட்டான் என்ற ஆச்சரியமும் அது தாங்கிவந்த மறத்த மனதும்தான் மிச்சமாகி இருந்தது.

அவனைச் சுற்றி அழுது அழுது அரைமணி நேரத்தில் அடுத்த என்ன செய்வது என்று சொந்தங்கள் செயல்பட முனைந்தார்கள்.

நிலாவின் மாமியாரின் முகத்தில் தோற்றுப்போன களை. நாத்தனார் "இப்படி ஒரு அருமையான அண்ணனை ஏன் சாமி கொடுத்து இப்படி பாதியில அழைச்சிட்டீங்க" என்று அரற்றினாள்.

ஊருக்கு ஆதியை எடுத்துப் போக குளிர்பெட்டியோடு வண்டி எடுத்துவர வேண்டும் என்றார்கள்.

ஒரே நொடியில் "அழைச்சுட்டு போகணும்" என்பதிலிருந்து "எடுத்துட்டு போகணும்" என்பதற்கு அங்கிருந்தவர்கள் பழகிவிட்டார்கள். நிலாவின் காதுகளுக்குள் அது சூடாக இறங்கியது.

ஆதிக்கு உடுப்பு மாற்ற கல்யாணத்துக்குத் தைத்த பழுப்பு நிற சூட் எடுத்து வந்திருந்தார்கள்.

எல்லோரும் வெளியே போய்விட ஆதியும், நிலாவும், குக்கூவும் மற்றும் இரண்டு நர்ஸ் பெண்களும் மட்டும் பூட்டிய அறைக்குள் அமர்ந்திருந்தார்கள். அந்த இரண்டு மலையாளிப்பெண்களும் சின்ன உருவமாக நிலாவின் தோளுக்குக் கீழே இருந்தார்கள். அங்கிருந்த நாற்காலியொன்றில் பல மணிநேரம் கழித்து முதன்முறை நிலா நாற்காலியில் அமர்ந்தாள். அவள் மடியில் கழுத்தைக் கெட்டியாகப் பிடித்துக்கொண்டு குக்கூ பேச்சற்று அமர்ந்திருந்தான்.

நிலாவும் குக்கூவும் ஆதி அணிந்திருந்த உடைகள் களையப்படுவதையும், அவனை நிர்வாணமாக்கி, மீண்டும் உடையுடுத்தத் தொடங்கியதை ஊமைப்படம் போலப் பார்த்தார்கள்.

சட்டையைப் போட அந்த இரு பெண்களும் ஆதியை நிமிர்ந்து உட்காரவைத்தார்கள். அவன் அப்படி எழுந்து அமர்ந்தது அம்மா குழந்தை இருவரையும் திடுக்கிட்டு உடல் அதிரவைத்தது. அந்த பெண்களால் அவனை அமரவைத்துப் பிடித்துக்கொண்டு சட்டைப் போடமுடியாது திணறினார்கள்.

நிலா எழுந்து சென்று சட்டையை கைகளுக்குள் மாட்டி பொத்தான்களைப் பொறுத்தினாள். அவனை அவ்வளவு அருகில் பார்க்கையில் தொண்டைக்குழி அடைத்து கடும்வலி ஏற்பட்டது. நிலா மீண்டும் வந்து குக்கூவைக் கட்டிப்பிடித்துக்கொண்டு அமர்ந்துவிட்டாள்.

அதன்பின் அவளைச் சுற்றி என்ன நடந்தது என்று அதிகம் நினைவில்லை. ஆம்புலன்ஸ் வண்டியில் நிலாவும், அவள் நாத்தனாரும், அவளுடைய கணவரும் ஊர் திரும்பினார்கள். குளிர்பெட்டியில் ஆதி படுத்திருந்தான். வண்டி குலுங்குகையில் அவன் தலை ஆடியது. நிலா அதை முனைப்பாகப் பார்த்துக்கொண்டிருந்தாள்.

ஊர் திரும்பும்போது இரவு மணி 7, 8 இருக்கும். சரியாக கவனமில்லை.

ஆதியின் வீட்டின் முன் பெருங்கூட்டம் காத்திருந்தது. ஒரு கூட்டம் அவனை அப்படியே அள்ளிக்கொண்டு வீட்டினுள்ளே தூக்கிவந்தார்கள். இன்னொரு கூட்டம் தரையதிரும்படி ஓவென கதறியழுதது.

ஆதியுடைய உயரத்துக்கேற்ற பெட்டி இருந்தில்லை. வேறொரு பெட்டியைத் தூக்கிவந்து அவனை உள்ளே படுக்கவைத்தார்கள். நிலாவால் எதுவும் பேசவோ, யோசிக்கவோ முடியவில்லை. அவளுடைய அம்மா அலைப்பேசியில் அவளை அழைத்து அழுதார். ஏதோ சொல்லி பிறகு பேசுவதாக வைத்துவிட்டாள்.

இரவு 10 மணிக்கு மேல் வந்திருந்த சொந்தபந்தங்கள் அங்கங்கே படுக்கத்தொடங்கினார்கள்.

நிலாவும் குக்கூவும் இரண்டு கட்டிலுக்கு நடுவே இருந்த சந்தில் தரையில் ஒரு விரிப்பில் படுத்துக்கொண்டார்கள். குக்கூ அம்மாவை விடாது கட்டிப்பிடித்தப்படியே இருந்தான். நிலாவினுடைய சல்வார் துப்பட்டாவால் அவர்களின் கால் இருந்து தலைவரை போர்த்தினாள். அதன்பின் உறங்கிப்போனார்கள்.

கொசுக்கள் ஒன்றுக்கூடி கடித்துத்தள்ளுவது கூட அவர்களால் உணரமுடியவில்லை.

பல மாதங்கள் கழித்து நிலாவுக்குக் கனவுகள் இல்லாத தூக்கம்.

எல்லா அறைகளிலும் விளக்குகள் எறிந்தப்படியே இருந்தது. திடீரென விழிப்பு வந்தது. எங்கிருக்கிறாள் என்பது புரிய சமயம் எடுத்தது. அங்கிருந்த குழந்தையை கீழே கிடத்தி போர்த்திவிட்டு, எழுந்து நடந்தாள்.

மணி இரவு 3.

வெளியே ஷாமியானா, நாற்காலிகள். நடு ஹாலில் ஆதியைக் கிடத்தி சுற்றி சில நாற்காலிகள் போட்டு சொந்தங்கள் நட்புக்கள் சிலர் அமர்ந்திருந்தனர். நிலா சென்று அவன் படுத்திருந்த பெட்டியைப் பார்த்தாள். ஒரு மூலையில் நீர் லேசாக சொட்டியபடி இருந்தது.

அங்கே நிற்கையில் "போய் படுத்துக்கோம்மா. காலைக்கெல்லாம் நெறைய வேலை இருக்கு" என்றார்கள். நிலா மீண்டும் வந்து தரையில் படுத்து குக்கூவை நெருக்கமாகப் பிடித்துக்கொண்டாள்.

கண்களை இறுக மூடி மூடித்திறந்தாள்.

ஒவ்வொரு முறையும் அது வேறு ஏதாவது சுவற்றையும், விட்டத்தையும் காட்டிவிடும் என்று நம்பி ஏமாந்தாள். என்ன நடந்திருக்கிறது என்பதன் தாக்கம் எதுவும் உணரமுடியாத அளவு அசதியாக இருந்தாள். இப்போது யாராவது அவளைக் கொல்லவந்தால்கூட ஓட திராணியில்லாது சாகடிச்சுக்கங்க என்று சொல்லிவிட்டு அமர்ந்துவிடுவாள். அவளைப் போல 22 பேரைத் தூக்கி நடப்பது போல தோன்றியது.

காதில் கொய்ன் என்று கொசுக்கள் சத்தம் போடுவதை உற்றுக்கேட்டாள். வெளியே வாகனங்கள் போகும் சத்தம், ஆட்கள் நடமாடும் சத்தம் எல்லாம் கேட்டுக்கொண்டே இருந்தாள்.

காலை 6 மணிவாக்கில் எழுந்தாள்.

தலை கடும்பாரத்தோடு வலித்தது. அப்படியே சென்று சில்லென்ற தண்ணீரில் தலைக்குக் குளித்தாள். வெளியே வந்ததும், காபி / டீ ஏதும் வேணுமா என்று கேட்டார்கள். நாத்தனார் வலுக்கட்டாயமாக டீ குடி என்று கொடுத்து குடிக்கவைத்தாள்.

அந்த குளிர் சவபெட்டியின் அருகே சென்று நிலா நின்றாள். இந்த நிமிடம் அது ஆதியின் பெட்டி. அதற்குமுன் யார் படித்திருந்தார்களோ?

அங்கே சில நாற்காலிகள் போட்டிருந்தார்கள். மாமியார் நிலாவை அவருடைய பக்கத்தில் அமரவைத்தார். குக்கூ தூக்கக்கலக்கத்தோடு வந்து நிலாவின் மீது ஏறி அமர்ந்து கழுத்தைக் கட்டிக்கொண்டான். வெகு நேரம் அப்படியே அமர்ந்திருந்தான். பிறகு அங்கிருந்த குழந்தைகளோடு விளையாடப்போனான்.

நிலா ஆதியின் முகத்தைப் பார்த்தப்படியே அமர்ந்திருந்தாள். அழுதாளா என்று நினைவில்லை.

மாமியாரிடம் குசலம் விசாரிக்க வந்த சில பெண்கள், நிலாவின் தோளைப் பிடித்து திருப்பி, “நீ அழணும்மா. நல்லா அழணும். இப்படி அழுத்தமா உக்காந்திருக்கக்கூடாது” என்று சொல்லியபடியே இருந்தார்கள். பலருடைய அழுகை கேட்டப்படியே இருந்தது.

நிலாவிற்கு யாருடைய முகமும், குரலும் மனதில் பதியவில்லை. கடும்கோபமாக இருந்தது. கண்மூடி தூங்குவதைப் போலவே இருந்த ஆதியைத் தவிர எதுவும் பார்க்கமுடியவில்லை. அவன் இதோ இப்போது எழுந்து பேசிவிடுவான் என்று தோன்றிக்கொண்டே இருந்தது. அதனால் அவனை விடாது பார்த்துக்கொண்டிருந்தாள்.

நிறைமாத கர்ப்பிணியான நிலாவை தரதரவென இழுத்துக் கொண்டு மொட்டைமாடிக்கு சென்று குக்கூ என்று பேர் எழுதிய பட்டம் விட்டுக்கொண்டே ஆதி சிரித்தான்.

வாய்ப்பிளந்து தூங்கும் குக்கூவை வயிற்றில் சாய்த்துக் கட்டிப்பிடித்துக் கொண்டு ஆதியும் அதே போல வாய்ப்பிளந்து தூங்கிக்கொண்டிருந்தான்.

பைக்கை அநாயாசமாக ஓட்டிக்கொண்டு, கழுத்தை வளைத்து அலைப்பேசியை ஆதி காதோடு பிடித்துக்கொண்டு சத்தம் போட்டு சிரித்து கொண்டு சென்றான்.

தாலி கட்டும் போது கை உதறலோடு, நிலாவின் கண்களை பார்த்து லேசாக சிரித்துக்கொண்டு முனைப்பாய் ஆதி முடிச்சி போட்டுக்கொண்டிருந்தான்,

கோபமாக வார்த்தைகளை அள்ளி தெளித்துவிட்டு ஆதி முகம் திருப்பிக்கொண்டு சென்றான்.

கட்டிப்பிடித்து, காதருகே ஆதி முகம் புதைத்துப் படுத்திருந்தான்.

வெகு மும்முரமாக கைவைத்த வெள்ளை பனியனும், லுங்கியும் கட்டிக்கொண்டு, பெரிய டேக்சாவில் 20 பேருக்கும் பிரியாணி ஆதி சமைத்துக்கொண்டிருந்தான்.

சாப்பிட்டு முடித்த பிறகு "ஏதாவது தித்திப்பா இருக்கா, பாப்பா" என்று ஆதி சமையலறையைக் குடைந்து கொண்டிருந்தான்.

நண்பர்களோடு சரக்கடித்துக்கொண்டு ஆதி சத்தம் போட்டு சிரித்தான்.

ஆதி கண்களில் ஆர்வத்தோடு அவன் முகம் சின்னத்திரையில் வருகிறதா என்று தேடிக் கொண்டிருந்தான்.

குக்கூவும் ஆதியும் ஓடிப்பிடித்து விளையாடினார்கள்.

ஆதி அவனுடைய அம்மாவின் மீது தலைவைத்துக்கொண்டு போன கதை வந்த கதை பேசிக் கொண்டிருந்தான்.

ஆதி அவனுடைய அப்பாவோடு சேர்ந்து மீன் வாங்க பைக்கில் போய்க்கொண்டிருந்தான்.

சிவப்பேறிய கண்களோடு நிலாவின் முகத்தருகே உரக்க கத்திக்கொண்டிருந்தான்.

டிவியில் அவனைக் காட்டும்போது எல்லோரையும் திரும்பிப் பார்த்து கர்வத்தோடும் பெருமிதத்தோடும் சிரித்தான்.

இப்படி மாறி மாறி வந்த ஆதியுடைய முகங்கள் சலனமின்றி இறுகியிருந்த முகத்தின் மேல் மின்னி மின்னி மறைந்தது.

அன்றைய நாள் எதுவாக இருந்ததோ, எப்படியாக நகர்ந்ததோ யாருக்கும் தெரியவில்லை.

எத்தனை மணி நேரம் என்றும் தெரியவில்லை. நிலாவுக்கு யாரோடும் பேசியதாக நினைவில்லை. சுற்றி நடப்பது எதுவும் மனதில் இறங்கவில்லை.

திடீரென எல்லோரும் நாற்காலிகளை நகர்த்தினார்கள். ஆதியைப் படுக்க வைக்க மர சவப்பெட்டி ஒன்றை ஹாலின் உள்ளே கொண்டு வந்தார்கள். எல்லோரும் ஓங்கி அழுவதற்கு நடுவே, பாதிரியார் ஜெபம் செய்யத்தொடங்கினார்.

ஆதி படுத்திருந்த குளிர்பெட்டிக்குள் இருந்து பலர் பிடித்து அவனைத் தூக்கி அந்த நீள சவப்பெட்டியில் வைத்தார்கள். ஆதியுடைய தலை இடித்தது.

அவனைத் தூக்கி கொண்டு வெளியே போக வண்டி ஒன்று வந்து நின்றதை ஜன்னல் வழியே பார்த்தாள்.

இங்கு இருந்த அத்தனை பேரும் ஆதியை கடைசி தருணம்வரை பார்த்துக்கொண்டிருந்தவர்கள் அவளையும் குக்கூவையும் தவிர. ஆதி உயிரைக் கையில் பிடித்துக்கொண்டு அவர்கள் இருவரை நினைவு தப்பிப்போகும் கடைசி நிமிடம் வரை தேடியபடி இருந்தான். ஆனால் அவனுடைய நிலாவையோ, குக்கூவையோப் பார்க்கவே இல்லை. இனி அவளாலும் எந்நாளும் அவனைப் பார்க்கமுடியாது என்பதன் வலி மீண்டும் நெஞ்சுக்குள் மெல்ல முளைத்தெழுந்தது.

ஆதிக்குக் குனிந்து நிலா முத்தம் கொடுத்தாள். குக்கூவும் முத்தம் கொடுத்தான். மாமியாரும், மாமனாரும், நாத்தனாரும், குழந்தைகளும் அழுகையோடு ஆதியைத் தொட்டு முத்தம் கொடுத்தார்கள். அவளைச் சுற்றி இறைச்சலாக அழுகையும்,

பேச்சு சத்தமும், ஒப்பாரியும், சலசலப்பும் கேட்டுக் கொண்டிருந்ததெல்லாம், சத்தமில்லாமல் குக்கூவின் கண்களில் இருந்து வழிந்த கண்ணீர் அமிழ்த்திவிட்டது.

அவர்கள் இருவரும், மேலும் ஆதிடைய கன்னத்திலும், நெற்றியிலும், உதட்டிலும் மேலும் பல முத்தங்கள் கொடுத்தார்கள்.

ஆதியின் முகத்தைத் தொட்டுப் பார்க்கையில், இதற்கு முன் தொட்டுப் பார்த்ததைப் போல இருந்தில்லை. அவனுடைய தோள் குளிர்சாதனப்பெட்டியில் வைத்த ஆரஞ்சுப்பழ தோல் போல தோன்றியது.

அவர்கள் பார்க்கும்போதே ஆதியுடைய பெட்டியைத் தூக்கிக்கொண்டு செல்ல தயாரானார்கள்.

அழுகையும், கேவலுமாக குக்கூ நிலாவின் காதில், "மீ! என்னோட டெட்டியை டாடி கட்டிப்பிடிச்சுக்க வைக்க விடமாட்டாங்களா! ப்ளீஸ்மீ டாடிக்கு தனியா பயமா இருக்கும்ல. டெட்டியை டாடிக்கு குடுக்கலாம்மீ. பெர்மிஷன் கேளுங்கமீ " என்றுக் கேவியபடியே கிசுகிசுப்பாக சொன்னான்.

நிலா ஆதியைத் தூக்குவதை நிறுத்த சொல்லிவிட்டு, வீட்டிற்குள் ஆட்களைத் தாண்டி வேகமாக நடந்தாள்.

அந்த வீட்டினுள்ளே எல்லா அறைகளை எட்டிப் பார்த்தாலும், உற்றார் உறவினர்களின் பெட்டிகளும், பைகளும் மலை போல இருந்தது. அதற்கு நடுவே நிலா தங்கள் பெட்டியைக் கண்டுப்பிடித்து அந்த கரடி பொம்மையை எடுத்துவந்தாள்.

கேவியபடி குக்கூ அதை வாங்கி அப்பாவின் கைக்குள் கட்டிப்பிடித்தவாறு வைத்தான்.

அதன்பின், அதிக நேரமெடுக்காது, ஆதியையும், அவன் கட்டிப்பிடித்துக் கொண்டிருந்த கரடி பொம்மையையும், சவபெட்டியையும் நூறு கைகள் தூக்கி சென்று இறுதி ஊர்வல வண்டியில் ஏற்ற வெளியே கொண்டு வந்தார்கள்.

அவர்களும் ஏதோ எஸ்கலேட்டரில் இருப்பதைப் போல வீட்டிற்குள் இருந்து வெளியே வந்தார்கள். ஓங்கி அழும் சத்தம் அந்த தெருவையை அதிர வைத்து, நிலா நின்ற இடம் நடங்கியதை மீண்டும் உணர்ந்தாள்.

பிரியா விஜயராகவன்

எத்தனை முறை ஆதியோடு அந்த தெருவிலும், வீட்டிலும் நடந்திருப்பாள்.

இப்போது அதே இடத்தில், ஆதி படுத்துக்கொண்டும் நிலா நின்றுக்கொண்டும் இருந்தது தலை சுற்ற வைத்தது. வானம் பின்னோக்கி சரிவது போல தோன்ற நிலா நிஜத்தில் பின்னால் சரிந்தாள்.

நிலாவை ஒரு தோள் தாங்கி நின்றது. அது அவளுடைய அண்ணி.

அதுவரை அண்ணியையோ, நிலாவின் வீட்டினர் யாரும் அங்கிருந்ததை அவள் கவனிக்கவில்லை. ஒரு கணம் அவர்கள் இருவரும் பார்த்துக்கொண்டார்கள். வேறு எதுவும் பேசிக்கொள்ளவில்லை.

ஆதியின் தெரு முழுக்க தலைகளால் நிறைந்திருந்தது. அந்த தெருவின் தரை தெரியாதபடி இப்படி நெருக்கி அடைக்க எப்படியும் பல நூறு பேருக்கு மேல் இருக்கவேண்டும்.

வண்டிகள் சர்ச் நோக்கி சென்றது.

அங்கு ஏதேதோ பேசினார்கள், ஜெபித்தார்கள். நிலாவின் காதுக்குள் பெரும் அலையோசை ஓங்கி அடித்தது. வேறு எதுவும் கேட்கவில்லை.

அங்கிருந்து எல்லாரும் கல்லறைக்குச் சென்றார்கள்.

மிக பெரிய குழியொன்றை வெட்டி சிமெண்டால் தொட்டி போல மொழுகியிருந்தார்கள்.

ஆதி படுத்திருந்த பெட்டியை அந்த குழியின் பக்கம் இறக்கிவைத்தார்கள்.

நிலாவும் குக்குவும் ஆதியுடைய பெட்டியின் பக்கம் அந்த கல்லறையின் கட்டான்தரையில் அமர்ந்தார்கள். நிமிர்ந்து பார்க்கையில் பல நூறு தலைகள் முண்டியடித்து அவர்களைக் குனிந்துப் பார்த்துக் கொண்டிருந்தது.

யார் யாரோ ஜெபம் செய்தார்கள். ஓவென்ற ஓங்கிக்கேட்ட அழுகை சத்தத்தின் ஊடே, பூக்களை ஆதியின் மேல் தூவினார்கள்.

நிலா தலையை நிமிர்ந்துப் பார்க்கையில், தலைகளின் ஊடே தெரிந்த நீலவானத்தில் பல்லாயிரம் வண்ண வடிவ பூக்கள் suspended animationல் மிதந்ததை ஆச்சரியமாகப் பார்த்தாள்.

அந்தரத்தில் தொங்கிய பூக்கள், தங்களின் மனதை மாற்றிக்கொண்டு மேலிருந்து கீழ்நோக்கி எல்லோரின் மேலும் விழுந்தது. விழுந்த அடுத்த நொடியே கால்களின் நடுவே கசங்கி மண்ணாகியது.

குக்கூவும், நிலாவின் மாமியாரும், மாமனாரும் பக்கத்தில் இருந்த கல்லறை ஒன்றின் மேல் அமர்ந்திருந்தார்கள்.

சுற்றி நெருக்கித் தள்ளிக்கொண்டிருந்த கூட்டமும், அழுகை சத்தத்தின் ஊடே ஆதியுடைய பெட்டியை மூட முயன்றார்கள். அவனுடைய தலை உயரத்தில் இருந்ததால், பெட்டியை மூடி ஆணியடிக்கமுடியவில்லை. அவனுடைய தலைக்கு கீழே இருந்த சிறு தலையணையை அவசரமாக நகர்த்தினார்கள்.

"எல்லோரும் கடைசியா பார்த்துக்கோங்க! பெட்டியை மூடப்போறோம்" என்று இரைச்சல்களின் ஊடே ஒரு பெருங்குரல் கேட்டது.

அதுவரை டீ இலைகளை வடிகட்டியில் ஊற்றியது போலிருந்த குவிந்து நெறுக்கியவர்கள், இப்போது வடிகட்டியில் கரண்டியை வைத்து டீயிலையை அமுக்குவது போல இன்னும் நெறுங்கி முண்டியடித்தார்கள்.

நிலாவும், ஆதியும் அமர்ந்திருந்த இடத்திலிருந்துப் பார்க்கையில், அவர்கள் இருவரையும் சுற்றி சேலையும், பேண்டும், லுங்கியும், சல்வாரும் தரித்த கால்கள் கொண்ட காடு ஒன்று சூழ்ந்திருந்தது.

பார்க்கும் ஏதிலும் மனது லயிக்காது, மீண்டும் நிலா ஆதியின் முகத்தைப் பார்க்க தொடங்கினாள். மீண்டும் அவனுக்கு முத்தம் கொடுத்தாள். அப்போது அவள் அழுதிருக்கக்கூடும்.

அதன்பின் அந்த பெட்டி மூடி ஆணியடித்தார்கள்.

ஆதி அதற்குள் இருக்கிறான் என்பது அப்போதே அவளுக்குக் கொஞ்சம் மறந்து, குழிக்குள் வைக்கப்படுவது வெறும் பெட்டி போல இருந்தது.

ஆனால் அந்த குழிக்குள் ஆதியை இறக்கிக்கொண்டிருக்கையில் நிலாவுக்கு ஒரே ஒரு குரல் மாத்திரம் தான் கேட்டுக் கொண்டிருந்தது.

அந்த திசையைப் பார்த்து திரும்பினாள்.

பல நூறு கால்கள் முளைத்த கல்லறைத்தோட்டத்தில், கால்களுக்கு இடையே குக்கூ தென்பட்டான். நிலாவின் மாமியார் இருகையாலும் குக்கூவை இறுக்கிப்பிடித்துக் அழுதுக்கொண்டிருந்தார்.

தன் பாட்டியின் கைகளில் இருந்து விடுபட்டுவிட துடித்தவாறு, அவன் இருகைகளையும் நீட்டி, "மீ! டாடி போறாரு. டாடியை தூக்கி அந்த தொட்டியில தனியாப் போட்டுட போறாங்க. மீ டாடி போயிடபோறாரு மீ" என்று கதறிக்கொண்டிருந்தான்.

அங்கிருந்த எல்லோரையும் தள்ளிவிட்டு ஆதியை விழுங்கிய பெட்டியையும், குக்கூவையும் தூக்கிக்கொண்டு அந்த கூட்டத்தில் இருந்து எங்காவது தனிமையான இடத்திற்கு பறந்துப்போய்விட வேண்டும் என்ற பயப்பிராண்டல் நிலாவின் உள்ளுக்குள் ஓங்கியெழுந்து குமட்டவைத்தது.

அதன் பின் வந்த 10 நிமிடமும், குக்கூவின் அலறல் மாத்திரமே அந்த இரைச்சலின் ஊடே கேட்டுக்கொண்டே இருந்தது. அலறி அலறி குக்கூவின் குரலும், உடலும் அடங்கியது.

சிமெண்ட் ஸ்லாப்களை வைத்து அந்த குழியை மூடினார்கள். அங்கிருந்த கால்கள் எல்லாம் கொஞ்சம் கொஞ்சமாக நகர்ந்து, அதுவரை அங்கிருந்த மக்கள் கூட்டத்தின் அடர்த்தி நீர்த்தது.

நிலா இப்போது அந்த தரையில் அமர்ந்து வானத்தை நன்கு பார்த்தாள்.

கட்டுமானம் செய்யும் இருவர், தரையின் மேல் நிலாவும், அந்த தரைக்குள் ஆதியும், அவர்களைச் சுற்றி நூறுக்கணக்கான கல்லறைகளும், முதுகுக்கு பின்னால் பரபரப்பான சாலையின் சத்தம் முதன்முதல் கேட்டார்கள்.

நிலா ஒவ்வொரு செங்கலாக அடுக்குவதையும், சமன் பார்ப்பதையும், சிமெண்ட் போட்டு மொழுகுவதும் பார்த்துக் கொண்டிருந்தாள். மீண்டும் உற்றுப்பார்க்க எதுவும் கிடைக்காது

என்று நினைத்திருந்த நேரத்தில் செங்கல் அடுக்கப்படுவது பார்க்க அமைதியாக இருந்தது.

அந்த பூச்சுவேலை, கட்டுமானம் செய்பவர்களில் ஒருவன், "புள்ளைக்கு மேலுக்கு சொகமில்லாம போய் அஞ்சு நாளாவது" என்று அடுத்தவனிடம் சொல்லிக்கொண்டிருந்தான். அடுத்தவன், "போகையில் பாயி கடையில நெஞ்செலும்பு நூறு வாங்கிப்போயி ரசம் வச்சுத்தரசொல்லு உம் பொஞ்சாதிட்ட" என்றான். இப்படியாக அவர்களுடைய சாயந்திரம், இரவு பற்றிய திட்டங்களை பகிர்ந்துக்கொண்டார்கள்.

பேசியபடியே மொத்த இடத்தையும் பூசிமூடினார்கள். அவர்களுடைய உபகரணங்களை எடுத்துக்கொண்டு நடந்தார்கள்.

இப்போது நிலாவும், ஈரமான சிமெண்ட் தரையும், இருட்ட தொடங்கிய வானத்தையும், கல்லறைகளையும் பார்த்துக்கொண்டிருந்தார்கள்.

இந்த இடத்தில் தோண்டினால் ஆதி கிடைத்துவிடுவான். அவள் எப்போது நினைத்தாலும் அவனை தோண்டி வெளியே எடுத்துவிடலாம் என்று நினைக்கையில் நிலாவுக்கு சமாதானமாக இருந்தது.

தூரத்தில் குக்கூவும், மற்ற குழந்தைகளும் கல்லறையின் ஊடாக ஓடிப்பிடித்து ஆடியது தெரிந்தது.

பள்ளிக்கூடத்தில் முதன்முதல் காதலிக்கத் தொடங்கியதும், இருவரின் பேரையும் எழுதி, மெல்லிதாக சுருட்டி நிலாவைப் பார்த்து கண்சிமிட்டியபடியே ஆதி லேசாக பிளந்த சுவரொன்றில் ஆழமாக செருகிவைத்தது நினைவுக்கு வந்தது.

அங்கு குவிந்திருந்த மணலையும், நிலாவின் மேலும், அங்கு தரையிலும் இன்னமும் உயிரோடு இருந்த ரோஜா இதழ்களையும், ஒரு சிறு கூழாங்கல்லையும் எடுத்து நிலா அவளுடைய துப்பட்டாவில் சிறு மூட்டையாகக் கட்டிக்கொண்டாள்.

இன்னமும் ஈரமான சிமெண்டில், அவளுடைய விரல்களைப் பதித்தாள். முத்தம் தந்தாள். அவை அச்சாக பதிந்தது.

இருட்டாகிவிட்டது. மாமியார் தூரத்தில் இருந்து நிலாவை அழைத்தார்கள்.

தரைக்கு மிக அருகில் குனிந்து இருந்தவள் கிசுகிசுப்பாய் "இத்தனை நாளா பாத்து பாத்து, வளர்த்து உன் மேல சேர்த்து வச்சிருந்த இவ்வளவு கோவத்தையும் என்ன செய்யட்டும்னு சொல்லிருடா" என்று சொல்லிவிட்டு எழுந்து நடந்தாள்.

★ ★ ★

# 11

## குக்கூ : வயது 13

அன்றைய நாள் எப்போதும் போல நிமிட ஓய்வில்லாது ஓடியது.

சோறின்றி, தண்ணியின்றி ஓடவைத்த வேலைகளின் பளு எதையோ சாதிப்பதைப் போன்ற தோணல் காட்டி மறைந்தது.

வாழ்க்கை என்றாலே கடினமாக உழைப்பதும், ஓடிக்கொண்டே இருப்பதும் என்று நிலாவின் பாட்டி சொல்லிக் கொண்டே இருப்பார்.

நிலாவின் அப்பாவிற்கு சக்கரை நோய் வந்தபிறகு, சீக்கிரமாக உடல் சோர்வடைந்துப் போவார். அதுவும் காலை 9 மணிக்கு தொடங்கி வேலை மதியம் 3 மணிவரை தொடரும். நடுவே டீ குடித்தாலும், 2, 3 மணிக்குள் பசித்து, சட்டை தொப்பலாகிப்போகும் அளவு வியர்த்து விறுவிறுத்து உடல் சோர்ந்துப் போகத்தொடங்கினார்.

அப்பா இறந்துபோகும் ஒரு வருடம் முன்பெடுத்த புகைப்படங்களைப் பார்க்கையில் நிலாவின் மனது கன்றி அறுத்தது.

முகத்திலும், உடலிலும் சோபை குறைந்து, பொலிவிழந்து அயற்சியோடு தென்படுதன் காரணம் உடலின் உயிர்சக்தி தீர்ந்து வருவதால் என்பதைச் சொல்லிக்கொடுக்கும் மருத்துவம் இப்போதும் இல்லை.

'அப்பாவின் முகத்தில் அத்தனை சோர்வும், வலியும் படர்ந்திருந்ததை எப்படி நாங்கள் உணராது போனோம்' என்று குற்றவுணர்வில் நிலா எரிந்தாள்.

வீட்டில் பணப்பற்றாக்குறை என்று எதுவும் இல்லை. மேலும் சேர்த்துவைக்கவேண்டும், நிலம் வாங்கவேண்டும், தங்கம் வாங்கவேண்டும், சீட்டு கட்டவேண்டும், அத்தைக்கு உதவ வேண்டும் என்ற பாட்டியின் கோரிக்கைகளுக்குக் குறைவு இருந்ததில்லை.

அப்பா அம்மாவுக்கும் குழந்தைகளுக்காக உழைக்கிறோம். குடும்பம் முழுவதையும் பார்த்துக்கொள்ளவேண்டிய பெரும் பொறுப்பு இருந்ததை உணர்ந்தவர்கள்தான்.

ஆனால் அப்பா இறக்கும் கடைசி சில மாதங்களில், மதிய உணவுக்குப்பின் அப்பா தன்னை மறந்து அசந்து உறங்கிப்போவார். மாலை ஐந்து மணியாகும் போது, அம்மா மெதுவாக சென்று அப்பாவை எழுப்ப முயல்வார்.

பல சமயங்களில், அப்பா "என்னால முடியல யமூன். சாயங்காலம் க்ளினிக் தொறக்கவேண்டாம். எனக்கு கொஞ்சம் தூங்கினா போதும்னு இருக்கு" என்பார். அம்மாவும் சரியென்று சொல்லிவிட்டு, க்ளினிக்கின் அருகே இருந்த மெடிக்கல் ஷாப்பில் விடுப்பு சொல்லிவிட்டு, நிலாவுக்கும் அண்ணா மற்றும் தம்பிக்கும் பாடம் சொல்லித்தர அமர்வார்.

நிலாவின் பாட்டி பிறந்தது முதல் தன் 50 வருட வாழ்க்கையை மிக ஏழ்மை நிலையில் கழித்தவர். பாட்டியின் எல்லா செயல்களிலும், அந்த poverty mindsetம், இல்லாமல் போய்விடுமோ என்ற பயம் கசப்பாக வழியும்.

வாழ்க்கையின் பயங்களும், வலிகளும் எப்படி ஒருவரை உருக்கி இளக்கி இறுக்குகிறதோ, அவர் அப்படியாகவே இறுகிவிடுவார். அந்த விதத்தில் இறுகிப்போயிருந்த நிலாவின் பாட்டியும் பாவம்தான்.

ஒருவருடைய பயம் அவருக்குள் இருந்து கசிந்து வெளியேறி, அடுத்தவர்களின் மேல் படிய நேரும் வாழ்க்கை மிக கொடுமையானது. எரிமலையில் கொதித்து வெடிக்கும் நெறுப்பு குழம்பு போல எல்லாவற்றையும் எரிக்கும்.

பாட்டியின் மற்ற பிள்ளைகள் எல்லாம், அவருடைய கடும்வார்த்தைகள், வளையாத இறுக்கமான மனநிலை, போதாமை ஆகிய பயங்களில் இருந்து, பிய்த்துக்கொண்டுப் போய் வெகு தூரத்தில் வசித்துவந்தார்கள்.

அப்பாவும் அம்மாவும் 18 வருடங்களாக, ஒரு நாளும் ஓய்வொழிச்சல் இல்லாது மருத்துவத் தொழில் பார்த்ததில் குடும்பம் நல்லநிலையை அடைந்திருந்தது.

தன் வாழ்க்கையில் எதையுமே கட்டுப்படுத்த முடியாத பாட்டியின் கையில் அகப்பட்ட இருவர் நிலாவின் அப்பாவும், அம்மாவும் மட்டும்தான். பாட்டி அதை எந்த சமயத்திலும் நழுவிபோகாது பார்த்துக் கொண்டார்.

தன்னுடைய மனநிலைக்கு ஒவ்வாது வகையில் சின்னதாக ஏதாவது நடந்தாலும், அதைப் பற்றிக் கடுமையாக விமர்சித்தார். பாட்டியின் கோபமான, எரிச்சலான, வெறுப்பான, சத்தமான புலம்பலையே பெரும்பாலும் கேட்டு வளர்ந்தவள் நிலா.

வீட்டின் நடையில் இருந்த மரநாற்காலியில் அமர்ந்து, ஸ்வெட்டர் பின்னிக்கொண்டேச் சத்தமாக, “நானெல்லாம் இந்த வயசுல எவ்வளவு கஷ்டப்பட்டு இருப்பேன்? ஆன்னா ஊன்னா உடம்புக்கு முடியலைன்னு க்ளினிக் மூடுனா, குடும்பம் நடுரோட்டுக்கு வந்து, பிச்சைதான் எடுக்கணும். கொஞ்சமாவது பொறுப்பிறுக்கா? நல்லது சொன்னா நான்தான் வேண்டாதவ. ஹ்ம்ம்! இவங்களுக்கே எல்லாம் நல்லது கெட்டதும் தெரிஞ்சு கிழிச்சிடுச்சு.” என்று தன் கூர்மூக்கை இன்னும் கூராகி, மெல்லிய உதட்டைக் கோபத்தில் ஒற்றை கோடாக மாறி, நெற்றியின் மத்தியில் முடிச்சோடு, நாக்கில் இருந்து நெருப்புக்குழம்பை வீடு முழுவதும் தெறிக்கவிடுவார்.

அப்பா ஆழ்ந்த உறக்கத்தில் இருக்கும்போது அம்மாவால் எழுப்பவே முடியவில்லை. ஆனால் பாட்டியில் கோபக்குரல் அப்பாவை எப்பேர்ப்பட்ட உறக்கத்தின் ஆழத்தில் இருந்தும் திடுக்கிட்டு எழவைத்திருக்கிறது.

மனித உடல் ரத்தக்குழாய்களின் மற்றும் நரம்புகளின் பின்னல். சக்கரை வியாதி அந்த பின்னலைத் தீயிலிட்டு மெல்ல பொசுக்கி உள்ளிருந்து மெல்ல கொல்வது. அப்படிப்பட்ட Diabetic peripheral neuropathy மற்றும் autonomic neuropathy தந்த உடல் வலி, சோர்வோடும், கோபம் இருந்தாலும் வெளிக்காட்டமுடியாத எரிச்சலில் அப்பா மெதுவாக படுக்கையை விட்டு எழுவார்.

அப்படி எழும் சமயங்களில் அப்பா அம்மாவைக் கூப்பிட்டு, "எனக்கு ஒரு சிகரெட் தா, யமூன்" என்பார். அப்பாவின் உடல்நலம் அம்மாவை பயமுறுத்தியதில் அவருடைய சிகரெட் பழக்கத்திற்கு பெரிதாக தடை விதித்திருந்தார். அப்பாவின் குரலின் தன்மை அம்மாவிற்கு தெரியும். வேறு வழியில்லாது சிகரெட் தருவார். அப்பா அதைப் புகைத்துமுடித்து எழுந்து குளித்துவிட்டு, அம்மாவோடு வேலைக்குக் கிளம்பி செல்வார்.

பாட்டி கெட்டவரா, நல்லவரா என்று குழப்பம் நிலாவுக்கு பல நாட்கள் இருந்திருக்கிறது. அப்பா இறந்த பிறகு பாட்டி அழுகையில் நிலாவுக்குள் சொல்லமுடியாத கோபம் வந்தது. மனதுக்குள் அவரை வெகுவாகத் திட்டியிருக்கிறாள்.

ஆனாலும், அவளுக்குத் தெரியாமலேயே பாட்டி நிலாவின் மூளையில் புதைந்து மானாவாரியாக முளைத்திருந்தார்.

குடும்பத்தினரின் துணையின்றி வாழும் பெண்ணுடைய பயந்த மூளையும், பாட்டியின் வேதமான 'சொர்க்கத்தின் கதவு நரகப்பாதையின் கடைசியில்தான் ' என்று, எது வாழ்க்கை, எது செல்வம் என்ற புரிதலில்லாத சார்புவாழ் அடிமை உயிரினமாக நிலாவும் மாறியப்பின் அவளுக்கு பாட்டியின் மேலிருந்த கோபம் காணாமல் போனது.

'நீ என்ன பெரிய புடுங்கியா! நீ என்னத்தை ஒழுங்கா செஞ்சு கிழிச்சே, இன்னொருத்தர பத்தி குறை சொல்ல?' என்று வாழ்க்கை ஓங்கியோங்கி குட்டியது காரணமாக இருக்கலாம்.

பாட்டிக்குத் தனக்கு தெரிந்த வாழ்க்கையை அவரும் வாழ்ந்து, மற்றவர்களும் பின்பற்றும்படி செய்துவிட்டார்.

ஒரு குடும்ப உறுப்பினர் உடல் சோர்ந்தால், 'ஓய்வெடு. பயப்படாதே. நாங்கள் இருக்கோம்' என்று அக்கறையும், கனிவையும் கொண்ட வார்த்தைகள் இறந்தப்போன குடும்பங்களில் நிலாவின் குடும்பமும் ஒன்று.

பொருளால் உயர்ந்திருந்தாலும், அகால மரணங்கள் நிறைந்த நிலாவின் குடும்பம் அடுக்கடுக்கான இழப்புகளாலும்,

வலிகளில் புதைந்துத் தொலைந்த உறவுகளாலும் தரம் தாழ்ந்துதான் போனது.

வாழ்க்கையை விருப்பத்தோடு வாழ்வது வீண், பொருளீட்டல் மட்டுமே உயிரோடு இருப்பதன் ஒரே குறிக்கோள் என்று நிலாவுக்குள்ளும் அவள் பாட்டியின் மீதம் புதைந்திருந்தது.

அதனால் உடல் சோர்வைப் பற்றி கவலைப்படாது, குக்கூவிற்காக வேலை செய்தாள். அதில் ஏதோ ஒரு பெரும் சாதனையைச் செய்துவிட்டதாக, தன்னுடைய ஈகோவை தானே விசிறிக்கொண்டாள். பின்னொரு நாள், நிலாவே தன்னை பார்த்து, “இத்தனை ஓடியும் நீ ஒன்றும் கழட்டவில்லை. நீ அவ்வளவு எல்லாம் ஒண்ணும் பெரிய ஆளில்லை” என்றுச் சொல்லிக் கொள்வாள்.

வேலைக்குள் பூத்து, முளைத்து, காய்ந்து, உதிர்ந்த ஒரு குளிர் ஜனவரி நாள்.

மாலை 5 மணிக்கு முடிக்கவேண்டிய வேலை, அன்று இரவு 7 மணிவரை முடியவில்லை. வேலையெல்லாம் முடித்து நிறைவாக உணர்ந்தப்பின், நிலா வீட்டிற்குக் காரை ஓட்டினாள்.

முக்கால் மணி நேரப்பயணம். 8 மணிவாக்கில் வீட்டை அடையும்போது, என்ன சமைப்பது என்று சோர்வாக யோசித்துக் கொண்டேக் கதவை நோக்கி நடந்தாள். கதவில் இருந்த அழைப்பு மணியை அழுத்திவிட்டு, அமைதியாக நின்றாள். குக்கூ வந்து கதவு திறக்கவில்லை. தூங்கிக்கொண்டிருப்பானோ என்று யோசித்து தன்னிடம் இருந்த சாவியை கொண்டுக் கதவை திறக்க முயன்றாள். வீட்டின் உள்கதவில் சாவி பொறுத்தியிருந்ததால் தன்னுடைய சாவி கொண்டு கதவு திறக்கமுடியவில்லை.

வெளியே இருந்து காலிங்பெல் அழுத்தி, கதவைத் தட்டிக்கொண்டே நின்றாள். மழை பெய்ய தொடங்கியது. அதில் நனைய தொடங்கியதிலும், அந்த நாளின் சோர்வும் பசியும் சேர்ந்து நிலாவின் கோபத்தை அதிகமாக்கியது. குக்கூவிடம் இருந்த அலைப்பேசி எண்ணிற்கு அழைத்தாள். அது ரிங் அடித்து, வாய்ஸ் மெசஜ்ஜிற்கு சென்றது.

நிலாவின் வீட்டின் அருகே இருந்தவர்கள் இவளை எட்டிப்பார்த்தார்கள். நிலாவின் பொறுமை அவளிடம் இருந்து மழையோடு கறைந்துச் சென்றது.

முக்கால் மணி நேரத்தில் நிலா நூறு முறைக்கும் மேல் கதவு தட்டியும், காலிங் பெல் அடித்தும், குக்கூவை அலைப்பேசியில் அழைத்துவிட்டாள். மழையில் தொப்பலாகி பசிமயக்கத்தில் என்ன நடக்கிறது என்றுப் புரியாது திகைத்து நின்றாள்.

கடைசியாக அலைப்பேசியில் குக்கூவின் குரல் கேட்டது. கோபத்தில் வெடித்து, "குக்கூம்மா! என்ன செய்யுறே கதவை தொறக்காம? எவ்வளவு நேரமா கூப்பிட்டுட்டு இருக்கேன்" என்று சொல்லும்போதே அழைப்பு துண்டிப்பானது.

8 டிகிரி குளிரில் நடுங்கியபடி மீண்டும் அலைப்பேசியில் அவனை அழைத்தாள்.

குக்கூ கொஞ்ச நேரம் அமைதியாக இருந்துவிட்டு "மீ! மீ" என்று குழறலாகப் பேசுவதும், பின்னர் முனகும் சத்தமும் கேட்கையில், நிலா குழப்பத்தின் உச்சியில் இருந்தாள்.

நிலா ஒரு மணி நேரமாக கதவைத் தட்டுவதைப் பார்த்து, அக்கம்பக்கத்து ஆறேழு வீடுகளில் இருந்து மக்கள் வெளியே வந்து உதவ முயன்றார்கள். அவர்களிடம் வேண்டுமானால் அவர்களிடம் உதவி கேட்பதாகச் சொல்லிவிட்டு மீண்டும் கதவைத் தட்டத் தொடங்கினாள்.

மணி இரவு 9.

வீட்டு ஓனரிடம் சொல்லிவிட்டு, கதவை உடைத்துவிடலாம் என்று யோசிக்கையில், படிக்கட்டில் நிழலாடுவது கதவில் பொறுத்தியிருந்த கண்ணாடியின் வழி தெரிந்தது. குக்கூவின் உருவம் கடினமான கண்ணாடியில் வளைந்து நெளிந்து தெரிந்தது.

குக்கூ தட்டுத்தடுமாறி படிக்கட்டின் பிடிகளைப் பிடித்துக்கொண்டு மெதுவாக இறங்கி வந்தான்.

கனமான கண்ணாடி வழியே நிலா உற்று நோக்குகையில் குக்கூ எப்போதும் அணியும் கையில்லாத வெள்ளை பனியனும், இடுப்புக்கு கீழ் உடையேதும் இன்றி நிர்வாணமாக இறங்கி வருவது தெரிந்தது.

குக்கூ மிகவும் வெட்கமும், கூச்சமும் கொண்டவன். அவன் 3, 4 வயதாகும்போதிருந்தே குளிக்கையில் ஜட்டி அணிந்துக்கொண்டு குளித்தவன். அவனுடைய பிறப்புறுப்பை கழுவ சொன்னால், தானே கழுவிக்கொள்வதாக பிகு செய்துக்கொள்வான்.

இப்போது 13 வயது ஆன குழந்தைதான் என்றாலும் குக்கூ ஆதியைப் போலவே ஆறடி உயரம் வளர்ந்து, ஒரு முழு இளைஞனாகவே உடலளவில் மாறியிருந்தான். இவன் ஏன் உடையின்றி வந்துக் கதவைத் திறக்கிறான் என்று மனம் பதறியது.

முன் கதவில் பதித்திருந்த Pilkington textured கண்ணாடியின் வழியே நிலா மீண்டும் உற்று நோக்கினாள். பசி, குளிர் பசி மயக்கத்தில் அவள் பார்த்தது பொய்யோ என்று அவளையேக் கேட்டுக் கொண்டாள். அந்த கண்ணாடி வழியே நெளிந்து, குழைந்து, மங்கலாக தெரிந்த உருவம் கொஞ்சம் கொஞ்சமாக கிட்டே வந்தது. குக்கூ கதவை முழுக்க திறந்தான்.

குக்கூ இடுப்புக்குக் கீழே நிர்வாணமாக, முழு போதையில் இருப்பவனைப் போல உடல் குழைந்து வளைய கதவைப் பிடித்துக்கொண்டு நேராக நிற்க முயன்றான். அவனுடைய கண்கள் மயங்கி, அவ்வப்போது மேலுக்கேறி வெள்ளையாகத் தெரிந்தது.

நிலாவின் வீட்டின் சாலையில் சென்ற கார்களுக்குள் இருந்தவர்களும், என்ன நடக்கிறது என்றுப் பார்த்துக்கொண்டிருந்த எதிர்வீட்டினரும் நிலாவையும், குக்கூவையும் பார்த்தார்கள். எதிர்வீட்டினரின் திகைப்பும் பேச்சும் நிலாவிற்குக் கேட்டது.

மூன்று வருடமாக அந்த குடியிருப்பில் அம்மாவும், மகனும் வசித்து வந்தார்கள். அந்த அமைதியான நூறு வீடு கொண்ட குடியிருப்பில் வேற்று நிறத்தினர் என்றால் அது குக்கூவும், நிலாவும் மாத்திரம்தான். அதிகம் யாரோடும் பேசி பழகும் அளவு நிலாவின் வேலையின் நேரம் இடம் கொடுக்கவில்லை. குக்கூவின் வயதொத்த பிள்ளைகள் யாரும் அவனோடு பழகவில்லை.

ஆனால் நிலா ஒரு மருத்துவர் என்பதும், மகன் நல்ல பள்ளியில் படிக்கும் அமைதியான பிள்ளை என்றும் எல்லோருக்கும் தெரியும். ஆனால் வளர்ந்த பிள்ளை அம்மாவின்

முன் நிர்வாணமாக வந்து கதவைத் திறப்பதை அங்கிருந்த மக்கள் எதிர்ப்பார்க்கவில்லை. நிலாவும் பேச்சுமூச்சின்றிப் போயிருந்தாள்.

குக்கூவின் நிர்வாணம் அவனுக்கு உறைக்கவே இல்லை. தட்டுத்தடுமாறி கதவைத் திறந்துவிட்டு கதவைப் பிடித்து தொங்கியபடி தள்ளாடி நின்றவன், மீண்டும் சுவரைப் பிடித்துக்கொண்டு ஹாலின் உள்ளே சென்று சோபாவில் தொபீரென விழுந்தான்.

மழையின் குளிரிலும், அவனைப் பார்த்ததில் நடுங்கியபடி பல்லெல்லாம் கிட்டிக்கொண்டு, வீட்டின் உள்ளே நுழைந்து அவசரமாகக் கதவை சாத்திவிட்டு குக்கூவின் எதிரில் நிலா அமர்ந்தாள். அவள் உள்ளிருந்து கோபம் வெப்பமாக வெளிவந்ததில் அவளுடைய துணிகளில் புகைப்போல வந்தது.

தோளுக்கு மேல் வளர்ந்த குழந்தையை நிர்வாணமாக பார்க்கப்போகிறாள் என்ற அன்றைய நாள் நிலாவுக்குள் எந்த விதத்திலும் உணர்த்தவில்லை. அவள்முன் மயங்கி அமர்ந்திருந்தவனை பார்க்க பார்க்க, மெல்ல நிலாவுக்குள் எல்லாம் வெடித்தது.

குக்கூ நிலாவைப் பார்த்து, மயங்கி, சரிந்து, வாய் குளறி, "மீ! மீ" என்று அனத்துவதைப் பார்ப்பதையும், கால்கள் பரப்பி அவனுடைய ஆணுறுப்பைக் காட்டியபடி தளர்ந்து அமர்ந்திருந்த நிலையை அவளால் ஏற்றுக்கொள்ளமுடியாது ஒடுங்கினாள்.

அடுத்த நொடி அவளுக்குள் இருந்து எழும்பிய குரல் அவளையே நடுங்கவைத்தது.

நிலாவின் பாட்டி போல முப்பதாயிரம் தங்கம்மாக்கள் அவளுடைய குரலில் இருந்து எட்டிப்பார்த்தார்கள்.

குக்கூவைப் பார்த்து, "நீ என்ன செய்யுறே" என்று திரும்ப திரும்ப பைத்தியம் பிடித்ததைப் போல ஹிஸ்டரிக்கலாகக் கேட்கத் தொடங்கினாள். ஒவ்வொரு முறை கேட்கும்போதும் வேறொன்றாக நிலா மாறினாள்

குக்கூ வாந்தி எடுத்துவிட்டு பதில் ஏதும் சொல்லாது மயக்கத்தில் கண்களை மேல் நோக்கி செறுகினான்.

குக்கூவின் செய்கைகள் அவன் ஏதோ போதை மருந்து எடுத்திருக்கக்கூடும் என்று நிலாவுக்குத் தோணவைத்தது. அந்த சிறு நினைப்பு அவளுடைய காலுக்குக் கீழிருந்த தரை காணாமல் சென்று மறைய வைத்தது.

கோபம் கொப்பளிக்க நிலா, "நீ என்ன சாப்பிட்ட?" யாருக்கிட்ட இருந்து எந்த கண்றாவியை வாங்கி முழுங்குனே" என்று தூரத்தில் அமர்ந்து கேட்டாள். குக்கூ மீண்டும் தரை முழுக்க வாந்தி எடுத்துக் கொண்டே இருந்தான்.

நிலா பிசாசைப் போல மாற்றியிருந்தாள்.

இரண்டு எட்டில் குக்கூவை நெறுங்கி, அவன் கன்னங்கள், கை, தொடை, முதுகிலும் பளார் பளாரென பலமுறை கண்மண் தெரியாது அவளுடைய மொத்த பலமும், ஆத்திரமும் கொண்டு அறைந்தாள். அவளுடைய கையும், உடம்பும், மனதும் கோபத்திலும், குளிரிலும், அயர்ச்சியிலும் கட்டுக்கடங்காது எறிந்து உதறியது.

குக்கூ வலியில் வாய் குளறிச் சத்தமாகக் கதறி "மீ! மீ!" என்று அழுதுக்கொண்டே மீண்டும் வாந்தியெடுத்துச் சரிந்தான். குக்கூவை நிலா தன் பலம் கொண்டு இரண்டு கைகளால் அவனுடைய தோளைப் பற்றி, முடியைப் பற்றி முன்னும் பின்னும் குலுக்கிக் கன்னத்தில் பளீரென அறைந்தாள்.

மயங்கிய நிலையில், சரிந்துக்கொண்டே குக்கூ நிலாவைக் கையெடுத்துக் கும்பிட்டு, "மீ! ப்ளீஸ்மீ! அடிக்காதீங்க! என்ன அசைக்காதீங்கமீ. நீங்க அசைக்கும்போத ரொம்ப பயமா இருக்கு. வலிக்குதுமீ" என்றுக் கண்கள் செறுகி வாந்தி எடுத்துவிட்டு ஈனமாக அழத் தொடங்கினான்.

குக்கூ இப்போது அவன் மேலேயே வாந்தி எடுத்துக்கொண்டு, கைகளால் அவனுடைய தலையைக் கெட்டியாகப் பிடித்தான்.

நிலா, "நீ நல்லா இருக்கணும்னுதானே பைத்தியக்கார நாயி மாதிரி ஓடிட்டே இருக்கேன். எந்த நாதியும் இல்லாம, ஊர்பேர் தெரியாத ஊருல, சோறு தண்ணியில்லாம, உனக்காகதானே இப்படி பேயா ஓடறேன். மம்மியைப் பார்த்தா உனக்கு பாவமா இல்லையாடா. நீ எப்படி மோனா இப்படி ஒரு காரியம் செய்வே? எப்படி ட்ரக்ஸ் எடுப்பே?" என்று சொல்லும்போதே குரல் உடைந்து ஓவென அழத்தொடங்கினாள்.

குக்கூ வெகுவாக கஷ்டப்பட்டுக் கண்களை திறந்து, "மீ! நான் ட்ரக்ஸ் எல்லாம் எடுக்கமாட்டேன்னு உங்களுக்கு தெரியாதா? ப்ராமிஸ்மீ! அடிச்சிடாதீங்கமீ" என்றுக் குளறலாகச் சொல்லி மீண்டும் வாந்தியெடுத்தான்.

நிலா, "பின்ன என்ன கண்றாவிக்கு மம்மீ முன்னாடி இப்படி அம்மணமா உக்காந்து வாந்தி எடுத்துட்டு இருக்கே?" என்று சத்தமாகக் கேட்டாள்.

குக்கூ இப்போது மயங்கி அப்படியே சோஃபாவில் சரிந்தான். அவன் உதடு, கழுத்து, நெஞ்சு முழுக்க வாந்தி பூசியபடி நடுங்கியபடி அமர்ந்திருந்தான்.

நிலா "யாராவது ஏதாவது கொடுத்தாங்களா பாப்பா? நீ என்ன சாப்பிட்டே?" என்று மேலும் கெஞ்சி நடுங்கியபடி கேட்டாள்.

குக்கூ "நான் ஏதும் தப்பு செய்யலம்மீ. வலிக்குதும்மீ" என்றுக் கேவி அழுதபடி ஓக்கலித்து அமர்ந்திருந்தவனைப் பார்க்கையில் பரிதாபமாக இருந்தது.

இரவு மணி 10.

நிலா " நாளைக்கு வந்து உன்னோட ஸ்கூல்ல நீ யாருக்கூட சேர்ந்து என்னத்த சாப்பிட்டேன்னு கேட்குறேன் " என்று கோபமாக புலம்பிக்கொண்டே குக்கூவை எழுப்பினாள். குழந்தை கால்களில் பலமே இல்லை. அவன் அப்படியே சரிந்து நிலாவின் மேல் சாய்ந்தான்.

குக்கூவை மெல்ல கைத்தாங்கலாகப் பிடித்துக்கொண்டு படிக்கட்டில் ஏற்றினாள். ஒவ்வொரு படியாக அவன் ஏற சிரமப்பட்டான்.

அந்த வீட்டின் பதினைந்து சிறிய படிக்கட்டுக்களை குக்கூ இரண்டு எட்டில் தாண்டுபவன். ஆனால் இன்று இரண்டு படிக்கட்டுக்கு ஒருமுறை அப்படியே குழைந்து அமர்ந்துவிட்டான்.

குக்கூவைக் குளியலறைக்கு அழைத்து சென்று பார்க்கையில், தரை முழுக்க தண்ணீர் தேங்கி, அவனுடைய கால்சட்டை ஒரு ஓரத்தில் நனைந்து சுருண்டு கிடந்தது, அங்கேங்கே மலமும் வாந்தியும் தண்ணீரில் மிதந்தது.

குக்கூவைக் குளியல்தொட்டியில் மெதுவாக ஏற்றி நிறுத்தினாள். அவன் நிற்கமுடியாது பின்னோக்கி சரிந்தான். அவனுடைய உயரமும் கனமும் நிலாவால் பிடித்து நிறுத்தமுடியாது செய்தது. குக்கூவின் முகம் வலியில் தோய்ந்து, மேலும் வாந்தியெடுத்தான். அவனை அப்படியே தொட்டியில் அமரவைத்தாள்.

குக்கூவுடைய தலைமுடியிலும், முதுகிலும், நெஞ்சிலும் வாந்தியும் மலமும் காய்ந்து ஒட்டியிருந்ததை சுடுநீரால் தேய்த்துக் கழுவினாள். அவன் மேல் ஊற்றிய நீர் அவள் மேல் தெறித்து கொஞ்சம் காயத்தொடங்கியிருந்த நிலாவை மீண்டும் குளிரில் நடுங்க வைத்தது.

கண்ணீரோடு குக்கூவைக் குளிப்பாட்டி முடித்து வெளியே அழைத்து வந்து உடலையும் தலையையும் நன்கு துவட்டி, உடுப்பு மாட்டி அவனுடைய படுக்கையில் படுக்கவைத்தாள். குக்கூ நிலாவிடம் குளறலோடு “மீ! நான் உங்க பக்கத்துல படுத்துக்கவா. ரொம்ப வலிக்குதுமீ பயமா இருக்கு” என்றான்.

நிலாவுக்கு சட்டென வெகு சலிப்பாக இருந்தது. இருந்தாலும் குழந்தைக் கெஞ்சுவதை அவளால் மறுக்கமுடியாது, தன்னுடைய படுக்கைக்கு அழைத்துவந்துப் படுக்கவைத்தாள்.

நிலா மீண்டும் குளியலறைக்கு வந்து எல்லாவற்றையும் சுத்தம் செய்து, குளித்து உடைமாற்றிக்கொண்டு வருகையில், குக்கூ மீண்டும் வாந்தி எடுக்கத்தொடங்கினான். குளியலறையில் இருந்த வாளியை எடுத்து குக்கூவுடைய பக்கம் வைத்துவிட்டு படுத்தாள்.

பசியடங்கி நிலாவுக்குத் தலை விண்ணென்று தெறித்தது. குக்கூ அவளுடைய கைகளை இறுக்கமாகப் பற்றிக்கொண்டிருந்தான். 2 நிமிடத்திற்கு ஒருமுறை வாந்தி எடுத்து, தலை வலிப்பதாகச் சொல்லிக்கொண்டே இருந்தான்.

அந்த இரவு முழுக்க நிலா தன்னை மறந்து அசதியில் உறங்கி, குக்கூ பேசுகையிலோ வாந்தி எடுக்கையிலோ விழித்து மேலும் அயர்ந்துப்போனாள்.

அப்படி எழுந்தபோதெல்லாம் “நீ எப்படி பாப்பா இப்படி ஒரு காரியம் செய்வே?” என்று இரவு முழுக்க புலம்பினாள்.

குக்கூ, "மீ! கொஞ்சம் தலையைப் பிடிச்சுக்கோங்க மீ!" என்றுக் கெஞ்சினான்.

குக்கூவுடைய தலையை அழுத்திவிட்டாள்.

அந்த இரவு தொடர்ந்து 10 நிமிடத்திற்கு மேல் தூங்கியதாக நிலாவுக்கு நினைவில்லை. குழந்தையும் தூங்கவில்லை.

ஒரு வழியாக விடிந்தது.

குக்கூ அப்போதும் வாந்தியெடுத்துக் கொண்டிருந்தான். வாய் குளறலும், தலைவலியும் அதிகமாக இருப்பதாகச் சொன்னான். அது அவன் சாப்பிட்ட மருந்தின் விளைவு என்று நிலா முழுமையாக நம்பினாள்.

காலை மணி 8 ஆகவே, நிலா வேகமாக வேலைக்கு தயாராகத் தொடங்கினாள். முந்தின நிகழ்வுகள் எதுவும் உள்புகாதபடி மனம் வேலைக்கு செல்லும் அடிமையைப் போல பழக்கப்பட்டிருந்தது.

குக்கூவிடம் பள்ளிக்கு கிளம்பச் சொல்ல, குக்கூ அழத்தொடங்கினான். அவன் அழுவது நிலாவுக்கு வேதனையாக இருந்தாலும், பள்ளிக்கு போகாது எப்படி குக்கூவை வீட்டில் இருக்க வைப்பது என்று புரியாது திகைத்தாள்.

அவனிடம் "உன் ஸ்கூலுக்கு வந்து என்ன ஆச்சுன்னு கேட்கணும் கண்ணா. நீ கௌம்பு குக்கூமா" என்று நிலா சொல்லவும், அவன் துவண்டு மீண்டும் வாந்தியெடுத்தான்.

வெளிச்சத்தில் கூசும் கண்களை மெல்லத்திறந்து நிலாவை உற்றுப்பார்த்து மெல்லிய குரலில், "நான் படுத்தே இருக்கட்டா! ப்ளீஸ்மீ! நெஜமாவே ரொம்ப தல வலிக்குதுமீ! ஏன்மீ உங்களால என்ன எப்பவுமே புரிஞ்சுக்கவே முடியல" என்று சலிப்பாகக் கேட்டான்.

அவனுடைய கேள்வி நிலாவை சம்மட்டியில் அடித்தது போல இருந்தது. 'நான் அம்மாதானே. இவனை எனக்கு முழுக்க தெரியும்தானே. ஏன் இப்படி சொல்லுறான்?' என்று பரபரப்பின் நடுவே அவளையே கேட்டுக்கொண்டாள்.

நிலா குழும்பிய நிலையில், "நீ ஏண்டா இன்னும் தலைவலிக்குதுங்குற?" என்றுக் கேட்டுக்கொண்டே ஜூரம் அடிக்கிறதா என்று பார்த்தாள். கழுத்தை அசைக்கையில்,

அவனுடைய கழுத்து வெகு இறுக்கமாக வைத்துக்கொண்டு "அசைக்காதீங்கமீ! வலிக்குதுமீ" என்று வலியில் முகம் சுருக்கினான்.

நிலா குக்கூவுடைய கண்களை செக் செய்கையில், அவனால் கண்கள் கீழ்நோக்கி இறங்கவில்லை. அத்தோடு அவனுக்குக் கீழேப் பார்த்தால் எதுவும் தெரியலை என்று சொல்லி உடனே வாந்தியெடுத்தான்.

மருத்துவமனையில் நிலா பரிட்சித்துப் பார்க்கும் ஒருவர் இப்படியாக இருந்திருந்தால் அடுத்த நொடியே அவருடைய உடல்நிலை கவலைக்கிடமாக இருக்கிறதைக் கண்டுப்பிடித்து வேண்டியதை செய்திருப்பாள். குக்கூ என்பதால் அவனுடைய சமிக்ஷைகள் நிலாவின் மூளைக்கு எட்டினாலும், 'என் புள்ளைக்கு என்ன ஆயிடப்போகுது.' என்று எண்ணினாள்.

கொஞ்சம் கோபமாகவே நிலா "ஏன் குக்கூமா இப்படி செய்யுறே? மூளையில ரத்தம் கசிஞ்சாலோ, இன்ஃபெக்ஷன் ஆனாலோதான் இப்படி எல்லாம் நடக்கும். உனக்கு ஏன் மோனா அப்படி ஏதும் ஆகப்போகுது? நீ சட்டுன்னு எழுந்து கௌம்பு" என்று எரிச்சலாக மணி ஆகிக்கொண்டு போவதன் பதட்டத்தோடு சொன்னாள்.

குக்கூவால் நிலாவுடைய வார்த்தைகளைத் தட்டமுடியாது எழுந்து நின்றான். தள்ளாடியபடி அவன் உடைகளை மாற்றமுடியாது திணறுவது நிலாவுக்குள் ஏதோ ஒரு பயத்தை கொடுத்தது. அப்போதும் "என் குழந்தைக்கு என்ன குறைவு! அவன் ஆரோக்கியமாக இருக்கிறான். இது அவன் சாப்பிட்ட ஏதோ மருந்தின் விளைவு" என்று எண்ணி அவளுடைய பயத்தை தூக்கிப்போட்டாள்.

குக்கூ "முடியலமீ" என்றுக் கெஞ்சுவது உள்ளுக்குள் நிலாவுக்கு மீண்டும் அணைந்திருந்த பயத்தைக் கொளுத்திப்போட்டது.

குக்கூவைப் பள்ளிக்கு அனுப்பும்முன்பு, அவளுடைய மருத்துவமனைக்கு அழைத்து சென்று பரிசோதனை செய்துவிடலாம் என்ற முடிவுக்கு வந்தாள். உள்ளுக்குள் அவன் போதைப்பொருளோ குடித்து விட்டான் என்று பரிசோதனையில் சொல்லிவிட்டால், வேலை செய்யும் இடத்தில் அவமானமாக இருக்குமே என்றுக் குமைந்தாள்.

கார் கொஞ்சம் குலுங்கினாலும், குக்கூ வலியில் சுருங்கினான். கையில் கொடுத்திருந்த ப்ளாஸ்டிக் பைக்குள் வாந்தியெடுத்தான்.

குக்கூ வலியில் துடிக்கையில், நிலாவின் மனதுக்குள், “ஒன்றும் பயப்பட தேவையில்லை” என்று வீம்பாக நினைத்தாள். நிஜம் வேறொன்று என்று மனதின் மூலையில் உணர்ந்தாலும், அதை ஏன் நிலா முற்றிலும் முட்டாள்தனமாக மறுத்துக்கொண்டிருந்தாள் என்றுப் புரியவில்லை.

மருத்துவமனையின் கார் பார்க்கில் காரை நிறுத்திவிட்டு, குக்கூவை நடத்திக் கூட்டிக்கொண்டு சென்றாள். நிலாவுடைய வார்ட் மூன்றாவது மாடியில் இருந்தது. குக்கூவின் கால்கள் குழைந்து மடங்கியது. நிலா குக்கூவை பயத்தோடுத் தாங்கிப்பிடித்து நடந்தாள்.

நிலாவுடைய வார்ட்டில் பேஷண்ட் ரவுண்ட்ஸ் தொடங்கி விட்டது.

குக்கூவை வார்ட்டின் தொடக்கத்தில் இருந்த ரிசப்ஷனிஸ்ட் லிண்டாவின் அருகே அமரவைத்துவிட்டு, நிலா அவசரமாகச் சென்று, அவளுடைய மருத்துவர் கூட்டத்திடம் “என் மகனுக்கு உடல்நிலை சரியில்லை. அவசர சிகிச்சை பிரிவுக்கு அழைத்து செல்லப்போகிறேன்” என்றுச் சொல்லிவிட்டு வந்தாள்.

இரண்டு நிமிடத்தில் நிலா திரும்பி வரும்போதே குக்கூ கொஞ்சம் மயக்கமாக இருந்தான்.

லிண்டா நிலாவைப் பார்த்து, “உன் மகன் குழம்பிப்போய் கேட்ட கேள்விக்கு சம்மந்தமே இல்லாமல் பதில் சொல்கிறான்” என்றாள்.

நிலாவுக்குள் கலக்கம் அதிகமானது. அங்கிருந்த சக்கர நாற்காலியில் குக்கூவை அமரவைத்து, லிஃப்ட்டில் வேகமாக கீழே அழைத்து சென்றாள்.

அந்த காலைப்பொழுது அவசர சிகிச்சைப்பிரிவில் நோயாளிகள் கூட்டம் அதிகமில்லை.

நிலா குக்கூவின் பேரையும், விவரங்களையும் சொல்லிவிட்டு அவன் அருகே பதட்டமாக வந்து அமர்ந்தாள்.

பொதுவெளியில் நிலா குக்கூவின் கையைப் பிடிப்பதையோ, கட்டிப் பிடிப்பதையோ, முத்தம் தருவதையோ விரும்பவதில்லை.

ஆனால் நேற்றில் இருந்து குக்கூ நிலாவின் கையை விடாது பற்றிக்கொண்டே இருந்தான்.

நிலா அங்கேயே வேலைப் பார்த்ததால், அங்கிருந்த மருத்துவர்கள் அனைவரையும் நன்கு தெரிந்திருந்தாள். அந்த டிபார்ட்மெண்ட் ஹெட் மிஸ்டர் ரெய்னால்ட்ஸ் குக்கூவைப் பரிசோதிக்க வந்தார்.

நிலா அவரிடம் நடந்தவைகளைச் சுருக்கமாகச் சொல்லி விட்டு, அவரிடம் "சார்! என் மகனைப் பற்றி எனக்கு தெரியும். என் மகனின் தலைக்கு சிடி ஸ்கேன் ஒன்று எடுத்துவிடுங்கள்" என்று கெஞ்சிக் கேட்டாள்.

சாதாரண தலைவலிக்கு ஸ்கேன் எடுக்கணுமா என்று அவர் நிலாவிடம் மறுகேள்வி விடுத்தார்.

நிலா அவரிடம், "என் மகன் இப்படி நடந்துக்கொள்பவன் இல்லை. It's totally out of his character. கேரக்டர். ஏதோ சரியில்லை என்று தோன்றுவதை அசைக்கவே முடியவில்லை. ப்ளீஸ்." என்று விண்ணப்பித்தாள். இருவரும் பலமுறை ஒன்றாக வேலை செய்து இருந்ததாலும், நிலா தெளிவான மருத்துவ அறிவு கொண்டவள் என்பதாலும், அவரால் நிலாவை மறுக்கமுடியாது ஸ்கேனிற்கு ஏற்பாடு செய்தார்.

குக்கூவை அடுத்த 10 நிமிடத்தில் ட்ராலியில் அமரவைத்து நகர்த்துகையில், அவனுக்கு ஒன்று இருக்காது என்பதைத் தாண்டி, நிலாவுக்கு ஏதும் தோன்றவில்லை.

குக்கூ ஸ்கேன் அறைக்குள் செல்லும்வரை நிலாவின் கையை விடாது பிடித்துக்கொண்டு, "மீ! மீ!" என்றுச் சொல்லிக்கொண்டே இருந்தான். நிலா சுவற்றில் தளர்ந்து, சாய்ந்து நின்றிருக்கையில் என்ன யோசிப்பது என்று தெரியாது விழித்தாள்.

அடுத்த சில நிமிடங்களில் டாக்டர் வெளியே வருவதைப் பார்த்ததுமே, நிலாவுக்கு மூச்சு நின்றது போல இருந்தது.

வந்தவர் நிலாவைப் பார்த்து, "ரொம்ப சாரி! உங்க மகனுக்கு மூளையில் பெரிய ரத்தக்குழாய் வெடித்து ரத்தம் கசிந்து இருக்கிறது. ஆனால் நல்லவேலையாக ரத்தக்கட்டி வெடித்த இடத்தை அடைத்தது போல இருப்பதால், மேற்கொண்டு ரத்தம்

கசியாமல் தற்காலிகமாக நின்று இருக்கிறது. அவனுடைய மூளையும் இதனால் நன்கு வீங்கியிருக்கிறது."

"அவனுடைய ஸ்கேனை நாட்டிங்க்ஹாமில் இருக்கும் ந்யூரோசர்ஜரி டிபார்ட்மெண்ட்டுக்கு அனுப்பிவிட்டேன். அவர்கள் இன்னும் அரை மணி நேரத்தில் உங்க மகனை ப்ளூ லைட் ஆம்புலன்ஸில் அனுப்பசொல்லிவிட்டார்கள். அவனுடைய ரத்த அழுத்தம் மிக அதிகமாக இருக்கிறது. அப்படி அதிகமானால், ரத்தக்கட்டி நகர்ந்துவிட்டால், மீண்டும் ரத்தம் கசிந்து உயிருக்கு ஆபத்து ஏற்படலாம். அதனால் அவனை கொஞ்சம் கூட அசையவிடாது படுத்த நிலையிலேயே வைத்து இருக்க சொல்லியிருக்கிறார்கள். அவனுடைய பி.பி அதிகம் ஆகாது இருக்க மருந்து தந்திருக்கிறேன். ஆம்புலன்ஸிற்காக காத்திருங்கள்" என்று சொல்லிவிட்டு சென்றுவிட்டார்.

குக்கூவை ட்ராலியில் வெளியே அழைத்துவந்தார்கள்.

நிலாவைப் பார்த்ததும் அவன் கைகளை நீட்டி மீ என்றுக் கேவினான். அவன் முகம் வலியின் பிடியில் இறுகிநின்றது.

நிலா தாவிச் சென்று அவனுடைய கைகளை இறுகப் பற்றினாள்.

நடந்துக்கொண்டிருப்பதன் வீரியம் நிலாவுக்கு இன்னும் பிடிக்கிட்டாத மூளையும், மனதும் மறத்த நிலையிலும், குக்கூவுடைய நீட்டிய கைகளை அவள் முகத்தில் ஒத்திக்கொண்டு கண்களை மூடி உதறத் தொடங்கினாள்.

தன்னை காப்பதும் அழிப்பதும் அவளுடைய குக்கூவால் மாத்திரமே முடியும் என்ற நொடியில், நிலா இன்னுமொரு unpredictable நாளின் வெட்டவெளியின் அந்தரத்தில் தொங்கத் தொடங்கினாள்.

★ ★ ★

# 12

## குக்கூ : வயது 13

நிலாவும் குக்கூவும் கைகளைப் கோர்த்தப்படி அமைதியாக அமர்ந்திருந்தார்கள்.

நிலாவின் மூளையில் இருந்த சக்கரப்பற்கள் எல்லாம் சிக்கிக்கொண்டு, அசையாது நின்றது. குக்குவினுடைய கைகள் அவனுடைய அம்மாவின் கைகளை விடாது அழுந்தப் பிடித்திருந்தது.

அவன் ஒரு சின்னஞ்சிறிய குழந்தைதானே. சிறுவன் என்பதால் மட்டும் பயங்கள் சிறிதாக இருந்துவிடப் போகிறதா என்ன?

அவனுடைய பயங்கள் என்ன என்பதை வார்த்தைகளால் அம்மாவுக்கு சொல்லிப் புரியவைக்கும் அளவு அவனுடைய மூளை இயங்கவில்லை. ஆனால் அந்த குழந்தைக்குள் எழுந்துக் கொண்டிருந்த பயத்தின் அளவு பேரண்டத்தைப் போல பரந்து விரிந்து இருக்கலாம் என்பது அவனுடைய விரல்களின் அழுத்தமும், பிடிமானமும், நடுக்கமும், வியர்வையின் வழியே கடந்து நிலாவின் உள்ளே நுழைந்து, அவளை தரைக்கும் வானத்துக்கும் உலுக்கியது.

அடுத்து என்ன என்பது தெரியாத வாழ்க்கை வரமா, தண்டனையா?

யாருக்குதான் என்ன தெரிந்துவிடுகிறது?

மனிதவாழ்க்கையின் பெரும் வியப்பே 'வாழ்வென்பதில் மாற்றமே இல்லை! இறப்பு என்பதே மற்றவர்க்கு மட்டுமே, நமக்கில்லை! எல்லாமே இப்படியே நிலையாக இருக்கும்' என்பதைப் போல உணரவைக்கும் மாயமயக்கம்தான்.

இந்த உலகம் ஒரு மதிகெட்டான்சோலையாக மாறி, அதில் புகுந்து போகும் மனிதர்களைப் பல்லாயிரம் வருடங்களாக அப்படியான மாயைக்குள் நிறுத்திவைத்து விளையாடிக் கொண்டிருந்தது.

குக்கூவின் கைகளைப் பிடித்திருந்த நிலா வாழ்க்கை தன் கட்டுக்குள் இருப்பதாக நினைத்து நம்பியிருந்த மாயை கழண்டு விழுந்த பொழுது அது.

நிமிடங்கள் நகர நகர, நிலாவுக்குள் அவள் ஏதோ செய்ய வேண்டும் ஆனால் அது என்ன என்று உணர்வே இல்லாது மறத்துப்போயிருந்தாள்.

இங்கிருந்து எங்கேயோ ஓடிப்போய் விடவேண்டும். அப்படி ஓடிப்போய் எங்கேயோ ஒரு இடத்தில் மறைந்திருக்கும் ஏதோ ஒரு கதவையோ, ஒரு விசையையோ திறந்தாலோ, அழுத்தினாலோ, வேறு நல்ல பாதுகாப்பான நாளுக்குள் அவளையும், குக்கூவையும் பத்திரமாக சேர்த்துவிடும் எனத் தோன்றியது.

நிலவோடுப் பணி புரியும் மற்றொரு டாக்டரான பவானி வார்டில் இறங்கிவந்து, "நீக்கு ஏவைன்னா காவலா? இண்டிலோ அந்தரிக்கி செப்பேசாவா" (உனக்கு ஏதாவது வேண்டுமா? வீட்டில் தகவல் சொல்லிவிட்டாயா) என்றுக் கேட்டாள்.

நிலா பவானியைப் பேந்த பேந்தப் பார்த்தப்படி அமர்ந்திருந்தாள்.

பவானி தெலுங்கானா வட்டார தெலுங்கில் "பிள்ளா! நுவு தைரியங்கா உண்டுரா. பிட்டக்கி ஏமி ஆவது. நேனு மஹேஷ்தோ ஈவினிங் வஸ்தா. ஏவனை காவலெண்டே தொந்தரிகா போன் செய், ஓகேனா." (நீ தைரியமாக இரு. குழந்தைக்கு ஒன்றும் ஆகாது. நானும் மஹேஷும் (அவள் கணவன்) சாயங்காலம்

வந்து பார்க்கிறோம். ஏதாவது வேண்டுமென்றால் உடனடியாக என்னை அழை) என்று சொல்லிவிட்டு, காபி ஒன்றை வாங்கி கையில் கொடுத்துக் கட்டிப்பிடித்துத் தைரியம் சொல்லி சென்றாள்.

வீட்டிற்கு என்ன சொல்லவேண்டும் என்பதை நிலாவால் கோர்வையாக யோசிக்கமுடியவில்லை.

குழப்பம் எப்போதுமே விடுதலையும், சிறையும் தான். அதுவரை தெரிந்த எல்லாவற்றையும் நொடியில் கலைத்துப் போட்டு ஒரு சின்னஞ்சிறிய விடுதலையைத் தந்துவிட்டு, வேறு ஒரு இடத்திற்குள் சிறைப் பிடிக்கும்.

நிலாவும் அப்படியான யோசனைச் சிடுக்குக்குள் ஆழப்புதைந்துக்கொண்டிருந்தாள்.

‘என் குழந்தைக்கு ஏன் இப்படி திடீர்னு ஆச்சு? அவனை நான் நல்லா பார்த்துக்கலையா? இந்த சின்ன மூளைக்குள்ள இருக்க ரத்தக்குழாய் வெடிக்குற அளவு என்ன ஸ்ட்ரெஸ் அவனுக்கு இருக்கும்? நான் இல்லாம ஆதி இருந்திருந்தா, ஒரு வேளை குக்கூவிற்கு இப்படி ஆகியே இருக்காதோ? அப்படியே குக்கூவின் உடம்பிற்கு ஏதும் தொந்திரவுன்னாலும், ஆதி இருந்திருந்தா அடுத்தடுத்து குழந்தைக்கு என்ன செய்யணும்னு என்பது அவனுக்குத் தெரிஞ்சிருக்கும். ‘இப்படியாக காதுக்குள் எங்கேயோ குக்கர் விசில் அடிப்பது போல மெலிதாக கேட்டபடி, ஒரு கணத்திற்குள் ஒரு கோடி யோசனைப்புழுக்கள் எல்லாப்பக்கமும் சிந்திச் சிதறி ஊர்ந்துச் சென்றுக்கொண்டிருந்தது.

அவைகளுக்குள் இருந்து தன்னை விடுவிப்பதும், பொறுப்பான அம்மாவாக தன் குழந்தைக்கு அடுத்த செய்ய வேண்டியவை என்ன என்று சிந்திப்பதும் முடியாத காரியமாக இருந்தது.

வீட்டிற்குச் சொல்லவேண்டும் என்று நிலா நினைத்தாள்.

ஊரில் அன்று நிலாவின் சித்தி பெண்ணுடைய திருமண ரிசப்ஷன். நிலாவின் குடும்பத்தினர் அனைவரும் அங்கு இருந்தனர்.

முதலில் தன் அம்மா, மாமனார், மாமியாரிடம் தகவல் சொல்லவேண்டும் என்று நினைத்தாள். ஆனாலும் என்னச் சொல்வது, எப்படி சொல்வது என்று புரியாது அமைதியில் இருந்தாள்.

குக்கூ "மீ! என்னோட கண்ணைக் கொஞ்சம் கைய வைச்சு பொத்திக்கிறீங்களா! வெளிச்சம் ரொம்ப வலிக்குது!" என்று முகத்தைக் கடும்வேதனையில் சுருக்கியபடி, கிசுகிசுப்பாய் கேட்டான்.

வெளிச்சம்கூட சமயத்தில் பெரும்வலியும், பயமும் தரவல்லது என்பதும் இருட்டுகூட சமயத்தில் விடுதலை என்பதும் அன்று நிலா உணர்ந்தாள்.

நிலா எழுந்து குக்கூ படுத்திருந்த ட்ராலியின் அருகே போய் நின்று, அவளுடைய இடது கையால் அவன் கண்களைப் பொத்தினாள்.

உச்சிமண்டை, கண், நெற்றி, நெற்றிப்பொட்டு, பின்கழுத்து எல்லாம் நெறுப்பு போல சூடாக இருந்தது.

அவளுடைய வலது கையை விடாது பிடித்துக் கொண்டு, "ம்ச்ச்ச். ஏன்மீ? எனக்கு ஏன் இப்படி வலிக்குது. முடியலமீ. அம்மா! எப்படிமீ இந்த வலியை நிறுத்தறது? ம்மா!" என்று முனகினான்.

தலையை மெதுவாக அசைத்து வலியில் முகம் சுளித்த குழந்தையைப் பார்க்கையில் திடீரென தண்ணீருக்குள் இருந்து வெளியே வரும் மாபெரும் திமிங்கலம் போல பயம் பகீரென்று தோன்றி மின்னி மறைந்துப்போனது. அந்த கணநேர பகீர் உணர்வு நிலாவைத் தள்ளாட வைத்தது. அந்த தள்ளாட்டம் அவளுடைய கையின் பிடியைக் கொஞ்சம் தளரவைத்ததும், குக்கூ நிலாவின் கையை பயங்கரப் பதட்டத்தோடுத் தேடிப்பிடித்து இறுக்கி அவன் நெஞ்சின்மீது வைத்துக்கொண்டான்.

குக்கூவின் பதட்டத்தையும், அவனுடைய வலியையும், அதைவிடவும் அவனுடைய பயத்தையும் அவன் இதயத்துடிப்பு பறையடித்தது.

அந்த நொடி நிலாவுக்கு வாந்தி வருவதைப் போல பெரிதாகக் குமட்டியது. அடிவயிற்றைப் பிரட்டியது.

அந்த வெயிடிங் அறைக்குள் இருந்த பேப்பர் டவல்களை எடுத்துக் கனமாக மடித்து அவனுடைய கண்களின் மேல் வைத்தாள். குக்கூவைப் பார்த்து, “மோனா! நான் கொஞ்சம் டாய்லட் போயிட்டு வந்துடறேன்டீ” என்று சொல்லவும், அவன் பயத்தோடு, “மீ! கொஞ்சம் சீக்கிரம் வந்துடுறீங்களா” என்று கெஞ்சலாகக் கேட்டான்.

நிலாவுக்குள் எழுந்த பதட்டம் அதிகமாகி, அவசரமாக குக்கூவுடைய உச்சந்தலையில் அழுந்த முத்தமிட்டு, அவனுடைய கைகளில் இருந்து தன் கையை விரல் விரலாக பிரித்து அவளை விடுவித்துக் கொண்டு நடந்தாள். குக்கூவின் பக்கமிருந்து நகர்ந்து தூரம் செல்ல செல்ல, கால்கள் தடதடத்து குழைந்தது.

ஓட்டமாக அருகில் இருந்த டாய்லட்டிற்குள் நுழைந்து, தள்ளாடியபடி தரையில் சரிந்து அமர்ந்தாள்.

கேவலாக மூச்சு வெளிவந்து, கொஞ்சம் கொஞ்சமாக மூச்சு வாங்குவது அதிகமாகிக் கண்களில் நீர் நிறைந்தது. நெஞ்சினுள்ளே தாங்க முடியாத பாரமும், வலியும், தொண்டைவரை ஏறி மூச்சை நிறுத்தி வலிக்கவைத்தது. அந்த வலியை எப்படி சமாளிப்பது என்று தெரியாது, தன்னிச்சையாக இரு கைகளும் நெஞ்சை “தம்தம்” என்று அடிக்கத்தொடங்கின. கொஞ்சம் வலிகுறைந்து சத்தமே வெளிவராது சூடான அழுகை கன்னத்தில் வழிந்தது.

நிலா தரையில் சப்பளாங்கால் போட்டு நிமிர்ந்து அமர்ந்து, அழுகையையும், நடுக்கத்தையும், வலியையும் அடக்க முயன்றதில், உடல் பேய் பிடித்ததைப் போல முன்னும் பின்னுமாக தானாக அசைந்தது.

தலையை எங்கேயாவது ஓங்கியோங்கி இடித்துக் கொள்ளவேண்டும், ஓவென்று தொண்டைக் கிழிய சத்தம் போட்டு கத்தவேண்டும், கைகால்களைக் கொண்டு அங்கிருந்த அத்தனையையும் உடைத்து நசுக்கித் தூள்தூளாக்க வேண்டும், எதையாவது வெறிக்கொண்டது போல பற்கள் உடைந்து நொறுங்கும்வரை கடித்துக் குதறவேண்டும் என்றுக் கொந்தளித்த உணர்வுகளை வெகுவாய் கஷ்டப்பட்டு அடக்கினாள்.

உறுமும் கோர மிருகம் ஒன்றை உடலின் தோலுக்கு அடியில் வைத்து தைத்திருந்ததைப் போல, மூச்சை சத்தமாகவும்,

பலமாகவும் உள்ளும் வெளியும் தள்ள தள்ள, அந்த மிருகம் வழிந்து உள்ளே காலியாகி அழுகையாக வெளியே வடிந்தது.

தனியாக இருக்கும் குக்கூவை நினைத்துப் பார்த்தாள். முகத்தை அவசரமாக கழுவிக்கொண்டு, அலைப்பேசியில் அம்மாவை அழைத்தாள்.

திருமண ரிசப்ஷனின் பாட்டு சத்தத்தில் அம்மாவுக்கு நிலாவுடைய குரல் கேட்கவில்லை. அம்மாவின் குரல் உற்றார் உறவினரின் சத்தத்தின் நடுவே "சத்தமா சொல்லும்மா! ஒண்ணும் கேக்கல" என்று சிரித்தபடிச் சொன்னார்.

அலைப்பேசியின் அந்த பக்கத்தில் பாட்டுச்சத்தமும், சிரிப்பொலியும், பேச்சிறைச்சலும், குதூகலமுமாகக் கேட்கையில், அதிலிருந்து வேறொன்றாக விகாரமாகப் பிரிந்து நிசப்தத்தின் உச்சத்தில் நிலா அமர்ந்திருந்த அந்த அமைதியான சிறிய பாத்ரூம் அவளுடைய மூச்சையே எதிரொலித்தது.

அம்மாவிடம் நிலா, "மீ! குக்கூவுக்கு ஒடம்பு சரியில்லை" என்றுச் சொல்லும்போதே அழுகை வந்துவிட்டது. அம்மா "கேட்கலைடாமா! என்ன சொன்னே?" என்று கேட்டார். இரண்டு மூன்று முறை திரும்ப திரும்ப சொல்லியும் கேட்காத நிலையில், நிலாவுக்குள் சுர்ரென கோபம் எழும்பி, அந்த சத்தத்தில் இருந்து நகர்ந்து வரச்சொல்லி லேசான எரிச்சலோடுக் கத்தினாள்.

கொஞ்சம் நகர்ந்து அமைதியான இடத்திற்கு வந்ததும், நிலா அம்மாவிடம், "குக்கூக்கு மூளையில ரத்தம் கசிஞ்சிட்டு இருக்குன்னு சொல்லுறாங்கமீ! பக்கத்துல இருக்க பெரிய ஹாஸ்பிடலுக்கு அனுப்ப போறாங்க. எனக்கு ரொம்ப பயமா இருக்குமீ" என்று சொல்லும்போது மீண்டும் அழுகையோடு நடுக்கமும், பதட்டமும், பயமும் வந்து காந்தம் போல அவள் இதயம் முழுக்க ஒட்டிக்கொண்டது.

"என்னம்மா சொல்லுறே? என்னம்மா சொல்லுறே" என்று நம்பமுடியாது அம்மா கேவலாக அழத்தொடங்கினார். அம்மா அழுவதைக்கேட்டு அண்ணா, அண்ணி, தம்பி, தம்பி மனைவி எல்லோரும் விசாரிக்கத் தொடங்கினார்கள்.

அம்மா அழுதபடியே நிலாவிடம் "தனியா எப்படிமா சமாளிக்கப்போறே? உனக்கு துணைக்கு யாருமே இல்லயே. தனியா எப்படிம்மா குழந்தைய பாத்துக்குவே. என்ன பண்ணுவே? தனியா இருக்கியேமா" என்று கதறத்தொடங்கியதும் நிலாவுக்குள் நடுக்கம் அதிகமானது.

மீண்டும் பேசுவதாக சொல்லிவிட்டு வைத்துவிட்டு ஆசுவாசப்படுத்திக்கொண்டு, நிலா தன் மாமனார், மாமியாரை அழைத்தாள்.

மாமியார், மாமனாருக்கு முதல் பேரன் குக்கூ என்பதால் அவன்மேல் எப்போதுமே கொள்ளை பிரியம். அதுவும் ஆதி இறந்தபிறகு பேரனின் மேலிருந்த அன்பு பலமடங்காகி வளர்ந்து இருந்தது.

நிலாவின் அழைப்பை எடுத்து, "சொல்லும்மா" என்று அவருக்கே உரித்தான அதட்டலான பாணியில் தொடங்கினார்.

நிலா "அப்பா! குக்கூவுக்கு மூளையில ரத்தக்குழாய் வெடிச்சிட்டதா சொல்லுறாங்க." என்று சொல்லிமுடிக்கும் முன்னமே, அவர் நிலைக்குலைவது குரலில் தெரிந்தது.

மாமனார் குரலுடைந்து "என்னம்மா? என் கொழந்தைக்காம்மா? என் புள்ளைக்காமா? ஐயோ! ஐயோ யேசப்பா! நாங்க என்ன செய்வோம்? என் கொழந்தைக்கு இப்படி ஆகிருச்சே?" என்று சொல்லியபடி மேலே ஏதும் பேசமுடியாது ஓவென்று கதறி அழத்தொடங்கினார். அவர் அழுவதைப் பார்த்து, பதட்டத்தோடு மாமியார் போனை வாங்கி விஷயத்தைக் கேட்டு அவரும் கதறி அழுதார்.

எல்லோரின் அழுகுரலும், ஓலமும் நிலாவை ரொம்பவும் சோர்வடைய செய்து தள்ளாட்டத்தில் வைத்தது. அந்த குரல்கள் எல்லாவற்றில் இருந்தும் ஓடிப்போய்விடவேண்டும் என்றுத் தோன்ற நிலா மீண்டும் அழைக்கிறேன் என்றுச் சொல்லிவிட்டு அவசரமாக வைத்துவிட்டாள்.

நிறைய நேரம் ஆகிவிட்டதைப் போல தோன்றி நேரத்தைப் பார்க்கையில், பத்து நிமிடம்தான் ஆகியிருந்தது. குழந்தை தனியாக இருக்கிறான் என்பது நிலாவைத் தரையிலிருந்துத் தூக்கி நிறுத்தியது.

பிரியா விஜயராகவன்

ஜனவரி மாதக்குளிரில், குழாயைத் திருப்பி, ஐஸ்கட்டியைப் போல வந்த தண்ணீரை முகத்தில் அறைந்துக்கொண்டாள். மிக குளிர்ந்த நீர் தொட்ட இடமெல்லாம் தீப் போல எரியவைத்தது.

முகத்தைத் துடைத்துக்கொண்டு நிலா குக்கூ இருந்த அறைக்கு ஓடிவந்தாள்.

குக்கூ ஆள்வரும் சத்தம் கேட்டு, கண்களை மூடிக்கொண்டே "மீ! நீங்களா" என்றுப் பயந்தப்படி கேட்டான்.

நிலா "ஆமாடீ கண்ணா" என்றதும் அவசரமாக நிலாவின் கையை வெற்றிடத்தில் துழாவியபடி தேடினான். யாருமற்ற அறையில் தனியாகப் படுத்திருந்த குழந்தை ஒன்றுமில்லாத வெளியில் கைகளை பயத்தோடுத் தேடுவதை நிலாவால் தாங்கமுடியவில்லை.

இரண்டெட்டில் அவனை அடைந்து, நிலா அவன் படுத்திருந்த ட்ராலியின் மேல் சாய்ந்தபடி, குக்கூவின் இரு கைகளையும் இறுகப் பற்றிக்கொண்டாள்.

குக்கூ "மீ!" என்றான்.

நிலா "ம்ம்! சொல்லு மோனே!" என்றாள்.

குக்கூ "ரொம்ப வலிக்குதும்மீ" என்று சொன்னான். சொல்லும்போதே அவனுடைய மூடிய விழிகளின் ஓரங்களில் இருந்து கண்ணீர் வடிந்தது.

குக்கூ, "மீ!" என்றான்.

நிலா சத்தமில்லாமல் அழுதுக்கொண்டே அவன் கண்ணீரைத் துடைத்தாள். அவன், "மீ! எனக்கு கொஞ்சம் பயமா இருக்குமீ" என்றதும் நிலாவின் உடல் மையத்தில் ஏதோ காணாமல் போனது.

மெல்ல மூச்சை இழுத்துவிட்டு, நிலா "என்னால முடிஞ்சா உன் வலி எல்லாத்தயும், உன் தொந்திரவு எல்லாத்தயும் ஹாஃப் அ செகண்ட்ல நான் எடுத்துக்குவேனே என் கண்ணம்மா. என்னால முடியலேடீ மோனே! மம்மீக்கு என்ன செய்யணும்னே தெரியலயேடீ. என் கையை கெட்டியா பிடுச்சுக்கடீ" என்று சொல்லும்போதே குரல் உடைந்துக் கம்மியது.

ஆம்புலன்ஸ் வந்துவிட்டதாக நர்ஸ் வந்து சொல்லிவிட்டு, குக்கூவின் பி.பி செக் செய்தாள்.

குக்கூவின் ரத்த அழுத்தம் 240/150... அவன் வயதொத்த குழந்தைகளுக்கு 110/70 போல இருக்கும். அவனுடையது மிக அதிகமாக இருந்தது.

நர்ஸ் பெண் ரத்த அழுத்தம் குறைய மருந்தை ட்ரிப் ஏற்றத் தொடங்கினாள்.

நாட்டிங்க்ஹாம் அழைத்து செல்ல வந்த ஆம்புலன்ஸ் க்ரூவில் இருந்த இரு ஆண்கள் குக்கூவை ஸ்ட்ரெச்சரில் படுக்க சொன்னார்கள். குக்கூவால் கைக்கால்களை நகர்த்த முடியவில்லை. அவனால் எழமுடியாததால், படுக்கையில் இருந்து, இருவரும் இருபக்கமும் கைத்தாங்கலாகப் பிடித்து எழுப்ப முயன்றதும், குக்கூ “ம்மா! ம்மா” என்று அனத்தியபடியே இறங்கி நின்றவனின் கால்கள் குழைய அப்படியே தரையில் சரிந்தான்.

நிலா பதறியபடி குக்கூவைத் தாங்கிப்பிடிக்க, அந்த இரு ஆண்களும் உதவ அவனை தரையில் இருந்து தூக்கி, ஆம்புலன்ஸ் ட்ராலியில் படுக்கவைத்தார்கள்.

டாக்டர் ரெய்னால்ட்ஸ் மீண்டும் நிலாவின் அருகே வந்து, தோளில் தட்டி தைரியமாக இருக்கும்படி சொன்னார்.

அந்த ஆம்புலன்ஸ் க்ரூவிடம் கண்டிப்பான குரலில் “குழந்தையைக் குலுக்கம் ஏதும் இல்லாம, மெதுவாக கூட்டிப் போங்க! ரத்த அழுத்தம் அதிகமா இருக்கறதால, குலுங்கினா ரத்தக்கட்டி நகர்ந்துடுலாம். என்ன வேணும்னாலும் நடக்கலாம். அப்படி அசம்பாவிதமாக ஏதும் நடந்தால், வெண்டிலேட் செய்ய தயாராக இருங்கள்” என்று சொன்னது நிலாவின் காதில் விழுந்தது.

“என் குழந்தைக்கு ஒன்றுமில்லை” என்று ஓங்கிக் கத்தவேண்டும் போல தோன்றியது.

ட்ராலி நகர, குக்கூவின் கையை விடாது பிடித்துக்கொண்டே ஓடிச் சென்று ஆம்புலன்ஸில் ஏறினாள்.

நிலாவின் மருத்துவ வேலையில், உடல்நிலை மிக மோசமாக இருக்கும் நோயாளிகளை ஆம்புலன்ஸ் வந்து நிறுத்தும்போதே

அதில் ஏறி ஸ்டெபிலைஸ் செய்தப் பிறகு வார்டுக்கோ, அவசர சிகிச்சைப்பிரிவுக்கோ அழைத்து சென்று இருக்கிறாள்.

ஆம்புலன்ஸ் நீலவெளிச்சம் மின்னிக்கொண்டு, சாலையில் நகர்ந்துச் செல்லும் எல்லாவற்றையும் பெருக்கியொதுக்கும் சைரன் சத்தத்தோடு எப்போது நிலாவைத் தாண்டி சென்றாலும், மனப்பூர்வமாக வண்டியில் செல்பவர்கள் உடல்நிலை குணமாகி, நல்ல ஆரோக்கியத்தோடு வாழ வேண்டுவாள்.

ஆனால் இன்று அப்படி ஒரு வண்டிக்குள் அமர்ந்து, தன் குழந்தையின் உயிரைக் கையில் பிடித்துச் செல்லும்படியான வாழ்க்கையை விரக்தியோடுப் பார்த்தாள். குக்கூ உயிருக்குப் போராடியபடி போகும் வழியில் இருப்பவர்கள் அவனுக்காக வேண்டுபவர்களாக இருப்பார்களா தெரியவில்லை?

வண்டி அவர்களுடைய ஊரைவிட்டு இருவரையும் சுமந்துக்கொண்டு, நாட்டிங்க்ஹாமில் இருக்கும் மருத்துவமனையை நோக்கி சைரன் சத்தத்துடன் ஓடியது.

ஒவ்வொரு முறை வண்டி ப்ரேக் அடிக்கும்போதும், சைரன் சத்தத்தின் போதும், வேகமாக திரும்பும் போதும், குக்கூ கண்கள் மேலுக்குச் செறுகியபடி "ம்மா" என்று அலறினான்.

'இதற்கு மேல் மனதால் பயப்படமுடியாது. அடிமட்டத்தை அடைந்துவிட்டேன்' என்று நிலா ஒவ்வொரு முறையும் எண்ணினாள். குக்கூ அலறும் போது, பயம் நிலாவின் உயிரை இன்னமும் ஆழமாகவும், வேகமாகவும் துளையிட்டுப் பாய்ந்தது.

அடுத்து வரும் எல்லா நொடிகளும் மரணம் தாங்கி வருவதுதான். ஆனால் மரணம் எங்கு, எப்போது, எதனால், எந்த சமயம் என்பதைப் பற்றிய யோசனைகள் முழுக்க மறைந்து, ஒவ்வொருவரும் சாகாவரம் பெற்றவர்கள் போன்ற தோணல் கொடுக்கும் தோல்பாவை நிழலாட்ட வாழ்க்கைதான்.

இன்று நிலாவுக்கு அப்படியான மறைபாடுகள் கொண்ட நாள் இல்லை.

நேற்றிரவில் இருந்து குக்கூ எந்த சமயத்தில் வேண்டுமானாலும் இறந்துப் போயிருக்கலாம். இந்த நிமிடத்திற்கு பிறகு வரும் ஏதோ ஒரு நொடியில், அவளுடைய அப்பாவைப் போல,

கணவனைப் போல, அவளுடைய மகனும் இறந்துவிடலாம் என்பது திடமாகத் தெரியும்போது, எந்த பக்கம் திரும்புவது? எங்கு ஒளிந்துக்கொள்வது?

நிலாவின் கண்கள் குக்கூவை விட்டு அகலவே இல்லை. அவளுடைய வார்த்தைகள், யோசனைகள் எல்லாம் ஓடி ஒழிந்தே போனது.

ஆம்புலன்ஸ் க்ரூவில் பாராமெடிக்கல் டீமில் ஒருவரான மார்க் குக்கூவின் ரத்த அழுத்தத்தைப் பரிசோதித்துக் கொண்டே வந்தார்.

அவர் "என்ன நடந்தது?" என்றுப் பரிவாகக் கேட்டார்.

நிலா "மகனுக்கு நேற்று இரவில் இருந்தே தலைவலி என்றான். நான்தான் அதை பெரிது படுத்தாது விட்டுவிட்டேன்." என்றாள்.

அதற்கு அவர், "உங்களுக்குத் தெரியாதது இல்லை. கிட்டத்தட்ட 90% இது போல ரத்தக்குழாய் வெடித்தால் ரத்தம் நிற்காது கசிந்து, உடனடியாக உயிர் போய்விடும். உங்கள் மகனுக்கு இதுவரை எந்த தொந்திரவும் இல்லை. இன்னும் 20 நிமிடத்தில் அங்கு சென்றுவிடலாம். உடனடியாக அறுவை சிகிச்சைக்கு கூட்டிக் கொண்டு செல்லக்கூடும். தைரியமாக இருங்கள்" என்றார்.

நிலாவின் அலைப்பேசியில் அவளுடைய தோழர் அப்துல் அழைத்தார். இரவே மகனுக்கு உடல் நிலை நன்றாக இல்லை என்று சொல்லியிருந்தாள்.

இப்போது எப்படி இருக்கிறான் என்று கேட்க அழைத்திருந்தார்.

நிலா நடப்பதைச் சொன்னதும், "யாராவது கூட இருக்கிறார்களா?" என்றுக் கேட்டார். அவள் இல்லை என்று சொன்னதும், "நான் கிளம்பி வருகிறேன். பயப்படாதிரு" என்று சொல்லிவிட்டு வைத்தார்.

நிலாவுக்கு அப்துல் 8 வருட காலமாக பழக்கம். மேற்கு ஆப்பிரிக்க நாடான கானாவை சேர்ந்தவர். அன்பானவர். நிலாவின் மீதும், குக்கூவின் மீதும் அக்கறை கொண்டவர்.

இந்த நேரம் யாராவது கூட இருந்தால், காலில் விழுந்துவிடுவாள் என்று தோணியது.

மருத்துவமனையின் வாசலைப் போய் அடைந்ததும் கொஞ்சம் மனது தைரியமானது.

"என் குக்கூவை காப்பாத்தி கொடுத்துடுங்க டாடி! டேய் ஆதி, குக்கூவைப் பார்த்துக்கோடா!" என்று அப்பாவிடமும், ஆதியிடமும் வேண்டிக் கொண்டே வந்து சேர்ந்தாள்.

குக்கூவை மெதுவாக இறக்கி, ஆறாவது மாடியில் இருந்த பீடியாட்ரிக் ந்யூரோசர்ஜரி வார்ட்டில் சென்று சேர்த்தார்கள். குக்கூ நர்ஸ்கள் அமரும் இடத்தின் அருகேயே இருந்த பெட்டில் படுக்க வைத்தார்கள்.

காலை மணி 11.30.

அங்கிருந்த நர்ஸ் வந்து குக்கூவுடைய ரத்த அழுத்தம், இதய துடிப்பு போன்றவற்றைப் பரிசோதித்தாள்.

ரத்த அழுத்தம் 250/150...

குக்கூவுடைய கையில் வென்ஃப்லான் ஊசியைப் பொருத்தி, ரத்தப்பரிசோதனைக்கு ரத்தம் எடுத்தாள். மிகவும் தலை வலிப்பதாக குக்கூ சொல்லவும், டாக்டர் வந்து மாத்திரை எழுதியதும் தருவதாகச் சொல்லி சென்றாள்.

குக்கூ கண்களை மூடியபடி இருந்தான். தூங்குகிறானா என்று தெரியவில்லை. அமைதியாக அவன் கையைப் பிடித்துக்கொண்டு உட்கார்ந்து இருந்தாள்.

அந்த வார்ட் இடம் முழுக்க இரைச்சலாக இருந்தது. ஒவ்வொரு முறை சின்ன சத்தம் கேட்டாலும் குக்கூ அதிர்ந்து விழித்து, சலித்துக்கொண்டான். "மீ! ஏன்மீ? ம்ம்ச்ச். எனக்கு ஏன்மீ?" என்று வலியின் உச்சத்தில் ஆனத்துகையில், அங்கிருந்த அத்தனை பேரையும் ஒரே நொடியில் கையால் அள்ளி வெளியே தூக்கிப்போட்டு அந்த இடத்தை நிசப்தமாக்கிவிட தோன்றியது.

சிறிது நேரத்தில் ஜூனியர் டாக்டர் ஒருவர் வந்து, மீண்டும் ஒரு ஸ்கேன் செய்யவேண்டும் என்று சொன்னார்.

நிலா ஏன் என்று கேட்க, அறுவை சிகிச்சைக்கு முன், மூளையில் சிடி ஆஞ்சியோக்ராம் செய்ய வேண்டும்.

அப்போதுதான் எந்த அளவு பாதிப்பு என்று தெளிவாக பார்க்கமுடியும் என்று சொன்னார்.

குக்கூவுக்கு வலிக்கும், ரத்த அழுத்தம் குறையவும் மருந்து எழுதிக்கொடுக்காது சென்றுவிட்டார். நிலாவுடைய மூளையும் மந்தமாக இருந்ததால், உடனடியாக கேட்க மறந்துவிட்டாள்.

சிடி ஸ்கேனிற்கு குக்கூவை அழைத்துப் போக போர்ட்டர் வந்துவிட்டார்.

குக்கூவை நகர்த்தவும், அவன் திடுக்கிட்டு எழுந்து விட்டத்தைப் பார்த்து, "மீ! அவன்... என்கிட்ட சண்டை போட்டு அங்க பாருங்க குதிச்சு போயிட்டே இருக்கான். நான் ஓடிப்போய் புடுச்சிட்டு வரேன். அவன் என்னைவிட்டு காணாம போயிட்டா நான் என்ன செய்யறது?" என்று நாக்கு குழற சொன்னான்.

நிலாவும் காலியான அந்த விட்டத்தைப் பார்த்தாள். என்ன சொல்லுவது என்று தெரியாது தொண்டை வறண்டது.

குக்கூவின் தலையைக் கோதி, "நம்ம ஸ்கேன் எடுத்துட்டு வந்துடலாம் மோனே! அதுக்கப்புறம் வந்து அவனைத் தேடிப்போகலாம்" என்றாள்.

குழந்தை வெகு சோகமாக, "மீ! மீ! என் ஃப்ரெண்ட் மீ அவன். சீக்கிரம் காணாம போயிடுவான். கரைஞ்சுட்டா அப்ப யாரு கண்டுப்பிடிப்பா?" என்று கோபமாகவும், பதட்டமாகவும் பேசினான். குக்கூ மீண்டும் கண்களை மூடிக்கொண்டு ஏதேதோ பிதற்றினான். நிலாவிற்கு அவன் பேசியதில் முக்கால்வாசி புரியவில்லை.

நிலா "நான் அவன்கிட்ட சொல்லி இருக்கேன் பாப்பா. நம்ம போய் வர 2 மினிட்ஸ் தான் ஆகும். அவன் உனக்காக காத்து இருக்கிறேங்குறான்." என்றதும் குக்கூ அமைதியானான்.

"மீ! நீங்க ப்ராமிஸ்ஸா தானே சொல்லுறீங்க. அவன் வெயிட் செய்யுறேன்னு சொன்னானா?" என்று கேட்டவனிடம், "மம்மீ உன்கிட்ட பொய் சொல்லுவேனாடீ மோனா!" என்று சொல்லவும் ஸ்கேன் எடுக்க ஒத்துக்கொண்டான்.

இந்த முறை ஸ்கேன் அறைக்குள் செல்லும்போது நிலாவின் கையைவிடாது பிடித்திருந்தான். நிலாவும் அவனோடு

வரவேண்டும் என்று கெஞ்சவும், அங்கிருந்த ஸ்கேன் டெக்னிஷியன், நிலாவுக்கு பாதுகாப்பு ஏப்ரனை அணியக் கொடுத்துவிட்டு, கண்ணாடி அறைக்குள் சென்று மெஷினை இயக்கத்தொடங்கினாள்.

குக்கூவை அங்கிருந்த அரைவட்ட ஸ்கேன் மெஷின் உள்ளுக்குள் இழுத்து அவனுடைய தலையைப் படம் பிடிக்க தொடங்கியது.

உடலும், மனதும் சொல்லமுடியாத அயர்ச்சியில் இருந்தது.

ஸ்கேன் எடுத்து முடித்ததும் மீண்டும் வார்ட்டுக்கு திரும்பினார்கள்.

முதல் நாள் சாயங்காலத்தில் இருந்து சாப்பிடாது இருந்த குக்கூவிடம் "பசிக்குதா மோனு" என்றுக் கேட்டாள்.

குக்கூ, "நாளைக்கு வந்துடும்மீ" என்றான்.

"என்ன மோனா" என்று நிலா கேட்டதும் "நாம அந்த மலை மேல போயி டாடிகூட தங்கணோம்ல. அங்க வந்து ஒரு அம்மா சிரிக்கிற சத்தம் கேட்டுச்சே. இப்பக்கூட ரொம்ப சத்தமா கேக்குதுல்ல" சம்மந்தம் இல்லாது பேசினான்.

நான்கு, ஐந்து வருடம் முன்பு, நிலாவும் குக்கூவும் ஆதியோடு கொடைக்கானல் மலைக்குன்றில் டெண்ட் அடித்து நான்கு நாட்கள் தங்கியிருந்தார்கள்.

காட்டின் நடுவே அமைந்திருந்த ஆள் அரவமற்ற மலையுச்சி அது. கீழேயிருந்த மரக்கிளைகளை எடுத்து நெருப்பு மூட்டி, அங்கேயே சமைத்துச் சாப்பிட்டுத் தூங்கினார்கள். நடு இரவில் ஒரு பெண் அலறுவதைப்போலவும், கூப்பிடுவது போலவும், சிரிப்பதை போலவும், சலங்கை சத்தத்தோடு ஓடுவது போலவும் தொடர்ந்து சத்தமாக கேட்டுக் கொண்டிருந்தது.

அவர்களை அழைத்துக் கொண்டு வந்திருந்த கைட். அப்படி சத்தமிடுவது அந்த காட்டில் வசிக்கும் சப்தகன்னிகளும், வனதேவதைகளும் என்று சொல்லி, அவர் எடுத்துவந்திருந்த கற்பூரம் கொண்டு சத்தம் வந்த வழி ஆரத்தி காட்டி மிக பயபக்தியோடு வணங்கினார்.

அதன்பின் அந்த பெண்களின் சத்தம் அடங்கிப்போனாலும், அந்த இடம் முழுக்க காட்டமான பூ வாசம் வெகு நேரம் இருந்தது.

அதை ஏன் இப்போது நினைக்கிறான் என்று நிலாவுக்கு புரியவில்லை.

குக்கூவைப் பார்த்து, "ரொம்ப தலைவலிச்சா, நீ கண்ணை மூடி தூங்கு கண்ணா! மம்மீ உன் பக்கத்துலயே தான் இருக்கேண்டீ" என்றாள்.

குக்கூவிற்கு சிறு வயது முதலே பூக்களைப் பார்த்தால் அச்சம். Anthophobia!

நிலா குக்கூவை சமாதானப்படுத்தித் தூங்கவைக்க முயன்றாள்.

குக்கூ "உங்களுக்கு அந்த பூவாசம் வரலையாமீ! எனக்கு தலை வலிக்குதுமீ அந்த வாசனைல" என்றான்.

நிலா "நான் சாமி கும்பிடுறேன் மோனு! இப்போ காணாம போயிடும்" என்றாள்.

குக்கூ விடாது ஏதேதோ தொடர்பு இல்லாதவைகளைப் பேசினான். திடீர் திடீரென வெவ்வேறு வாசனைகள் வருவதாக சொன்னான்.

நிலாவின் அலைப்பேசியைப் பக்கத்தில் வைத்தாலே, தலைவலி அதிகமாவதாகச் சொன்னான். மீண்டும் சில முறை வாந்தி எடுத்தான். மயங்கி, விழித்து, உளறி, கண்கள் செறுகி வெவ்வேறாக மாறினான்.

குக்கூ அவனோடு சண்டைப் போட்ட கண்ணுக்கு தெரியாத தோழனோடுப் பேசிக்கொண்டே இருந்தான்.

குழந்தை பிறக்கும் போது troubleshooting manual உடன் வருவதில்லை. வந்திருந்தால் நன்றாக இருந்திருக்கும் என்றுத் தோன்றியது.

குக்கூ தனக்குதானே ஏதேதோ கதைகள் பேசி சிரித்து, வலியில் முகம் சுளித்து, கண்ணுக்குத் தெரியாதவர்களிடம் கோபித்துக்கொண்டு சண்டைப் போடுபவனை ஒன்றும் பேசாது பார்த்தாள்.

நிலா தன் வாழ்க்கையில் பல வகையான சூழல்களைத் தாண்டி வரும்படியாக இறைவன் அருள் தந்திருக்கிறான். இப்போது பார்க்கும், உணரும் சூழல் இதுவரை பார்த்திராத ஒன்று.

'நீ என் முன் ஒன்றுமே இல்லை' என்று மீண்டும் மீண்டும் உணர்த்தி, அவளுக்குள் இருந்த நான் என்ற அகந்தையை, இறை அம்மிக்கல்லில் சதைத்து, அரைப்பதைப் போல பொடி செய்துக் கொண்டிருந்தான்.

நிலாவும் இறையிடம் அவர்களின் வாழ்க்கையை ஒப்படைத்துவிட்டு வேடிக்கை பார்த்தாள்.

ஒவ்வொரு நொடியும் மெத்த மெதுவாக சென்று மறைந்து, சாயங்காலம் ஆனது.

அப்துல் அவர்கள் இருந்த வார்ட்டைத் தேடி வந்தார். அவர் வந்து சிறிது நேரம் குக்கூவின் கையைப் பிடித்துக்கொண்டு அமர்ந்திருந்தார்.

நிலா குக்குவின் படுக்கையிலேயே சரிந்து தன்னை அறியாது தூங்கிப்போனாள்.

சிறிது நேரத்தில் மதியம் வந்து பார்த்த டாக்டர் வந்து நிலாவைத் தனியாக அழைத்து சென்று, "நீங்கள் மருத்துவர் தானே" என்றுக் கேட்டுக்கொண்டு, கம்ப்யூட்டரில் தெரிந்த சிடி ஸ்கேனை நிலாவிடம் காட்டினார்.

குக்கூவின் தலைக்குள் பெரிய நெல்லிக்காய் அளவு ரத்தகுழாய் வீங்கி வெடித்து, ரத்தம் கசிந்து ரத்தக்கட்டி தற்காலிகமாக உருவாகி ரத்தக்கசிவை நிறுத்தியிருப்பதைக் காட்டினார். மூளை முழுக்க வீங்கி, மூளையில் இருந்து முதுகு தண்டுவடத்தின் வழியே செல்லும் ஸ்பைனல் ஃப்ளூயிட் என்னும் தண்ணீர் அடைப்பட்டு மூளை வீங்கி, ஹைட்ரோகெஃபாலஸ் என்ற நோய் உருவாகியிருப்பதைக் காட்டினார்.

பொருட்காட்சியில் பலூனுக்குள் பலூன் விற்பதைப் பார்த்திருக்கிறாள். அது போல இங்கேயும் மூளையும் வீங்கி மண்டையோட்டுக்குள் பொதிந்துப்போய், மூளைக்கு இருக்கும் தண்ணீரும் அடைத்து மூளையை உள்ளிருந்தும் அழுத்திக்கொண்டிருந்தது.

ரத்த அழுத்தம் அடங்காது அறுவை சிகிச்சை செய்ய முடியாது என்றுச் சொல்லிவிட்டு, காலையில் எப்படி இருக்கிறான் என்பதைப் பொறுத்து முடிவு செய்வார்கள் என்றார்.

மகனுடைய வலிக்கு முதலில் மருந்து தரசொல்லிக் கேட்டாள்.

மீண்டும் வந்து குக்கூவின் அருகே அமர்ந்ததும், அவளுடைய கையைப் பிடித்துக்கொண்டான்.

எல்லா யோசனைகளும் வறண்டு போயிருந்தது. அப்துல் நிறைய ஆறுதலும், தைரியமும் சொன்னார். அதற்குள் பவானியும், மகேஷும் வர, அவர்கள் மூவரும் பேசிக்கொண்டார்கள். 2, 3 மணி நேரம் அமைதியாக அமர்ந்திருந்தார்கள். அவளுடைய 5 வயது, 2 வயது குழந்தைகளை வீட்டில் வேலையாளிடம் விட்டுவிட்டு வந்திருந்தாள். அதனால் நன்றி சொல்லி அனுப்பினாள்.

இவர்கள் எல்லோரும் இருந்ததாலோ என்னமோ இரவு சட்டென வந்தது.

இரவு பத்து மணிவாக்கில், அப்துல் காலை 8 மணிக்கெல்லாம் வருவதாகச் சொல்லி சென்றுவிட்டார்.

அப்துலின் வாழ்க்கையும், அவர் வளர்ந்த விதமும் மிக கடினமானது.

ஆப்பிரிக்க கண்டத்தில் இருந்த கானா தேசத்தில் பிறந்த மூன்று மாதத்தில் அவனுடைய அம்மாவும், அப்பாவும் பிரிந்துவிட்டதால், அப்துல் அவனுடைய அப்பா வழி பாட்டியின் வீட்டில் தான் வளர்ந்தான்.

அப்பா அம்மா அரவணைப்பென்றால் என்ன என்று தெரியாது வளர்ந்ததால், அவனுக்கு நிலாவையும் குக்கூவையும் மிகவும் பிடித்துப்போனது. "எனக்கும் உன்னைப்போல ஒரு அம்மா இருந்திருந்தால்" என்றுதான் அவருடைய வாக்கியங்கள் தொடங்கும்.

குக்கூவின் அப்பா இறந்த பிறகு, அப்துலுக்கு குக்கூவின் மேல் பெரிய சாஃப்ட் கார்னர்.

அப்துல் கிளம்பிப் போனதும், அங்கிருந்த நாற்காலியில் அமர்ந்து குக்கூவின் கையைப் பிடித்துக் கொண்டு கண்களை மூடினாள். அது கோழி தூக்கம் தான்.

குக்கூவின் தொடர் பேச்சு காதில் வாங்கிக் கொண்டிருந்தாள்.

குக்கூ வானத்தில் குதித்தான், ஏதோ ஒரு எதிரிக்கூட்டத்துடன் போருக்குப் போக தயாராகிக் கொண்டிருந்தான், நண்பர்களோடு அமர்ந்து எப்படி சண்டையிடுவது என்று வியூகங்கள் போட்டான், சிரித்தான், எதிரிகள் ஈட்டியால் தாக்கியதில் தலைவலிப்பதாக அழுதான், அவனுடைய அப்பாவோடுப் பேசினான். சிரித்தான். தொலைந்து போகும் அப்பாவை அவனுடைய அரூப நண்பனோடுச் சேர்ந்துத் தேடினான். கண்டுப்பிடிக்கமுடியாது அழுதான். திரும்ப திரும்ப ஒரே விஷயத்தைப் பேசினான்.

இரவு முழுக்க ஒரு நொடி விடாது தொடர்போடும், தொடர்பற்றும் குக்கூ பேசியபடியே இருந்தான்.

நிலா சில முறை "ப்ளீஸ் கொஞ்சம் தூங்கு பாப்பா! மம்மீ உன்கூடதானே இருக்கேன். கொஞ்ச நேரம் தூங்குடீ" என்றுச் சொல்வது கேட்டுக் கொஞ்சம் அமைதியானான். மீண்டும் சிறிது நேரத்தில், அவனுடைய நண்பன் அவனை எழுப்பவதாக சொல்லி, அதன்பின் அதிகமாக தலைவலிப்பதாகச் சொன்னான்..

குக்கூவின் மூளையில் இருந்த நெல்லிக்காய் ரத்தக்கட்டி அவனுடைய நண்பனாகிப் போனானா என்று நிலா எண்ணினாள்.

இரவு மிக மெதுவாக குக்கூவாலும், அவனுடைய கண்ணுக்குத் தெரியாத நண்பனாலும் உருண்டு ஓடியது.

குக்கூவின் அடுத்த படுக்கையில் இழுப்பு நோய் வந்துக் கொண்டிருந்த குழந்தையை அட்மிட் செய்திருந்தார்கள். அந்த 8 வயது குழந்தை, தலையில் ஹெல்மெட் எப்போதும் போட்டபடியே இருந்தான். கழுத்தில் பொறுத்தியிருந்த vagal nerve stimulator வேலை செய்வது நிறுத்தியதால் புதியது பொறுத்த போவதாக அந்த குழந்தையின் அம்மா கூறினார்.

நிலா குக்கூவைப் பற்றிச் சொல்லியதும், அந்த அம்மா அவளைப் பரிதாபமாகப் பார்த்து, குக்கூ உயிர் பிழைக்க வேண்டிக்கொள்வதாகச் சொன்னார்.

காலை விடிந்ததும் 7 மணி வாக்கில், ப்ரொஃபசர் மெக்கோனகி என்பவர் நிலாவைப் பார்க்க வந்தார்.

பீடியாட்ரிக் இண்டர்வென்ஷனல் ந்யூரோசர்ஜரி பிரிவின் தலைமை மருத்துவர் அறுவை சிகிச்சைக்கான கன்செண்ட் ஃபார்மில் கையெழுத்து 'வாங்க வந்திருந்தார்.

நிலாவிடம், "உங்கள் மகனுடைய மூளையில் ரத்தக்குழாய் வெடித்துள்ள இடம் சற்று சிக்கலான இடத்தில் இருக்கிறது. உள்ளே சென்றுப் பார்த்தால் தான் என்ன செய்வது என்பதை தீர்மானிக்கமுடியும். எதுவாக இருந்தாலும் நுட்பமான ரத்தக்குழாயை தொட்டால் சில சமயம் முழுக்க சுருங்கி ஸ்ட்ரோக் வரலாம், அல்லது மொத்தமாக வெடித்து ரத்தம் நிறுத்தமுடியாது போகலாம். இந்த அறுவை சிகிச்சையில் உங்கள் மகன் இறந்துவிடவோ, படுத்த படுக்கையாகிவிடவோ 80 சதவித வாய்ப்புகள் உள்ளன. ஆனால் ஒன்றுமே செய்யாது இருப்பதும் சரியான தீர்வு இல்லை. இதற்கெல்லாம் சம்மதம் என்றால் கையெழுத்து போடுங்கள்" என்றார்.

அவர் பேசும் வார்த்தைகள் நிலாவின் காதுக்குள் சென்றது. ஆனால் மூளைக்குள் செல்லாது அந்த வார்த்தைகள் காதுக்கும் மூளைக்கும் நடுவே எங்கேயோ குப்பையாக குவிந்துக்கொண்டிருந்தது. அந்த இடத்தில் இருந்தாலும் அந்த இடத்தில் அவளில்லை.

அந்த நொடி நிலாவைப் பார்த்து நீ யார் என்றுக் கேட்டிருந்தால், அவளுக்குப் பதில் சொல்லி இருக்கமுடியாது.

அந்த மருத்துவரின் முன்பு வெளிறிப்போய் நின்றிருந்தவளுக்குப் பேர் இல்லை! ஊர் இல்லை! படிப்பு இல்லை! வேலை இல்லை! அவளுடைய உற்றார் உறவினருக்குத் தெரிந்தவள் இல்லை! அவள் ஒரு குழந்தையின் அம்மாவா என்றுக் கேட்டால் அதற்கும் தெரியவில்லை என்றுதான் சொல்லியிருக்கக்கூடும். அப்படி எல்லாம் கலைத்துப்போட்ட நிலை அது.

டாக்டர் மெக்கோனகியை நிலா பேந்த பேந்தப் பார்த்தப் படியே, "சார், எனக்கு என் மகன் மட்டும்தான் இருக்கான்

பிரியா விஜயராகவன் • 231

எப்படியாவது காப்பாத்திக் கொடுத்துடுங்க சார்." என்று மேலே பேசமுடியாது கையைக் கூப்பியபோது, நெஞ்சுருகி உள்ளிருந்து நெருப்புக்குழம்பைப் போல கண்ணீர் வடிந்தது.

அவர் ஏதும் சொல்லாது, அவருடைய வலது கையால் நிலாவின் தோளைத் தட்டிக்கொடுத்தார். கடவுள் அவளோடும், குழந்தையோடும் இருக்க வேண்டுவதாக சொன்னார்.

நிலா கையெழுத்து போட்டதும், அதன் இன்னொரு பிரதியை அவளிடம் கொடுத்துச் சென்றார்.

சென்று முடிந்திருந்த இரண்டு நாளில் 1000 மலைகள் நடந்து வந்து, ஏறி அவள் தோளின் மேல் அமர்ந்திருந்தது போல நிலாவுக்குத் தோன்றியது. தரையில் இருந்து காலையெடுத்து அடுத்த அடி வைக்கவே நிலா மிகுந்த முயற்சிக்க வேண்டியிருந்தது.

குக்கூ இப்போது அசந்து உறங்கிக்கொண்டிருந்தான்.

நிலா அவள் கையில் இருந்த தாளைப் பார்த்தப்படி அமர்ந்திருந்தாள்.

அறுவை சிகிச்சையின் மூலம் ஏற்படக்கூடிய மெடிக்கல் காம்ப்ளிகேஷன்ஸ் என்ற சிக்கல்களின் பட்டியலைப் பார்த்துக் கொண்டே இருந்தாள். "ரத்தப்பெருக்கு, பக்கவாதம், கோமா, இறப்பு" என்ற நான்கு எழுத்துக்களை உற்றுப் பார்த்தப்படியே இருந்தாள். கண்களை அதிலிருந்து நகர்த்தமுடியவில்லை. அந்த எழுத்துக்களும், மூளையின் ஓரத்தில் குவிந்திருந்த வார்த்தைகளோடு சேர்ந்து கும்பாரமானது.

யோசனைக்கு அப்பால் அமர்ந்திருந்தப்போது அப்துல் வந்து சேர்ந்தார். நிலாவுடைய கையில் இருந்த கன்செண்ட் ஃபார்ம்மை வாங்கிப் பார்த்துவிட்டு சோகமானார்.

குக்கூ கண் திறக்கும்போதெல்லாம், வலியின் நடுவே மீண்டும் விட்டத்தில் இருந்த நண்பனோடும், நிலாவோடும் பேசினான். அவனுடைய சிதைந்த மூளைக்குள் நிஜமும், பிரமையும் நாற்று நடுவதைப் போல, இங்கொன்றும் அங்கொன்றுமாக புதைந்து, அவனை ஒரு நிமிடத்திற்கும் இன்னொரு நிமிடத்திற்கும் வெவ்வேறாக மாற்றிக்கொண்டிருந்தது.

கண்ணாமூச்சி விளையாட்டு போல, நிலாவுக்குத் தெரிந்த குக்கூவும், அவளுக்கு பரிச்சயமே இல்லாத புதியவனும் மாறி மாறி வந்தார்கள்.

வலி, தூக்கமின்மை, பசி, ரத்தம் கசிந்து வீங்கிய சின்னஞ் சிறிய மூளைக்குள் நிகழ்ந்துக்கொண்டிருந்த ரசாயன மாற்றங்கள் எல்லாம் கலந்து மரணத்தின் விளிம்பில் நிற்கும் குழந்தையைப் பார்த்தாள்.

எதுவுமே செய்ய இயலாது, எந்த பக்கமும் திரும்ப முடியாது, எது தாங்கவே முடியாத வலியோ அதை மாத்திரமே கண் இமைக்காது பார்க்கும் கையாலாகாத நிலை ஒரு மாபெரும் ஆணியைப் போல மாறி நிலாவின் நடுமண்டையில் இருந்து தரை வரை இறங்கி, குக்கூவை அசைவின்றி பார்த்துக்கொண்டே இருக்கும்படி செய்திருந்தது.

முந்தைய நாள் காலையில் இருந்து நிலா தண்ணீரும் குடிக்கவில்லை, சாப்பிடவும் இல்லை. டாய்லட்டிற்கும் செல்லவில்லை. உடம்பின் பெரும்பாலான செயல்பாடுகள் எல்லாமே நின்றுப்போயிருந்தது. போட்டுவந்த துணியை தவிர வேறெதுவும் எடுத்து வரக்கூட நேரமில்லை. பல் தேய்க்க, தலைமுடி ஒதுக்க, முகம் கழுவக்கூட தோன்றவில்லை.

நிலாவைப் பார்த்த நர்ஸ்கள் “நீங்கள் மருத்துவரா?” என்று கேட்டு மேலும் கீழும் பார்த்து லேசாகச் சிரித்துவிட்டு சென்றார்கள். அந்த அளவு வியர்வையில் முக்கியெடுத்து, கசங்கிய துணியும் தலைவிரி கோலமாக இருந்திருந்தாள் என்று பிறகு புரிந்தது.

காலை 8 மணி.

குக்கூவை அறுவை சிகிச்சை செய்யும் தியேட்டருக்குத் தள்ளிக்கொண்டுச் சென்றார்கள். மயக்க மருந்து நிபுணர்கள் குழந்தையுடைய ரத்த அழுத்தத்தை சில முறை பரிசோதித்தார்கள். ஈசிஜி படம் எடுத்தார்கள்.

குக்கூவின் முகம் அமைதியாக இருந்தது. “நீங்கள் அறுவை சிகிச்சையின்போது உங்கள் மகனோடு உள்ளே இருக்கலாம்” என்று மருத்துவர் ஒருவர் சொல்லிவிட்டு சென்றார்.

அப்துல் "நான் வேண்டிக்கொள்ள கொஞ்சம் அனுமதி தாருங்கள்" என்றுக் கேட்டார்.

அதனால் அங்கிருந்த நர்ஸ்கள் சில நிமிடம் கழித்து வருவதாகச் சொல்லி விலகி சென்றார்கள்.

அப்துல் ஒரு புறம் நின்று குக்கூவின் தலைமீதும், நெஞ்சின் மீதும் கைவைத்து வேண்டினார். இன்னொரு பக்கம் நின்றிருந்த நிலாவும் கண்களை மூடினாள். ஆனால் எதுவும் வேண்டவில்லை. மனது சுருங்கி விரிந்துக்கொண்டு இருந்தது.

கண்களைத் திறந்து வலியோடு இருந்த குக்கூவின் முகத்தைத் தலைமுடியை, கழுத்தை, நெஞ்சை, கைகளைத் தடவினாள். அவர்கள் மூவரை சுற்றியும் இருந்த காற்றில் வெகு இறுக்கமான அமைதியும், சோகமும் பரவியிருந்தது.

குக்கூவின் முகம் வலியில்லாதது போல திடீரென அமைதியாக மாறியது. அப்துலைப் பார்த்து மெல்ல சிரித்து, ஆள்காட்டி விரலை மடித்து, தன்னை நோக்கி வரச்சொன்னான். அப்துல் குனிந்து குக்கூவிடம் தன் காதைக் கொடுத்தார். குக்கூ அவர் காதில் ஏதோ கிசுகிசுக்க தொடங்குகையில், அப்துலின் கண்களில் கண்ணீர் வழியத்தொடங்கி, ஒரு கட்டத்தில் உடைந்துக் கதறி அழுதார்.

அப்துல் கிட்டதட்ட ஆறடி! கிங்கரன் போன்ற தோற்றம். அப்துலின் அம்மா இரண்டு வருடம் முன்பு இறந்துவிட்டார். தன் அம்மாவை பிறந்தப்பின் முதன்முதல் பார்த்ததே தன் 27வது வயதில்தான். தன் மொத்த வாழ்க்கையிலும் அவர் தன் அம்மாவோடு இருந்ததே 14 நாட்கள் மட்டுமே. இறந்தபிறகும் அம்மாவைப் பார்க்கமுடியவில்லை. அப்போது தான் அப்துல் அழுது நிலா பார்த்திருக்கிறாள். அதன்பின் அழுது நிலா பார்த்ததேதில்லை.

அப்துல் சத்தம்போட்டு கதறியதும், எல்லா பதட்டமும், பயமும் கொதித்து அடங்கி மறத்துப்போயிருந்த நிலையில் இருந்த நிலா திடுக்கிட்டு விழித்தாள்.

குக்கூவின் கண்களில் கண்ணீர் வழிந்தப்படி இருந்தாலும் அமைதியான முகமும், உதட்டில் சிரிப்போடும் இருந்தான்.

நிலா “என்ன ஆச்சு?” என்றுப் பதறிப்போய்க் கேட்க, அப்துல், “குக்கூ ஒருவேளை இந்த சர்ஜரில அவன் செத்துப்போ யிட்டா, உன்னை ரொம்ப ஜாக்கிரதையா, அன்பா, பத்திரமாப் பார்த்துக்க சொல்லுறான்” என்றுக் கேவலாக சொன்னார்.

இறப்பு சட்டென வந்துவிட்டால் அதை சார்த்து யோசிக்க நேரம்கூட இருக்காது செத்துவிடுவோம். ஆனால் இந்த மூன்று நாளும் தன் வலியினூடே குக்கூவின் இறப்பை அவனைவிட கிட்ட இருந்து யாரால் பார்த்திருக்கமுடியும். அம்மாவாக இருந்தால் மட்டுமென்ன அவன் இறப்பை அவளா இறக்கப்போகிறாள்? அவரவரின் இறப்பு அவரவருடையதுதானே.

நிலாவின் மனது சட்டென எல்லாமே தெளிந்து சமாதானமாகியது.

குக்கூவின் கைகளை ஒரு கையாலும், அவனுடையக் கன்னத்தை ஒரு கையாலும் பிடித்து, அவன் கண்களை நிதானமாகப் பார்த்து, “மோனா! இப்ப நான் பிடிச்சிருக்கினே... உன்னோட கை, இத எப்பவும் விட மாட்டேன்டீ. நீ உயிரோட இருந்தாலும், நீ செத்துப்போனாலுமம், நீ திரும்பிப்பாரு, உன் பக்கத்துலயேதான் மம்மீ இருப்பேன். நீ ஒண்ணும் பயப்படாதே. இது எனக்கு தெரிஞ்ச எல்லாத்து மேலயும் சத்தியம். ப்ராமிஸ் மோனு! நீ எப்பவும் தனியா இருக்கவே மாட்டே” என்று அழுத்தமாக சொன்னாள்.

குக்கூ கண்ணீரோடு, “மீ” என்று சொல்லிக் கைகளை நீட்டி, அவசரமாக கட்டிப்பிடித்தான். நிலாவும் அவசரமாகக் குனிந்து குழந்தையைக் கொஞ்சம் கூட இடைவெளியில்லாது ஆரத்தழுவி, அழுந்த நெற்றியில் முத்தமிட்டாள்

நேரமாகிறது என்று சொல்லிக்கொண்டே வந்து ட்ராலியை நகர்த்தினார்கள்.

நிலா குக்கூவைக் கையைப் பிடித்துக்கொண்டே உள்ளே சென்றாள். குக்குவின் உள்ளங்கைகள் வியர்வையில் நனைந்திருந்தது. அவன் வைத்தக்கண் வாங்காது நிலாவையேப் பார்த்துக்கொண்டிருந்தான். “மம்மீ கூடவேதான் வரேன் மோனு. நீ பயப்படாதே” என்று நிலா சொன்னதற்கு, மெல்ல தலையாட்டி, அவளையேப் பார்த்துக்கொண்டிருந்தான்.

அந்த அறுவை சிகிச்சை அரங்கில் 2 மயக்கமருந்து நிபுணர்கள், ப்ரொஃப்சர் மெக்கானகி, அவருடைய 3 ஜூனியர்கள், நர்ஸ்கள் என்று 10 பேர் இருந்தார்கள்.

குக்கூவை அறுவைசிகிச்சை ட்ராலியில் தூக்கிப்படுக்க வைத்தார்கள். குக்கூ படுத்தவுடன், நிலாவின் கையைத் தேடி இறுகப்பிடித்துக்கொண்டான்.

குக்கூவிற்கு மயக்கமருந்து கொடுக்கப் போவதாக சொல்லி, குக்கூவை எண்ணச் சொன்னார்கள்.

குக்கூ 1, 2, 3, 4, 5 என்று சொல்லும்போதே, நிலாவை இறுக்கி பிடித்திருந்த அவன் கைகள் முழுக்கத் தளர்ந்து, அவனுடைய அழகான கண்களில் திராட்சை போன்ற இரண்டு கருவிழியும் மெல்ல எழும்பி மேல்மண்டைக்குள் சென்று செறுகி, கண்களின் வெள்ளையைக் காட்டியபடி, வாய்பிளந்து, நாக்கு வாயின் ஓரத்தில் துறுத்திக்கொண்டு மயங்கினான்.

அதெல்லாமே சில மணித்துளிகளில் நடந்துமுடிந்தாலும், நிலாவுக்கு அப்படி தோன்றவில்லை.

குக்கூவை அப்படிப் பார்த்ததும் நிற்கும் தரை கரைந்து விட்டதைப் போலாகி நிலா பின்னோக்கி சரிந்தாள். அவள்பக்கம் இருந்த இரு நர்ஸ்களும் அவளை விழாது தாங்கிப் பிடித்தாலும் போதாது, நிலா அப்படியே தரையில் சரிந்து அமர்ந்தாள்.

சில வினாடிகள் கழித்து, கொஞ்சம் உணர்வுத் திரும்பியதும், நிலாவிற்கு மூச்சுவிட முடியவில்லை. கையை மட்டும் வெளியே நீட்டிப் போகவேண்டும் என்பதை போல சைகை காட்டினாள். அசைவின்றி கிடந்த குழந்தையைத் திரும்பி திரும்பிப் பார்த்தப்படியே வெளியே வந்தாள்

கைத்தாங்கலாகப் பிடித்து அறையின் வெளியே அழைத்து வந்த நர்ஸ், “வில் யூ பீ ஓகே? நான் திரும்ப அறுவைச்சிகிச்சை அரங்கிற்குச் செல்லவேண்டும்” என்றாள்.

நிலா மெல்ல தலையசைத்துவிட்டு, அங்கிருந்த நாற்காலிகளை நோக்கி நடந்தாள்.

மனதுக்குள் மீண்டும் மீண்டும் அவன் உடல் தளர்ந்து, தலைத்தொங்கி, கண்கள் செறுகி, நாக்கு வாயின் ஓரத்தில் துறுத்தியது படம் போல ஓடிக்கொண்டே இருந்தது. அந்த

காட்சியை தவிர வேறு எதுவுமே அவள் பிறந்ததில் இருந்த திலிருந்து பார்த்ததே இல்லை போல அது ஒன்றை மாத்திரமே நினைக்க முடிந்தது.

அங்கு ஒரு நாற்காலியில் காத்திருந்த அப்துல் தலையில் கையை வைத்துக்கொண்டு அமர்ந்திருந்தார். நிலா பித்துப் பிடித்தாற் போல அந்த காரிடரில் நடந்து வருவதைப் பார்த்து, எழுந்து வந்து அவளை இறுக அணைக்கவும், அதுவரை அடைத்துக்கொண்டிருந்த எல்லாம் அடித்துக்கொண்டு வெளிவருவதை போல சத்தம் போட்டு ஓவென ஓலமிட்டாள்.

அவளுடைய அழுகை அப்துலையும் அழவைத்தது. இருவரும் அழுவதைப் பார்த்து, நர்ஸ் ஒருத்தி, மற்ற நோயாளிகள் பயப்படுவதாகச் சொல்லி, அங்கிருந்த தனியறை ஒன்றில் ஆசுவாசப்படுத்திக்கொள்ள அமரவைத்தாள்.

நிலாவின் மனதுக்குள் வார்த்தைகளால் சொல்லமுடியாத துயரம். "அப்பாவும் போய், புருஷனும் போய், புள்ளையும் போகணுமா? என்ன தலையெழுத்து இது? என்ன வாழ்க்கை இது? இப்படி தண்டனை கெடைக்க என்ன பாவம் செஞ் சுத்தொலைச்சிட்டேன்" என்று அற்றி அழுதாள். அப்படி சத்தம் போட்டு நிலா அழுவது அதுதான் முதல் தடவை.

அரைமணி நேரம் அழுது, புலம்பி, நிலாவின் அழுகை வற்றிய ஒரு கணத்தில், அப்துல் நெற்றியில் முத்தமிட்டு, "குக்கூவுக்கு ஒண்ணும் ஆகாது. உன்னோட நல்ல மனசுக்கு கடவுள் உங்க ரெண்டு பேரையும் கைவிடமாட்டார்" என்றார்.

நிலாவின் கைகளைப் பிடித்துக்கொண்டு அருகில் இருந்த கஃபேவில், சூடாக டீ வாங்கித் தந்தார். அவளுடைய உடைகளின் அளவைக் கேட்டார். எதற்கு என்று கேட்கையில், சொல்லு என்று வற்புறுத்தினார்.

ஒரு பத்து நிமிடத்தில் வருவதாக சொல்லிவிட்டு சென்று மறைந்தார். சிறிது நேரத்தில் பையோடு வந்து, நிலாவை வார்ட்டிற்கு அழைத்து சென்றார். "நீ சென்று குளித்து உடைமாற்றி தெம்பாகி வா" என்று அனுப்பினார். அந்த பையில் உள்ளாடைகள், ஸ்கர்ட், மேலங்கி, சோப்பு, ப்ரஷ், பேஸ்ட், ஷேம்பு. டவல் எல்லாம் இருந்தது.

குளியலோ, உடையோ, தோற்றமோ, உணவோ, தூக்கமோ நிலாவுக்குத் தேவைப்படவில்லை. அந்த நொடி எத்தனை நாட்கள், வாரங்கள், மாதங்கள் நீடித்தாலும், இப்போது இருப்பதைப் போலவே இருந்திருக்கக்கூடும். தெருக்களில் குளிக்காது மனம் பிழன்று நடப்பவர்கள் அவள் இப்போது இருக்கும் நிலையில் உறைந்துப்போனவர்களாக இருக்கலாம் என்றுப் புரிந்தது.

அப்துல் மீண்டும் வலியுறுத்தவே நிலா குளித்து உடை மாற்றி வந்து அமர்ந்தாள்.

காலையில் ப்ரொஃபசரிடம் எவ்வளவு நேர அறுவை சிகிச்சை என்று கேட்டதற்கு, அதிகபட்சம் 3, 4 மணி நேரம்தான் என்று சொல்லியிருந்தார்.

குக்கூவிற்கு மயக்கமருந்து கொடுக்கையில் காலை 9 மணி. நிலா மனது நிதானமாகிக் குளித்து முடித்து வருவதற்குள் 11.30.

கடிகாரம் சுழன்றுக்கொண்டே இருந்தது. மதியம் 1 மணிவரை எப்படியோ சென்றது.

அதன்பின் நிலாவின் கண்கள் கடிகாரத்திலேயே நிலைக்கொண்டது. யார் நடந்தாலும், அவளை நோக்கி வருவதைப் போல தோன்றியது.

அப்துல், "பதட்டப்படாதே" என்று மந்திரம் போல சொல்லிக்கொண்டே இருந்தார்.

மதியம் மணி 2, 3, 4, 5, 6 என்று நகர்ந்துக்கொண்டிருந்தது.

சேற்றுக்குள்ளேயோ அல்லது தண்ணீரின் ஆழத்துக் குள்ளேயோ அதிவேகமாக அமிழ்வதைப் போலவும், எங்கோ ஒரு உச்சியில் இருந்து வேகமாக கீழே விழுந்துக்கொண்டிருப்பதைப் போலவும் நிலாவுக்குள் தோன்றியபடியே இருந்தது. பக்கத்தில் தேனீ போல கண்ணுக்குத் தெரியாத பூச்சியின் ஒன்றின் ரீங்காரம் கேட்டபடியே இருந்தது. பார்க்கும் எல்லாமே கரைந்துப்போய், தரையோ வானமோ சுவர்களோ இல்லாத வெற்றிடத்தில் இருப்பதைப் போல இருந்தது.

இறப்பின் வெகு அருகாமையில் இருப்பதை நிலா வாழ்க்கையில் மூன்றாவது முறையாக உணர்ந்தாள்.

அவளும், குக்கூவும் பிழைத்துக் கொள்ளவேண்டுமானால், அந்த கடிகார முள்ளைப் பார்வையால் பிடித்துக்கொண்டிருந்தால் மாத்திரமே சாத்தியம் என்று நிலாவின் பிழன்றிருந்த மனதிற்க்கு உறுதியாகத் தோன்றியது.

தூரத்திலோ, காதினுள் எங்கேயோ யாரோ பட்டினத்தார் பாடல் சிறிய குரலில் பாடுவதைக் கேட்டு நிலா அது எங்கிருந்து வருகிறது என்று சுற்றிமுற்றித் தேடினாள்.

கண்ணால் பார்க்கவே முடியாத இருட்டு மடிப்புகளுக்குள் இருந்து வெளியே அழைத்துவர உதவியாக இருக்கும் கயிறு போல நிலா அந்த வார்த்தைகளை மனதிற்குள் பிடித்தப்படி அமர்ந்திருந்தாள்.

**"பிறந்தன இறக்கும், இறந்தன பிறக்கும்;**
**தோன்றின மறையும், மறைந்தன தோன்றும்;**
**பெருத்தன சிறுக்கும், சிறுத்தன பெருக்கும்;**
**உணர்ந்தன மறக்கும், மறந்தன உணரும்;**
**புணர்ந்தன பிரியும், பிரிந்தன புணரும்;**
**அருந்தின மலமாம், புனைந்தன அழுக்காம்;**
**உவப்பன வெறுப்பாம், வெறுப்பன உவப்பாம்;**
**என்றிவை அனைத்தும் உணர்ந்தனை; அன்றியும்;**
**பிறந்தன பிறந்தன பிறவிகள் தோறும்**
**கொன்றனை அனைத்தும், அனைத்து நினைக்கொன்றன**
**தின்றனை அனைத்தும், அனைத்து நினைக் கொன்றன;**
**பெற்றனை அனைத்தும், அனைத்து நினைப் பெற்றன;**
**ஓம்பினை அனைத்தும், அனைத்து நினை ஓம்பின;**
**செல்வத்துக் களித்தனை, தரித்திரத்து அழுங்கினை;**
**சுவர்க்கத்து இருந்தனை, நரகில் கிடந்தனை;**

என்று நிலாவிற்கு ஈரமாக ஒலித்துக்கொண்டே இருந்தது.

குக்கூவைப் பற்றி காலை 9 மணியில் இருந்து மாலை 6 வரை ஒரு தகவலும் இல்லை. டாக்டர் மெக்கொனகி சொன்னதைப் போல எந்த பிரச்சனையும் இல்லாது சிகிச்சை நடந்திருந்தால், மதியம் ஒரு மணிக்கோ, இரண்டு மணிக்கோ குக்கூ வெளியே வந்திருக்கவேண்டும்.

மதியம் 3 மணி வரை நிலா தைரியத்தைப் பிடித்து வைத்திருந்தாள். அதற்கு மேல் கண்ணாடி குடுவைக்குள் மணிக்காட்ட மேலிருந்து கீழே சிந்தியபடி தீர்ந்துபோகும் மணல் போல தைரியம் சிந்தித் தீர்ந்துப்போனது.

இரவு மணி 8...

நிலா அவளுடைய மகன் உயிரோடு இல்லை என்ற தீர்க்கமான முடிவுக்கு வந்துவிட்டாள்.

உணர்வுகள், பயங்கள், வலிகள் எல்லாம் மொத்தமாக கொதித்து கொந்தளித்து வெளியேறி அடங்கிப்போன பிறகு, அடுத்து செய்யவேண்டியவை என்ன என்று மூளை விழித்தது. நிலா தன் குழந்தையுடைய இறந்த உடலை எப்படி ஊருக்கு எடுத்துச் செல்வது என்று யோசித்தாள்.

திடீரென குக்கூவின் கன்னங்கள் நினைவுக்கு வந்தது.

பிறந்தவுடன் குக்கூவின் கன்னங்களை ஒற்றை விரலால் தடவியதும், இன்று அறுவை சிகிச்சைக்குப் போகும் முன் தடவி, முத்தமிட்ட அவனுடைய கன்னமும் ஒரே போல இருந்தது.

நிலா தன் இடது கையைப் பார்த்தாள். குழந்தை தலையில் ரத்தம் கசிந்து இறக்கும்நிலையில் இருக்கும்போது அவனை எப்படி பளார் பளாரென கன்னத்திலும், தலையிலும் அடித்து விட்டாள் என்று நினைவுக்கு வந்ததும், எல்லாம் வறண்டு நெஞ்சின் அடி ஆழத்தில் எங்கோ சுரீரென்று குற்றவுணர்வை வரவழைத்து வலித்தது. குக்கூவை எடுத்துக்கொண்டு ஊருக்குப் போனதும், அவள் இரண்டு கையையும் நெருப்பில் கருக்கிக்கொள்ளவேண்டும் என்று மனதில் நினைத்தாள்

நிலாவைப் பார்த்துக் கைக்கூப்பி "ப்ளீஸ்மீ, அடிக்காதீங்கமீ" என்று மயங்கிய நிலையில் குக்கூ கெஞ்சியழுதது நினைவில் இடதில் இருந்து வலமாக ஓடியது. நிலா அப்படி கோபத்தில் அடித்ததில் கூட அவனுடைய தலையில் இருந்த ரத்தக்கட்டி நகர்ந்து அவள்முன் குழந்தை விழுந்து இறந்திருக்கலாம் என்ற நினைப்பு அவளுடைய மூளையின் மையத்தில் செறுகி நின்றது.

நிலா தன்னைச் சார்ந்த எல்லாம் கழண்டுவிழுந்ததில் காலியாகி வெற்றுக்கூடாக அமர்ந்திருந்தாள். குக்கூவின் அரூப

நண்பன் விட்டத்தில் இருக்கிறானா என்று அங்குமிங்குமாகத் தேடினாள். திடீரென அவள் பக்கம் எங்கேயாவது குக்கூ நிற்கிறானா என்று சுற்றி சுற்றித் தேடினாள்.

குக்கூ எங்கிருந்தாலும், நிலா அவன் பக்கம் வரும்வரை அவனோடு கூடவே இருங்கள் என்று அப்பா, ஆதி, இறந்துப் போன அத்தனை சொந்தங்களையும் கெஞ்சி வணங்கிக் கேட்டுக்கொண்டாள்.

நிலாவுடைய செய்கைகள் அப்துலைப் பயமுறுத்தியிருக்க வேண்டும். "என்னோடு பேசு! நீ இப்படி எல்லாம் செய்யாதே! நீ தைரியமா இரு" என்று சொல்லிக்கொண்டே இருந்தார்.

அலைப்பேசி தொடர்ந்து அழைத்தவண்ணம் இருந்தது.

யாரிடம் என்ன பேச? என்ன சொல்ல?

குக்கூவை ஊருக்கு எடுத்துச் சென்றதும், நிலா தான் எப்படி செத்துப்போகவேண்டும் என்று தெளிவாக முடிவெடுத்து விட்டாள். இது எவ்வளவு திமிரான கர்வமான எண்ணம் என்று தோன்றினாலும், வாழ்க்கையின் அடுத்த நிமிடத்தை எதிர்நோக்கமுடியாத வண்ணம் எல்லா காரணங்களும் காலியான நிலையில் இறப்பதே மேல் முடிவு செய்தப்பின், எல்லாம் அமைதியாகிவிட்டது.

அப்துலும் சாப்பிடாது அமைதியாக நிலாவோடு காலையில் இருந்து காத்திருந்தார்.

"நீங்க வீட்டிற்கு போங்க" என்றுச் சொன்னதற்கு "குக்கூ வந்ததும் நான் போறேன்" என்றார். இருவரும் காலையில் இருந்து 10 வார்த்தைகளுக்கும் குறைவாக தான் பேசி யிருப்பார்கள்.

இரவு மணி 9...

தூரத்தில் நேற்று சந்தித்த ட்யூட்டி டாக்டர் வந்தார். மனதுக்குள் அந்த டாக்டர் தன் குழந்தை இறந்த செய்தியைத்தான் சொல்லப்போகிறார் என்று தெரிந்தாலும், அவரைப் பார்த்ததும் நிலாவுக்கு இதயம் வேகமாக அடிக்கத்தொடங்கியது. எழுந்து வேகமாக அவர் அருகே ஓடினாள்.

டாக்டர், "சர்ஜரி முடிந்தது. உங்கள் மகன் உயிரோடு இருக்கிறார்" என்றுச் சொன்னதும், கால்கள் தடதடத்துக் குழைந்து தரையில் அமர்ந்துவிட்டாள். காய்ந்து வறண்டிருந்த கண்களில் மீண்டும் கண்ணீர். உடலெங்கும் உதறியது.

அவர் நிலாவை மெல்ல தரையில் இருந்து எழுப்பி "நாங்கள் நினைத்ததை விடவும் வெகு சிக்கலான அறுவை சிகிச்சை தான். அதனால் தான் நிறைய நேரம் பிடித்தது. அத்தோடு அவனுடைய ரத்த அழுத்தம் வெகு குறைவாகி போய் இதயத்துடிப்பு பாதித்துவிட்டது. மருந்துகள் தந்து அவனை ஸ்டெபிலைஸ் செய்திருக்கிறோம். காலையில் இருந்து உங்கள் மகனின் உடலில் இருந்து 18 லிட்டர் சிறுநீர் வெளியாகி யிருக்கிறது. அதனால் கிட்னிகள் பாதித்திருக்கிறது. உடல் செயல்பாடுகள் மயக்கத்தில் இருப்பதால் எங்களால் பெரிதாக சொல்லமுடியாது. மூளையின் வீக்கம் சில வாரங்களில் குறைந்தால் தான் நிலவரம் தெரியும். உங்கள் மகனுடைய நிலை இன்னும் க்ரிடிக்கலாகதான் இருக்கிறது. குழந்தைகள் ஐசியூவிற்கு மாற்றியிருக்கிறோம். நீங்கள் சென்றுப் பார்க்கலாம்" என்றுச் சொல்லிச் சென்றுவிட்டார்.

குக்கூ இறக்கவில்லை. இன்னும் உயிரோடு இருக்கிறான் என்பதைத் தாண்டி நிலாவிற்கு வேறு எதுவுமே உறைக்கவில்லை.

நிலா தலைதெறிக்க ஐசியூவிற்கு ஓடினாள். அப்துலும் பின்னாடியே ஓடிவந்துக்கொண்டிருந்தான்.

ஐசியுவின் ஒரு மூலையில், ஆக்சிஜன் வயர், வென்ஃப்லான் வழி ட்ரிப்புகள், ஒன்றுக்கு போக கதீடர், மோர்ஃபின் பம்ப், ஈசிஜி என்று பல வண்ண வயர்கள் பின்னிய கூடைக்குள் அவள் குழந்தை படுத்திருந்ததைப் பார்த்தும் மீண்டும் நிலாவின் இதயம் துடிக்கத் தொடங்கியது.

# 13

## குக்கூ : வயது 15

காலை 3 மணி இரவு கொஞ்ச நேரம் தூங்கியபின், தூக்கம் தொலைந்து போனது.

நிலா படுக்கையின் சிலிர்ப்பை உள்வாங்கிக்கொண்டுப் படுத்திருந்தாள். வெளியே இன்னும் வெளிச்சம் படரத்தொடங்க வெகு நேரம் இருந்தது.

எழும் முன்னரே மனதுக்குள் அரவை மெஷின் ஒன்று முழுவேகத்தில் ஓடுவது போல உணர்ந்தபின் மனது கவலையில் தோய்ந்துச் சோர்ந்தது.

நிலா யோசிக்கத் தொடங்கியதும் வட்டத்துக்குள் வட்டம் போல நினைவு சுருண்டது.

சில வருடம் முன்புவரை எந்த யோசனையும் இன்றி, காலை முதல் இரவுவரை வேலைப் பார்ப்பதும், வெற்றி அடையவேண்டும் என்ற வெறியும் நாட்டமும், வாழ்க்கையில் இத்தனை பொருள் ஈட்டவேண்டும், இப்படியான வீடு கட்டவேண்டும், அப்படியான பேங்க் பேலன்ஸ் வேண்டும். இப்படியான கார் இருக்கவேண்டும். இன்னும் பல பட்டங்கள் வாங்கவேண்டும், இன்னும் பல இத்தியாதிகள் வேண்டும் என்று எல்லோரையும் போலவே, நிலாவும் கடும் எதிர்பார்ப்புகளைச் சுமந்துக்கொண்டுச் சுற்றியிருக்கிறாள்.

தினமும் ஓடி தொலையும் நாட்களைப் பற்றிய அக்கறையே இல்லாது, தூரமிருக்கும் சொந்தங்களைப் பிரிந்து இருக்கும் சோகத்தையும் மறக்க செய்தது அந்த தேடல் பசி.

வட்டம் தொடங்கி, மீண்டும் தொடங்கிய இடத்தில் வந்து நின்றுவிட்டது போன்ற உணர்வைத் தாங்கி வந்த விடியல் அன்று.

வேண்டும் வேண்டும் என்ற யோசனைகளை நீக்கிவிட்டான் படைத்தவன். இப்போது மிக அமைதியாக எதுவுமே செய்யாது நகரும் நாளை வேண்டினாள்.

நிலாவின் மனது நாடுவதை இன்னமும் செயல்படுத்தமுடியாத நாட்களிலும், ஊரிலும் தான் இன்னும் வசித்தாள்.

குக்கூவைப் பள்ளிக்கு எழுப்பவேண்டும் என்று யோசிக்கை யிலேயே நிலா சோர்ந்துப் போனாள். அவனுக்கு சர்ஜரி முடிந்து ஒரு மாதம் ஐசியுவிலும், ஒன்றரை மாதம் வார்டில், ஆறு மாதத்திற்கும் மேல் வீட்டில் ஓய்வெடுத்தான். மீண்டும் அவன் பள்ளிக்கு போகத் தொடங்கிவிட்டான். இது எல்லாம் நடந்து ஒரு வருடம் ஆகியிருந்தது.

ஆனால் இப்போதும் காலையில் எழ முடியாது குக்கூ வெகுவாய் திண்டாடினான். இரவு 7 மணிக்கெல்லாம் தூங்கிப் போனான். சில சமயங்களில் பள்ளி முடித்து 3 மணிக்கு வந்தவுடன் நேராக படுக்கைக்கு சென்றுத் தூங்கத் தொடங்கினால், அடுத்த நாள் காலைவரை அவனால் தொடர்ந்து தூங்கமுடிந்தது. எழுப்பாது விட்டால், 18 முதல் 20 மணி நேரம் வரைக்கூட தூங்கினான். பல நாட்கள் குக்கூவை எழுப்பவே முடியாது நிலா பாடுப்பட்டாள்.

கடும்சிரமத்திற்குப் பிறகு எழுந்தாலும், குக்கூ, “ப்ளீஸ்மீ! தலை வலிக்குதுமீ. கொஞ்சம் தூங்கிக்கறேன்” என்று நிலாவின் கையைப் பிடித்துக்கொண்டு தூங்கவிடும்படி கெஞ்சி அழுதான். இந்த ஒரு வருடத்தில் அவனுடைய பள்ளி வருகை 40 சதவீதத்துக்கும் குறைவாக இருந்தது.

பள்ளியில் முதல் ஆறு மாதம் வரை கொஞ்சம் அமைதியாக இருந்தார்கள். அதன்பின் அலைப்பேசி அழைப்புகள் வரத்

தொடங்கியது. "என் மகனுக்கு தலைவலி வந்துத் தூங்குகிறான்", "என் மகன் கடும் சோர்வோடு இருப்பதால் என்னால் எழுப்ப முடியவில்லை" என்று சொல்லியதில் கொஞ்சம் சமாதானம் ஆனார்கள்.

பிறகு நிலாவின் சமாதானங்கள் பள்ளிக்குப் போதவில்லை.

வெவ்வேறு டீச்சர்கள் மற்றும் வகுப்பின் கோஆர்டினேட்டர், தலைமை ஆசிரியை என்று யாராவது ஒருத்தர் தினமும் நிலாவைத் தொடர்பு கொண்டார்கள். குக்கூவும் ஒரு நாள் பள்ளி சென்றால், நான்கு நாள் பள்ளிக்குப் போகாது தூங்கினான்.

அலைபேசி அழைப்பு சத்தம் கேட்டாலே நிலாவைத் திடுக்கிடவைத்துப் பயமுறுத்தும். பட்டன் ஃபோன் தொடங்கி ஸ்மார்ட் ஃபோன் வரை எதுவும் அவளை சமாதானப்படுத்தியதில்லை. அந்த பயம் ஏன் எதற்கென்று நிலாவிற்கு தெரியாது. அலைபேசியில் பேசுவதென்றாலும் பிடிக்காது. குறுஞ்செய்திகள் பறிமாறுவது அவளுக்கு சௌகர்யமான ஒன்று. ஆனால் தினமும் அலைபேசி அழைப்புகளிலேயும், அழைப்பு வருமோ என்ற பயத்திலும் மூழ்கினாள்.

நிலாவின் சிறுவயதில் படித்த ஒரு ஆங்கில கதையில் "ரிப் வான் விங்கிள் (Rip Van Winkle)" என்ற டட்ச் அமெரிக்கர் வந்தார். 1820களில் எழுதப்பட்ட கதை அது. நியு யார்க்கில் இருக்கும் கேட்ஸ்கிள் (Catskill mountains) மலைக்காட்டில் சென்றுக் குடித்துவிட்டுத் தூங்கும் ரிப் வான் விங்கிள், 20 வருடம் கழித்து தூக்கம் கலைந்து எழுவார். ஒரு இரவு மட்டும் தன்னை மறந்துத் தூங்கிவிட்டதாக நம்பும் ரிப் வான் விங்கிள், கால்வரைத் தொங்கும் நீண்ட வெள்ளை தாடியோடு அவருடைய கிராமத்திற்குத் திரும்புவார்.

நிலாவின் மகனும் ஒரு ரிப் வான் விங்கிளாக மாறியிருந்தான்.

சுறுசுறுப்பான குழந்தை இப்போது மொத்தம் ஒடுங்கிப்போய்த் தொடர்ந்துத் தூங்கிக்கொண்டே இருப்பது நிலாவை வெகுவாக அச்சுறுத்தியது.

குக்கூவிற்கு எதையும் செய்யமுடியாத அளவு தூக்கமும், சோர்வும் இருப்பது எத்தனை நாள் தொடரும் என்பதை எந்த மருத்துவராலும் சொல்லமுடியவில்லை. காலம் பதில் சொல்லும் என்பது போன்ற பதில்களை வைத்துக்கொண்டு நிலாவுக்கு என்ன செய்வது என்றும் தெரியவில்லை.

பள்ளியில் இருந்து குக்கூவைப் பற்றி வரும் விசாரணைகளின் தொணி அவன் நலம் கருதி முதலில் வந்தாலும், மெல்ல "உங்கள் மகன் பள்ளிக்கு வராதது பற்றி எங்களுக்கு வருத்தம் தருகிறது" என்று மாறியது. அங்கிருந்தும் மாறி, "பள்ளிக்கு அனுப்பவேண்டியது உங்கள் கடமை" என்றார்கள். கடைசியாக "உங்களுக்குப் பிள்ளையை வளர்ப்பதில் குறைபாடு இருக்கிறதா" என்று நிலாவைத் தரம் பார்க்கத் தொடங்கியது.

குக்கூவின் பள்ளியில் இருந்து தினம் அலைப்பேசி அழைப்புகளும், வாரத்திற்கு இரண்டு, மூன்று கடிதங்கள், வாரத்திற்கு ஒரு மணி நேர ஆக்ஷன் ப்ளான் மீட்டிங் என்று அவர்கள் இருவரின் மீது குவியத் தொடங்கின.

சொல்வதை முழுக்க கடைப்பிடித்தாலும், மொத்தமாக கடைப்பிடிக்காது போவதும் சுலபம். மத்தியில் இருப்பது வெகு கடினம்.

நிலாவும், குக்கூவும் பள்ளிக்கூடம் சொன்னதைக் கடைப்பிடிக்காது போனபோது, பள்ளியின் பொறுமை மெல்ல தேய்ந்துப், பள்ளியின் கடுப்பு அவர்களை நோக்கி வழிய தொடங்கியது. குக்கூவின் மனவழுத்தம் அதிகமாவதை நிலாவால் உணரமுடிந்தது.

தினம் நிலா செய்யும் எல்லா வேலைகளிலேயே, குக்கூவை எழுப்புவது அவளுக்கு மாபெரும் பணியாக மாறியிருந்தது.

குக்கூ விழித்திருக்கும் குறைவான சமயத்திலும், நிலாவிடம் பழகும் தோரணை மாறியது.

"மோனா! கொஞ்சம் எழுந்து சாப்பிடுறியா டீ"

"மீ! போங்க மீ! உங்களுக்கு எவ்வளவு தடவை சொல்லுறது, எனக்கு தூக்கம் வருது."

"மோனா! என்னப்பா செய்யுது."

“மீ! ம்ம்ச்ச். ப்ளீஸ் சும்மா இருங்கமீ. எனக்கு தூக்கம் வருது. கொஞ்சம் என்னைத் தொந்திரவு பண்ணாம போங்க மீ.”

“ஏம்பா எதுவுமே பேசமாட்டேங்குறே.”

இப்படி என்ன கேட்டாலும், கண்விழித்துப் பார்த்து அடுத்த வார்த்தை சொல்வதற்குள் குறட்டை விட்டுத் தூங்கினான்.

நம்மூரில் சொல்லப்படும் காட்டேறி, பிசாசு, குட்டிச்சாத்தன் என்பவை போல, ஆங்கில நாட்டுப்புறவியலில் சேஞ்ச்லிங்க்ஸ் (Changelings) பற்றி நிறைய கதைகள் வரும். ட்ரோல் (Troll), எல்ஃப் (elf), ஃபேரி (fairy), டீமன்ஸ் (Demons) இன்னும் பல வகையான மனிதர்களுக்குப் புலனுக்கெட்டாத சக்திவாய்ந்த உயிரினங்கள் மனிதர்களுடனே வாழ்வதாகச் சொல்கிறார்கள்.

மனித குழந்தைகளைத் தூக்கிக்கொண்டுப் போய் அந்த இடத்தில் மேல் சொன்ன உயிரினங்கள் அந்த குழந்தையைப் போலவே அச்சு அசலான உருவில் மனிதர்கள் நடுவே வாழ்ந்து, அவர்களை பயங்கர கொடுமைப்படுத்தும். இதை தான் சேஞ் ச்லிங்க்ஸ் என்றுச் சொல்கிறார்கள்.

குக்கூ சின்னதும் பெரிதுமாக எதைக் கேட்டாலும் தூக்கம் வருகிறது என்பதையும், அவனிடம் எதையுமே கேட்டு நெருங்கவே வேண்டாம் என்பதையும் கோபமாக, சிடுசிடுப்பாக, பொறுமையில்லாது, சலிப்புமாகச் சொன்னான்.

குக்கூவின் அறையும், படுக்கையும், தலையணையும் அவளுடைய நிஜ குழந்தையை விழுங்கிச் சிறைப் பிடித்துவிட்டு, வேறு ஒரு சேஞ்ச்லிங்கை அவளோடு வாழவைத்ததைப் போல நிலாவுக்குத் தோன்றியது.

நிலாவின் தினங்கள் மாறாது ஒரே போல விடிந்து, நடந்து மறைந்தது.

எந்த பெரிய இடரும் இல்லாது ஓடியிருந்த நாட்கள் போய் துருப்பிடித்த நகராத, ஆனால் நகர முயன்றுக்கொண்டே இருக்கும் பல்சக்கரத்தின் நடுவே சிக்கியிருந்தார்கள் நிலாவும், குக்கூவும்.

குக்கூவிற்கு உடல்நிலை சரியில்லாது ஆகும் முன்பும் அவசரகதியாகதான் இருவருக்கும் நாட்கள் செல்லும்.

காலை எழுந்துக் குக்கூவைக் கிளப்பி, பள்ளியில் சென்று விட்டுவிட்டு, வேலைக்குச் சென்று, மதியம் மூன்றுவரை தலைத்தெறிக்க ஓடி, சாப்பிடாது, அங்கிருந்து காரை எடுத்துக்கொண்டு மீண்டும் பள்ளி வந்து, குழந்தையை அழைத்துக்கொண்டுச் சென்று வீட்டில் விட்டுவிட்டு, பக்கத்து வீட்டில் அவனை பார்த்துக்கொள்ளச் சொல்லியப்பின், மீண்டும் மருத்துவமனைக்கு திரும்பி, ஆறு, ஏழு மணிவரை பணி புரிந்துவிட்டு, வீட்டிற்கு திரும்பி, சமையல் ஏதாவது செய்து சாப்பிட்டுவிட்டு ஓய்ந்து அமர்வாள். எப்படியும் வீட்டை ஒதுக்கி, படுக்கைக்குச் செல்ல மணி 10, 11 ஆகும்.

இப்போதும் அதே வழக்கத்தில் தான் இருந்தாள். ஆனாலும் ஒவ்வொரு செயலும் நூறு மடங்கு, ஆயிரம் மடங்கு கடினத்தோடு இழுத்துச் செய்வதைப் போல தோன்றியது.

நாட்கள் நகர, இருவருக்கும் இருவரின் மீதும் இருக்கும் பொறுமையும், கனிவும் குறைந்தது. பேசினாலே அம்மாவும், பிள்ளையும் அவரவர் காரணங்களைக் கையில் பிடித்துக்கொண்டு நாட்களை நகர்த்தியதில் தனித்தீவுகளாகிப் போனார்கள்.

'என்னைப் புரிந்துக்கொள்ளவில்லை' என்றுக் கூவும் ஆற்றாமை பூதம் இப்போது இருவரையும் நக்கத்தொடங்கி யிருந்தது.

நாட்களின் கடினங்கள் நிலாவை அசதியில் முக்கி யெடுத்தாலும், நாளின் அயர்ச்சியில் அசந்துத் தூங்கினாலும், நடுஇரவில் எங்கிருந்தோ முளைத்துவரும் பயத்தின் கை நிலாவைப் பளாரென அடித்து எழுப்பும். புரட்டிப்போடும். நெஞ்சின் மீது அமர்ந்து மூச்சுவிடமுடியாது செய்யும்.

நிலா துடித்துப்பிடித்து எழுந்து இருட்டில் தட்டுதடுமாறி, குக்கூவின் அறைக்குச் சென்று அவன் மூச்சு விடுகிறானா என்று பயத்தோடு பார்ப்பது அந்த தினத்தின் முடிவாக மாறியிருந்தது.

இதயத்தை யாரோ பல்லாயிரம் கைகளால் அழுந்த பிழிந்துக்கொண்டிருப்பதைப் போன்ற உணர்வு, குக்கூ மூச்சுவிடுவதை நன்கு பார்த்து உறுதி செய்தப்பின்னர் லேசாக குறையத் தொடங்கும்.

அதன்பின் தூக்கம் கலைந்து, புரண்டுக்கொண்டும், விட்டத்தை பார்த்துக்கொண்டும், ஜன்னலின் வெளியே

தெரிந்த வானத்தைப் பார்த்துக்கொண்டும், கடக்கும் ஒவ்வொரு நொடியையும் கடிகாரத்தில் பார்த்து மீண்டும் தூங்கியே ஆகவேண்டும் என்ற எண்ணத்தோடும் இரவுகளும் தூக்கமும் எங்கேயோ சென்றுத் தொலைந்தது.

நிலா அதீத மனவுளைச்சலால் பசியடங்கி, உடல் எடைக்கூடி, முடியெல்லாம் கொட்டி மனதில் எதையும் செய்யவேண்டும் என்ற உந்துதல் இன்றி நீர்த்துப் போனாள்.

ஒவ்வொரு நாளும் கண்விழிக்கவே பிடிக்கவில்லை. அந்த நாளை வேறு வழியே இல்லை சந்தித்தே ஆகவேண்டும் என்றுத் தன்னை நெக்கிப் பிடித்துத் தள்ளிக்கொண்டு எழுந்தாள். வேலைக்குச் சென்றாள். "வெகு நாள் இப்படி வாழமுடியாது, இது தொடர்ந்தால் நான் இறந்து போவேன்" என்பது உள்ளுணர்வுக்கு உணர்த்தப்பட்டது.

அவளைப் போலவே மகனுக்கும் உயிராற்றலும், செயலாற்றல் குறைவாக இருக்கிறது என்று உணர்ந்தாள்.

விளம்பரங்களில் காட்டுவதைப் போல இந்த பாகனத்தை பருகினாலோ, இந்த உணவை உண்டாலோ, இதை செய்தாலோ உடல் புஷ்டியாகலாம், மனம் உற்சாகமாகலாம் என்றுக் காட்டுவதைப் போல நிஜத்திலே ஏதேனும் இருந்தால் எவ்வளவு நன்றாக இருக்கும்.

என்ன செய்து வாழ்க்கையை மாற்றுவது, உடலின் செயல்திறனை அதிகப்படுத்துவது என்ற புரிதல் இல்லாது இருந்தாள்.

குழந்தை எதை கேட்டாலும் எந்த பதிலும் சொல்லாது, எரிச்சலின் உச்சத்தில் உள்ளுக்குள் வெடித்து சிதறிப்போய் மிகவும் அமைதியாகியிருந்தான். ஒரே வீட்டில் இரண்டு வெவ்வேறு வகை உயிரினங்களைப் போல வளர்ந்துப் பிரிந்து நின்றார்கள்.

நிலாவைப் பார்த்ததும் ஓடிவந்து கட்டிக் கொள்ளும் குழந்தையை இப்போது காணோம்.

பல வருடங்கள் அந்த ஊரில் வாழ்ந்திருந்தாலும், வெளியுறவுகள் ஏதும் வளர்த்துகொள்ளவில்லை. ஒருவரை

ஒருவர் சார்ந்து வாழும் வீட்டில், இருவருமே பேசமுடியாது போன பிறகு உடலால் பக்கம் பக்கம் இருந்தாலும், நிஜத்தில் தொலைந்துப் போய்விட்டார்கள்.

இதற்கிடையே பள்ளியில் நடந்த ஒவ்வொரு மீட்டிங்கில் புதிதுபுதிதாக ஆட்கள் கூடிக்கொண்டே போனார்கள். நிறைய பேசினார்கள். பள்ளி ஆசிரியர்கள், தலைமை ஆசிரியை, சோஷியல் வர்கர், மனநல ஆலோசகர், ஒகுபேஷனல் தெரபிஸ்ட், பிஹேவியரல் தெரபிஸ்ட் என்று வெவ்வேறு வேலையில் இருந்தவர்களை அம்மாவும் மகனும் சந்தித்தார்கள்.

நிலாவையும், குக்கூவையும் தனித்தனியாகச் சந்தித்துப் பேசி, அதில் இருந்து குறிப்பெழுதிக் கொண்டார்கள்.

என்ன செய்யவேண்டும் என்பதைச் சொல்லியும் அப்படி நடக்காது போனால், ஒரு தாயாக நிலா தன் கடமைகளைச் சரிவர நடத்தாது போகிறாள் என்பது உறுதி செய்யப்படும். அப்போது அந்த ஊரின் சட்டப்படி நிலாவுக்குத் தண்டனை வழங்கும். அது பணமாக அபராதம் செலுத்தும்படி இருக்கலாம் அல்லது குழந்தையை சரியாகப் பார்த்துக்கொள்ளாததற்கு அவள் மீது லீகல் ஆக்ஷன் எடுக்கப்படலாம் என்று சொல்லத் தொடங்கினார்கள்.

பொறுப்பில்லாத அம்மா என்று நிருபிக்கப்பட்டால் குக்கூவை அவளிடம் இருந்து விலக்கி ஃபாஸ்டர் ஹோமில் சேர்க்கப்படலாம் என்று சொன்னார்கள்.

ஃபாஸ்டர் ஹோம் என்பது இங்கிலாந்தில் பாதுகாப்பற்ற குழந்தைகளை தத்து எடுத்து வளர்க்கும் இடம். தற்காலிகமாகக் குழந்தைகளைத் தத்து எடுத்து வளர்ப்பவர்களுக்கு அரசு, குழந்தையின் வயது, பிரச்சினையைப் பொறுத்து காசு கொடுக்கும். இதைத் தொழிலாகவே எடுத்துச்செய்யும் பலர் இருக்கிறார்கள்.

பள்ளி நிபுணர்கள், சட்டம் பேசுபவர்களிடம் மன்னிப்புக் கேட்டு, “என்னால் முடிந்ததை குழந்தைக்குச் செய்கிறேன்” என்று சொல்லும்போது மனது அறுத்தது. வெட்கமாக இருந்தது. ஆனால் மகன் படித்தால்தானே நன்கு வாழ முடியும் என்று தனக்குதானே சமாதானம் சொல்லிக்கொண்டாள்.

நிலா தன் மனவுளைச்சல் தூக்கமின்மை, வேலைப்பளு, உடல் சோர்வு, குக்கூவைப் பார்த்துக் கொள்வதில் இருக்கும் சிக்கல்கள் பற்றி யாரிடம் சொல்லமுடியும்? 'சொல்லி என்ன ஆகப்போகிறது. நான் இன்னும் கடினப்படவேண்டும். இன்னும் கஷ்டப்பட்டு உழைக்கவேண்டும்.' என்று மந்திரம் போல நேர்மறை சிந்தனைகளை வளர்க்கமுற்பட்டாள்.

நேர்மறை சிந்தனைகளைப் பற்றிதானே இந்த உலகம் அலறியபடி இருக்கிறது.

நிலாவின் நேர்மறை சிந்தனைகள் crashed and burned.

நிலாவும் மகனும் மகிழ்வாகவோ அமைதியாகவோ இல்லை என்பதை நன்கு உணர்ந்தாள்.

நிலாவின் அம்மாவும் அப்பாவும் மருத்துவம் பார்த்த இடத்திற்கு அருகில் பலகார கடை 30 வருடங்களாக இருக்கிறது. அந்த குடும்பத்தில் இருப்பவர்கள் எல்லோருக்கும் அம்மாவை ரொம்ப பிடிக்கும். அவர்கள் வீட்டிலும் அம்மா வயதொத்த பெண்மணியும், அவருடைய குழந்தைகள், பேரப்பிள்ளைகளும் இருந்தார்.

குக்கூ மருத்துவமனையில் இருந்த சமயம், அந்த அம்மாவின் 15 வயது பேரப்பிள்ளை திடீரென இறந்து போய்விட்டதாக அம்மா நிலாவிற்குத் தகவல் சொன்னார்கள். அவர்களுடைய வீட்டில் ஏதோ விசேஷ நிகழ்வில் எல்லோரும் அங்கே இங்கே ஓடியாடிக்கொண்டிருக்க, இந்த சிறுவன் மட்டும் தலை வலிப்பதாக சொல்லி, ஓரத்தில் அமைதியாக காலையில் இருந்து அமர்ந்திருந்ததாகவும், மதியம் 3 மணிக்கு மேல் சாமிக்கு படையல் போட்டு எல்லோரும் சாப்பிட அமர்ந்ததாகவும், ஓரத்தில் கண்களை மூடி அமர்ந்திருந்த குழந்தையை எல்லோரும் திட்டி சாப்பிட அழைக்க, எழுந்த சிறுவன் அப்படியே சரிந்து விழுந்த அங்கேயே இறந்துவிட்டதாக அம்மா நிலாவிடம் சொன்னார்.

இறந்த சிறுவனுக்கும் மூளையில் ரத்தக்குழாய் வெடித்துவிட்டதாக சொல்லி, கடவுள் குக்கூவை அப்படிப்பட்ட பேராபத்தில் இருந்து காப்பற்றியதற்காக நன்றி சொல்லி, நிலாவின் அம்மா கோவிலில் மொட்டை அடித்துக்கொண்டார்.

குக்கூவிற்கு உடல் நிலை சரியில்லாத போது கூட நிலா ஓரளவு தைரியமாக இருந்தாள். ஆனால் நாள் ஆக ஆக, ஓங்கி வளர்ந்து நின்ற பயங்களின் ஊடே நிலா ஒடுங்கினாள்.

நிலா வீட்டிற்கு போய், தரையில் இறந்துக்கிடக்கும் அவளுடைய மகனைப் பார்ப்பது போலவும், அவனை திட்டியும் அடித்தும் புலம்பும் போது அவன் சோஃபாவில் சரிந்து இறந்து போவதைப் போலவும், அவன் பக்கம் படுத்து இரவு தூங்கி விழித்த சமயத்தில் அவன் இறந்து கிடப்பதாகவும், இன்னும் பல பல வழியில் மகனை நிலைக்குத்திய கண்களோடும் துறுத்திய நாக்கோடும், மூச்சடங்கிப் போனது போல மின்னி மின்னி மறையும் புகைப்படங்கள் போல மனதுக்குள் பார்ப்பதை நிலாவால் நிறுத்தமுடியவில்லை. ஏன் இப்படி யோசிக்கிறாள் என்றே அவளுக்குப் புலப்படவில்லை.

ஒவ்வொரு முறை அப்படி யோசிக்கும்போதும், குலை நடுங்கி நிலாவின் எல்லாமே ஒடுங்கியது. ஒரு சம்பவம் நடந்த பிறகு அது உருவாக்கிய தாக்கம் மனநிலையை குலைப்பதை posttraumatic stress என்றுக் கூறுவார்கள். அப்படி நிலாவுக்கு றிஜிஷிஞி, மனவுளைச்சலும் அழுத்தமும் சேர்ந்து தூக்கமின்மையும், அடங்காது ஓடிய எண்ணங்களும் காட்டிக்கொண்டிருந்தது.

குக்கூ பள்ளிக்குப் போகாத போது, நிலாவிற்கு வேலைக்கு செல்ல பயமாக இருந்தது.

ஒரு வேளை மீண்டும் அவள் இல்லாத சமயம் அவனுக்கு ஏதாவது நடந்துவிட்டால் என்றுப் புழுங்கி ஓங்கிய யோசனை அவளை மண்டியிடவைத்து இருந்தது.

நார்மல்களில் இருந்து எப்போதுமே நிலாவின் வாழ்க்கை விலகித்தானிருந்தது. ஆனால் ஆதி இறந்தப்பிறகு தொடங்கி, இப்போது குக்கூவின் உடல்நிலை குறைவிற்குப் பிறகு எல்லாமே அவிழ்ந்து விழுந்தது.

இந்த மூன்று வாரத்தில் நான்கு முறை சோஷியல் வர்கர் பெண் வந்து வீட்டையும், தூங்கும் குக்கூவையும், நிலாவையும் பார்த்து குறிப்பெழுதிக்கொண்டு போனாள்.

நிலாவிடம் அவள் குடிப்பாளா, போதை மருந்து ஏதும் எடுப்பாளா, உடல்நலக்குறைவு ஏதும் இருக்கிறதா, ஆண் நண்பர்கள் பற்றி, குடும்பம் பற்றி எல்லாம் கேட்டாள்.

ஐந்தாவது தடவை வந்தவள் குக்கூ பள்ளிக்கு போகாது இருந்தால், நிலா பொதுமருத்துவர் நிறியை சந்தித்து, குக்கூவின் உடல்நிலை சரியில்லை என்று சான்றிதழ் வாங்கிக் கொடுக்கவேண்டும் என்றும், இல்லாது போனால் கடும் நடவடிக்கை எடுக்கப்படும் என்று எச்சரிக்கை கொடுத்துச் சென்றாள்.

இங்கிலாந்தில் மிக ஆபத்தான நிலையில் மருத்துவமனைக்குச் செல்லலாம். இல்லை என்றால் ஜிபியை சந்திக்க அப்பா யிண்ட்மெண்ட் வாங்கி காத்திருக்கவேண்டும்.

"இன்று அழைத்தால், இரண்டு வாரம் பிறகு தான் ஜிபியை சந்திக்கமுடியும். அப்படி இருக்கையில் எப்படி சான்றிதழ் வாங்கித்தரவேண்டும் என்று எதிர்ப்பார்க்கிறீர்கள்?" என்று நிலா கேட்டாள்.

அந்த சோஷியல் வர்கர் பெண் தோளைக் குலுக்கி "அது எங்கள் வேலையில்லை, உங்கள் மகன் பள்ளிக்கு வரவில்லையென்றால் சிக் நோட் கொடுத்தே ஆகவேண்டும்" என்று சொன்னாள்.

இதை எல்லாம் ஒரு பக்கம் பார்த்துக்கொண்டு இருந்ததில், நிலா வேலைக்கு செல்லும் நாட்களும் குறைந்து போனது.

வேலையில் நிலா அடிக்கடி விடுப்பு எடுத்ததால், நிறைய சிக்கல் எழும்பியது. பணத்தட்டுப்பாடும் சேர்ந்து கொண்டது. ஊருக்கு போய் 3 வருடங்கள் ஆகிவிட்டது.

நடுவே அம்மா நிலாவோடு 5 மாதம் வந்து தங்கி யிருந்தது பெரும் உதவியாக இருந்தது. ஆனால் அவரால் தொடர்ந்து தங்கும்படி விசா கிடைக்கவில்லை. அம்மா ஊருக்கு திரும்பியதும் இன்னும் மனதால் துவண்டாள்.

காலை 7 மணி! இரண்டாவது அலார்ம் அடித்தது!

குக்கூவை மெதுமெதுவாக எழுப்பத் தொடங்கினாள். பத்து, பதினைந்து நிமிடத்திற்கு ஒரு முறை அவனைப் பொறுமையாக எழுப்பினாள். 8 மணிக்கு மேல் பக்கத்திலேயே அமர்ந்து குக்கூவை கொஞ்சம் எரிச்சலோடு உலுக்கினாள். 8.30 மணிக்கு மேல் கோபம் கூடிக்கொண்டே சென்று கத்த தொடங்கினாள்.

பிரியா விஜயராகவன்

ஒவ்வொரு முறை கத்தும்போதும், அலறி எழுந்துத் தலையைப் பிடித்துக்கொண்டு கண்கள் கலங்கி, "மீ! ப்ளீஸ்மீ" என்று சொல்லிக்கொண்டு நிலா பார்க்கும்போதே நொடியில் கண்கள் செறுக குறட்டைவிட்டுத் தூங்கிப்போனான்.

அந்த காட்சி பாவமாக இருந்தாலும், நிலாவிற்கு வேறு வழியில்லையே. அவளும் வேலைக்கு போயே ஆகவேண்டும் என்ற இறுக்கத்தோடு படு ரௌத்திரமாக "மோனா! எனக்கும் வேலைக்கு நேரமாகுது! நீயும் ஸ்கூலுக்கு போவணும். தினம் ஏன்பா என்ன இப்படி படுத்துறே. ஏன் என்னய காலைலயே இப்படி கஷ்டப்படுத்துறே. எழுந்து கெளம்பு" என்று உரத்த குரலில் அலறினாள்.

இப்போதெல்லாம் கோபம் வந்தால், நிலா பித்துப்பிடித்ததைப் போலக் கத்துவது வழக்கமாகிப் போனது.

நிலாவின் நினைவுக்குள் இருந்த பாட்டியை நினைத்துப் பார்த்தாள். எப்போதும் சுறுங்கிய நெற்றியும், கடுகடுத்த முகமும், கோபக்குரலோடுக் கத்தும் பாட்டியைப் போல நூறு மடங்காக மாறி நின்றதை நிலாவால் ஏற்றுக்கொள்ளவே முடியவில்லை.

கடும் தலைவலியோடும், தூக்கக்கலக்கத்தோடும், காலையில் எழுந்து குமட்டலோடு சாப்பிடாது, காலை தூக்கி நடக்கவே தெம்பில்லாது, கால்களைத் தேய்த்துக்கொண்டு, கூன்விழுந்த முதுகோடும் குழந்தை எழுந்தான், பல் துலக்கினான். முகம் கழுவினான். உடை மாற்றினான். ஷூ அணிந்து, பையை தூக்கிக்கொண்டு வந்து வண்டியில் ஏறினான். ஒரு வார்த்தையும் பேசாது பள்ளி வந்ததும் சுருங்கிய கண்களில் வலி தாங்கிக்கொண்டு இறங்கி பள்ளிக்குள் நுழைந்து மறைந்தான்.

நிலா குக்கூ பள்ளிக்குள் உள்ளே சென்று மறைந்ததும், அங்கேயே தளர்ந்து அமர்ந்துவிட்டாள்.

மணி காலை 9.30 தான்.

தூக்கமே இல்லாது புரண்டுகொண்டிருந்தாலும், படுக்கையை விட்டு எழுந்து இரண்டரை மணி நேரம் தான் ஆகியிருந்தது. ஆனால் நிலாவுக்கு ஏதோ 10 மைல் ஓடி நிறுத்தியதைப் போல தோன்றியது.

ஒன்றரை ஆண்டாக இதே வட்டத்தில் சுழன்று சுழன்று நிலாவின் உள்ளிருக்கும் எல்லாமே உறிந்து விழுந்துக்கொண்டிருந்தது.

வெகு நேரம் பள்ளியின் வெளியே தேங்கி நின்றிருந்தாள். மூளைக்குள் பலநூறு கேள்விகள்.

'நான் மருத்துவ வேலை பார்க்கிறேன். என் தாய் தந்தை மருத்துவ வேலை பார்த்தார்கள். என்னால் நோய்களை பற்றி வெகு ஆழமாக பேசமுடியும். என்ன மருந்துகள் எப்படி கொடுக்கவேண்டும், மருத்துவ உலகத்தின் நுணுக்கங்களைப் பற்றித் தெளிவாக சொல்லமுடியும். ஆனால் நோயின்றி மனநிம்மதியோடு எப்படி வாழவேண்டும் என்று எனக்கு தெரியவில்லை. ஏன் இது?' என்று நினைத்து நிலா குழம்பினாள்.

பள்ளியில் தொடங்கி, கல்லூரி வந்து இப்போது வரை நிலா படித்திருக்கும் புத்தகங்கள் அடுக்கினால், ஒரு அறை சுலபமாக நிறைந்துவிடும்.

இத்தனை படித்தும் ஏன் தன்னையும், தன் மகனின் உடலையும் மனதையும் பாதுகாத்து, அமைதியோடும், நலமோடும் அன்போடும் வாழமுடியவில்லை. நிலாவும், அவளுடைய மகனின் நலிவுற்று இருந்ததன் காரணம் அவள்தான் என்ற உண்மை அவளைக் கலக்கமுற செய்தது.

மனதையும் உடலையும் முறித்து படித்த படிப்பும், செய்யும் வேலையும், வெளிநாடும் நிலாவை ஆரோக்கியமாக, திடமாக வைத்திருக்காதபோது, அவளுடைய மகனை மட்டும் எப்படி ஆரோக்கியமாக ஆக்கிவிடும் என்ற கேள்விக்கு நிலாவிடம் பதில் தெரியவில்லை.

'ஐயோ படிக்காவிட்டால் என்ன செய்வாய்? என்ன செய்யமுடியும்? நீ என்னவாகி போகப்போகிறாய்? எப்படி பிழைப்பாய்?' என்று எல்லா பக்கங்களிலும் அலறிய அலறல்கள் அக்கறையின் பேரில்தான் என்றாலும், இப்படி உயிரைப் பிழிந்தாவது படிப்பதைத் தவிர வேறு வழியே இல்லை என்ற வாழ்க்கையைத்தான் அவளுக்குத் தெரியும்.

போன வாரத்தில் பள்ளிக்குப் போகவேண்டும் என்று இரண்டு மணிநேரம் குக்கூவை மிரட்டி, கெஞ்சி, கோபித்து,

எறிந்து விழுந்தாள், அவனால் தூக்கத்தில் இருந்து எழவே முடியவில்லை.

பயம், கோபம், பச்சாதாபம், எரிச்சலின் உச்சம் அழுகைதானே.

ஒரே பக்கம் இருந்து இழுக்கப்பட்டுக் கிழிபடுவதைப் போல உணர்ந்தாள். நிலா ஒரு கட்டத்தில் உடைந்து அழுதாள்.

அழும் சத்தம் கேட்டு அதிர்ந்து எழுந்த குக்கூ நிலாவைப் பார்த்து "மீ! மீ! அழாதீங்கமீ! நான் எழுந்துக்கப் பாக்குறேன். நெஜமாவே முடியலமீ. சாரிமீ! உங்கள ரொம்ப கஷ்டப்படுத்துறேன். ப்ளீஸ்மீ! என் வலி உங்களுக்கு புரியலைமீ! ம்ச்ச்!" என்று உதறலோடு, சலித்துக்கொண்டு சுவற்றைப் பிடித்துக்கொண்டு எழுந்து தட்டுத்தடுமாறி நடந்தான்.

என்ன நினைத்தானோ, மெல்ல அம்மாவிடம் திரும்பி, "மீ! நான் அப்பவே செத்துட்டு இருந்தா உங்களுக்கு என்னால இவ்வளவு ப்ராப்ளம் இருந்திருக்காதுல்ல" என்று போகிற போக்கில் சொல்லிவிட்டு பல்துலக்க சென்றான்.

குழந்தையின் அந்த வார்த்தைகளை ஜீரணிக்கவே முடியாது, குவித்து வைத்த கல்மூட்டையாக நிலாவின் மனதின் ஒரு ஓரத்தில் சென்று அழுந்தி அமர்ந்தது.

'என்னால் முடியவில்லை, வலிக்கிறது என்று சொன்னால், நீ மகிழ்வாக இரு என் மகனே! உனக்கு நிம்மதியோடு பிடித்ததைச் செய்து நீண்ட நாள் வாழ்' என்றுகூட சொல்ல துப்பு இல்லாத தனக்கு இந்த வாழ்க்கை என்ன கத்துக்கொடுத்திருக்கிறது?

'என் மகனின் உடலையும், மனதையும் வருத்தி வரும் இந்த கல்விமுறை அவனுக்கு தேவையில்லை' என்று சொல்லக்கூட தைரியம் இல்லாது, கண்டவர்முன் மன்னிப்புக் கேட்டு, மண்டியிட்டு, 'அவனை பள்ளியில் வைத்துக்கொள்ளுங்கள்' என்றுக் கெஞ்சி, எந்த நேரம் யார் அழைத்து என்ன கேட்பார்களோ என்ற பயத்தோடு வாழ்வதை என்ன சொல்லி நியாயப்படுத்த?

நிலாவின் இருவீட்டு கொள்ளு பாட்டிகளும் தாத்தாக்களும் வறுமையிலும், பசியோடும் வாழ்ந்திருந்தாலும், 85, 90 வயது வரை வாழ்ந்துவிட்டு இறந்தார்கள். நிலாவின் பாட்டி

இறக்கும் வரை வீட்டு வேலைகளை பார்த்துக்கொண்டும், அதிகாரம் செய்துக்கொண்டும், தோட்டத்தையும் வீட்டையும் சமையலையும் பராமரித்துக்கொண்டு இறந்து போனார்.

நிலாவின் அப்பா மெத்த படித்தவர், அன்பானவர், தெரிந்தவர் தெரியாதவர் என்று எல்லோரையும் அரவணைத்து செல்பவர், மருத்துவர். மற்றவருக்காக எல்லாம் செய்துக்கொடுத்து சந்தோஷம் பார்த்தவர் ஆனால் 40 வயதில் இறந்துப்போனார்.

நிலாவுடைய கணவன் அன்பானவன், வாழ்க்கையின் மேலும், மனிதர்கள் மேலும் பெருங்காதலும் பசியும் கொண்டவன், தன் கையில் இருக்கும் கடைசி பணத்தைக்கூட எடுத்து எதிரில் பசியோடு இருப்பவருக்கு தானம் கொடுத்து, தான் பசியாக இருந்தவன், எப்படியாவது சாதித்துவிட வேண்டும் என்ற கடும் ஓட்டத்தில் 35 வயதில் உயிரை தொலைத்தான்.

மகனின் பிஞ்சு மூளைக்குள் ஏற்பட்டிருக்கும் தழும்பு அவன் இறக்கும்வரை மறையாது. அதன் சாட்சியாக இடது கையில் ஒரு டீ கப்பை கூட தூக்கமுடியாது நரம்பு தளர்ந்து அமர்ந்திருந்தான். அவன் நடக்கையில் அவன் கட்டுப்பாட்டுக்குள் நிற்காது மடங்கும் இடது கால் மடங்குவதை பார்த்து பதறுகிறாள்.

'எத்தனை உற்சாகத்தோடும், ஆக்க உணர்வோடும், சுறுசுறுப்பாக இருந்தேன். ஏன் என் உடல் இப்படி நலிவடைந்து போனது? என்னோடு படித்தவர்களுக்கெல்லாம் எந்த யோசனையும் இல்லாது, ராட்டினம் போல இந்த படிப்பை வைத்துக்கொண்டு வாழ்க்கையில் பொருளீட்டி வாழ்கிறார்களே. இந்த படிப்பை நான் சரியாக உபயோகிக்கவில்லையா? நான் என்ன புரிதலோடு இருக்கிறேன்' என்று யோசித்தாள்.

தன் மகனைப் பள்ளிக்கு அனுப்பாது போனால், வாழ்க்கையை இப்படியும் அணுகலாம் என்று சொல்லிக்கொடுக்க அவளுக்கு வேறு என்ன தெரியும்?

நன்கு வாழ்வது என்றாலே கைகால் விரல் நுனியில்கூட அழுக்கு படியாது, உட்கார்ந்த இடத்தில் யாராவது சமைத்து கொடுத்தால் நன்கு சாப்பிட்டு, வீட்டைவிட்டு இறங்கினாலே காரின் கதவு திறந்திருக்கவேண்டும் என்ற நினைப்பும்,

சந்தோஷமாக பொழுது கழிப்பது என்றாலே ஏதாவது ஹோட்டலுக்கு சென்று சாப்பிடுவது, அல்லது ஏதாவது ஷாப்பிங் மாலுக்கு சென்று பொருட்களை வாங்கிக்குவிப்பது அல்லது காசு செலவு செய்து ஏதாவது ஊருக்கு சென்று தங்கி வருவது, மற்ற நாட்களில் தூக்கம் போகும் அளவு, உயிரே போகும் அளவு, மன உளைச்சலோடு அலைந்து வேலைப்பார்ப்பது. இதுதானே எனக்கு சொல்லிக் கொடுக்கப்பட்ட நல்ல வாழ்க்கை.

மகனுக்கு ஐ ஃபோன் வாங்கி கொடுத்து, டச் ஸ்கிரீன் கம்ப்யூட்டர், xbox, wii, Nintendo என்று அவனை எப்போதும் ஏதையாவது பார்த்துக்கொண்டே இருக்கும் போதைக்கு தானே அடிமையாக்கி வளர்த்திருக்கிறாள். விஷத்தையும் கையில் கொடுத்துவிட்டு, அது கொல்கிறதே என்று கதறும் முட்டாளாகி போனதன் காரணம் தான் மட்டும் தானா? இது தான் நல்ல வாழ்க்கை என்று சொல்லிக் கொடுத்த அவளுடைய பெற்றோரா, பாட்டி தாத்தாவா இல்லை சமுதாயமா?

அம்மாவை, அண்ணனை, தம்பியை, ஏனைய சுற்றம் நட்பு, தெரிந்த அத்தனையும் பிரிந்து உழன்று கதறி ஆனாலும் விடாது இங்கேயே இந்த வாழ்க்கை தொடர்வதற்கு அவள் சொல்லிக்கொள்ளும் அர்த்தமும் காரணமும் என்ன?

பணம் சம்பாதிக்கவேண்டும். அப்படி பொருள் சேர்த்து வைக்கும் அறிவையும் அம்மா, அப்பாவும், கணவனும், வாழ்க்கையும், இறைவனும் அவளுக்குச் சொல்லிக்கொடுத்து விடவில்லையே.

சம்பாதிக்க வேண்டும் தான். ஆனால் ணீமீ ஷ்லீணீமீ நீஷீவமீ? என்ற கேள்வி பூதம் போல முதன்முதல் எழும்பி நின்றது.

அவளுடைய அப்பாவையும், கணவனையும் வெறும் நோய் தூக்கிச் சென்றுவிட்டதாக நிலா இப்போது நம்பவில்லை.

பணம், புகழ், பொருள் சேர்த்தல் என்பதை மட்டும்தான் குறிக்கோளாக அவர்கள் தலையில் தூக்கி வைத்த இந்த உலகத்தின் பாரம் தாங்கமுடியாது, உடலையும், மனதையும், உயிரையும் உறிஞ்சும் வாழ்க்கை முறையைத் தொடர்ந்து வாழமுடியாது, காசில்லையென்றால் உனக்கு வேறு வழியே

இல்லை! மானம் போகும், மரியாதை போகும், ஊரில் தலை நிமிர்ந்து வாழமுடியாது என்ற பெரும்பயம் அவர்களுக்கே தெரியாது அவர்களை மென்று அரைத்துப்போட்டதில் போய் சேர்ந்துவிட்டார்கள் இரு புண்ணியவான்களும்.

நிலாவும், அவளுடைய மகனும் அதை விடவும் வேகமாக மறைந்துக்கொண்டிருக்கிறார்கள் என்பதை அந்த கனம் உணர்ந்தாள்.

இப்போது என்ன செய்யவேண்டும்? தெரியவில்லை.

ஆனால் முதல் முறையாக 'திடமான உடல்மனநலத்தோடும், குன்றாத வளத்தோடும், வற்றாத செல்வத்தோடும், எல்லா பிணிகளும் ஓடி ஒழிந்தே போனது என்ற மனநிம்மதியோடும் தைரியத்தோடும், எந்த கணத்திலும் மாறாத அறத்தோடும், அன்புநிறை சமூகத்தில் கூடி வாழும் அன்பான வாழ்க்கையை எங்களுக்கு தா எம் இறையே' என்று முதன்முதல் கண்மூடி நிலா மனமுறுகி வேண்டினாள்.

# 14

## குக்கூவும் நிலாவும் : இன்று

குக்கூ நிலாவைக் கட்டிப்பிடித்து தூங்கியது என்றால் அவனுடைய 5 வயது முதல் 13, 14 வயது வரை, தூக்கம் வரும்வரை அவன் ஏதாவது பேசிக்கொண்டே இருப்பான். நிலாவுக்கு அது மிகவும் பிடிக்கும்.

அவனுடைய எண்ணவோட்டம் தவளைப் போல, குதிரைப் போல, மேகம் போல தவ்வி, தாவி, உருண்டு திரண்டு, காணாமல் சட்டென மறைந்து அவளை ஆச்சரியப்படுத்தும்.

சில இரவுகளில் அவனுடைய கேள்விகள் நிலாவைத் திணறடிக்கும்.

அன்றைய நாளின் கனம் கண்களில் இறங்கி, சின்னஞ் சிறிய சாவைத் தூக்கமாக எடுத்து வந்து நிலாவை உறக்கத்தில் செறுகும்போது, *"மீ! மீ! இந்த வர்ல்ட்ல இப்போ எவ்ளோ பென்சில் இருக்கும்?"*, *"மீ! எவ்ளோ chairs இருக்கும் ஒலகத்துல?"* *"எவ்வளவு சக்கரங்கள்? எவ்வளவு pins? எவ்வளவு செங்கற்கள்? எவ்வளவு புத்தகங்கள்? எவ்வளவு செறுப்புகள்? எவ்வளவு கப்புகள்?"* இப்படியாக கேள்விகளை நிலாவிடம் நீட்டுவான்.

தூக்க மயக்கமும், அன்றைய நாளின் மொத்த சோர்வும், அடுத்த நாளின் வேலைகளின் பளுவும் அவளைக் கொஞ்சம் பொறுமை இழக்கச் செய்யும். இருந்தாலும், எல்லா கேள்விகளுக்கும் பொதுவாக "அம்மாக்குத் தெரியலையே

மோனா" என்றுச் சொல்லிமுடிக்கும் போதே கனவுகளில் காணாமல் தொலைந்துப் போவாள்.

நிலாவின் வேலையில் 2, 3 வாரத்திற்கு ஒரு வாரயிறுதி முழுக்க வேலை செய்யவேண்டும்.. அதனால் வெள்ளிக்கிழமை இரவுகளில், அதுவும் வாரயிறுதியில் வேலையில்லை என்று ஆன சமயங்களில் குக்கூவும் நிலாவும் போர்வைக்குள் கோழிக் குஞ்சுகள் போல குளிருக்குச் சுகமாக சுருண்டு படுத்துக்கொண்டுக் கிசுகிசுப்பாய் பேசுவார்கள்.

அப்போதும் அவன் இது போல "எவ்ளோ" என்ற கேள்விகள் கேட்பான்.

ஒரு நாள் இவன் ஏன் இப்படி எப்போது பார்த்தாலும், பொருட்களின் எண்ணிக்கையைக் கேட்கிறான் என்றுப் புரியாது, பொறுமையாக "ஏன் மோனு இந்த மாதிரி கேள்வியே அம்மாட்ட கேக்குறே?" என்றுக் கேட்டாள்.

"இல்லம்மீ! இப்போ கடலுக்குள்ள இருக்க ப்ளாஸ்டிக் பாட்டில் எல்லாம் எடுத்து நாம் இங்க இருந்து அடுக்குனா, அது வானம் வரை போய், அப்புறம் அங்க தெரியுதுல்ல நிலா" என்றுச் சொல்லிக்கொண்டே அவளையும் இழுத்து ஜன்னல் வழியே தூரத்தில் நட்சத்திரங்களோடுத் தொங்கிக்கொண்டிருந்த நிலாவை தன் சிறு சுண்டுவிரலால் காட்டி, "இந்த ப்ளாஸ்டிக் பாட்டில்ங்க எல்லாம் அடுக்கி அடுக்கி அந்த நிலா வரைக்கும் போய், அதுவும், 2 டைம்ஸ் போய் போய் திரும்ப வரலாமாம்" என்றான்.

"உனக்கு எப்படி மோனு இதெல்லாம் தெரியும்?" என்று கேட்டதற்குப் பள்ளியில் இருந்த கம்ப்யூட்டரில் தேடிக் கண்டுப் பிடித்ததாகச் சொன்னான்.

நிலா கொஞ்ச நேரம் குக்கூவைப் பார்த்தாள். குக்கூவின் முகம் வெகு சோகமாக இருந்தது.

திடீரென அவன் "திமிங்கலம், டால்ஃபின் எல்லாம் பாவம்ல மீ. அது எல்லாம் இந்த ப்ளாஸ்டிக் பாட்டில, மீனுன்னு நெனைச்சு தெரியாம சாப்புட்டு, வயித்துக்குள்ளப் போய் அடைச்சிக்கிட்டு, வயிறு வலி வந்து, வயிறு வெடிச்சுச் செத்துப்போயிடும்ல" என்றுச் சொல்லி அழத்தொடங்கினான்.

மற்றொரு இரவு, "எத்தனை சாக்ஸ்" என்று கேட்டதற்கு, நிலா "இன்ஃபினிட்" என்றாள்.

குக்கூ மீண்டும் சோகமாகிப் போனான். நிலா ஏன் என்றுக் கேட்டதற்கு, " வெறும் *70* அமுர் லெப்பர்ட்ஸ் (Amur Leopards) தான் இருக்குமீ. எல்லாம் சாகடிச்சிட்டாங்க, கோட் செய்யறதுக்காக " என்றான்.

மர ஃபர்னிச்சர் கடைக்குள் சென்றால், சோகமாகி விடுவான். ரோட்டில் மிருகங்கள் அடிப்பட்டு இறந்துக் கிடந்தால் சோகமாகிவிடுவன். இப்படியாக அவனை சோக மாக்கும் விஷயங்கள் நிறைந்த உலகில்தான் அவனை நிலா வளர்த்துக்கொண்டு இருந்தாள்.

தவளையையும், பறவையையும், எட்டுக்கால் பூச்சியையும் நேரம் போவதே தெரியாது பார்த்து ரசிப்பான். கொஞ்சுவான். அவைகளோடு பேசுவான். மரங்களைப் பற்றிப்பிடிப்பான்.

குக்கூவின் power of empathy நிலாவின் உயிரின் ஆழத்தில் எதையோ அசைத்தது.

இரவுகளில் தூங்குவதற்கு முன், அம்மா காது கொடுத்து தன் குறைகளைக் கேட்டாலும் கேட்காது போனாலும், எங்கேயோ வெகு தொலைவிலும், பக்கத்திலும் இருந்த உயிர்களின் வலியை உணர்ந்து வெகுவாய் அழுதான்.

குக்குவுடைய அன்பும், அவனுடைய மனதின் வலிகளையும் நிலா உணர்ந்தாள். அது அவளுக்கு நிறைய உறுத்தலாகவும், கொஞ்சம் உபத்திரவமாகவும் கூட இருந்தது.

பிறந்த சில மாதங்களில் நிலாவின் மாமியார் குழந்தையைப் பார்த்து, "ஏண்டா! இப்படி சோகக்கண்ணோடப் பார்க்குற" என்று கொஞ்சி விளையாடிக்கொண்டிருந்தார். அதன்பின் அவனைக் கவனித்தாள்.

எத்தனை சிரித்தாலும் அவள் குழந்தையின் கண்களில் சிறு சோகம் தொக்கித்தான் நின்றது.

பலப்பிறப்புகள் பிறந்த உயிர்கள் மீண்டும் தங்கள் கடமையை முடிக்கவேண்டிப் பிறக்க நேரிடும் என்றும் அப்படி பிறக்கும் உயிர்களை "Old souls" என்று கூப்பிடவார்கள். அப்படி ஒரு பழம்பெரும் உயிர் தான் இவன்.

பிறந்தது முதல் இன்றுவரை அவள் தன் குக்கூவினுடைய வாழ்க்கையை யோசித்துப் பார்த்தாள்.

நூல் அறுந்த பட்டம் போல, கிழிந்து அலையும் பாலிதீன் கவர் போல, மைதானம் முழுக்க அடித்தால் விரட்டப்படும் பந்து போல எத்தனை விதிகளைக் கடந்துவிட்டான் மகன்.

பிறந்து அம்மாவைப் பிரிந்து, பின் அப்பாவைப் பிரிந்து, பெற்றோரின் சண்டைகளைப் பார்த்து, தெரிந்த எல்லாவற்றில் இருந்து சட்டென பிடுங்கப்பட்டு வேறொரு அந்நிய நிலத்தில் நடப்பட்டு, தன் அப்பாவின் இறப்பைப் பக்கம் இருந்துப் பார்த்து, தன்னுடைய இறப்பின் விளிம்பையும் சந்தித்துவிட்டு, இன்னமும் எங்கோ இறக்கும் மிருகங்களுக்காகவும், வெட்டப்படும் மரங்களுக்காகவும், வலியோடு இறக்கும் மனிதர்களுக்காவும் அழும், சோகமாகும், ஏதாவது செய்துவிடவேண்டும் என்று துடிக்கும் மகனின் அம்மாவாக எப்படி இருப்பது?

மூளையில் ரத்தம் கசிந்துத் தழும்பாகிய இந்த 3 ஆண்டுகளில், அவனுடைய இடது பக்கம் இன்னும் தசைகளின் வலுக்குறைவாகத் தான் இருக்கிறது. நினைவாற்றலில் நிறைய குறை உண்டு. பேச்சு தெளிவாக இருந்தாலும், பேசும் அளவு குறைந்து போய்விட்டது. சிக்கலான கேள்விகள் அவனால் எதிர் கொள்ளமுடியாத அளவு மூளை பாதிக்கப்பட்டிருந்தது.

குழந்தையின் கண்கள் இன்னும் அதே சோகத்தோடு உலவியது.

நிலா மகனைப் பள்ளிக்கூடம் அனுப்புவதை நிறுத்தி விட்டாள். அது அவனுக்கும் அவளுக்கும் பெரிய நிம்மதியைக் கொடுத்திருக்கிறது. அந்த நிம்மதியை குக்கூவை விட நிலா அதிகம் உணர்ந்தாள்.

குக்கூவைப் பள்ளிக்கு அனுப்பாது போனால், அவனுடைய வாழ்க்கை என்னவாகுமோ என்ற கடும்பயத்தை மனதில் இருந்து மொத்தமாக வாறியெடுத்து வெகு தூரத்திற்குத் தூக்கியெறிந்து விட்டாள். அது நிலாவை விடுதலை செய்திருக்கிறது.

வாழ்க்கையும், நேரமும் ஒரு நேர்கோடு என்பது மாயை என்பது புரியும்போது, மீண்டும் ஓடு! ஓடு! நீ போதமாட்டாய்! என்று அலறி நம்மை பழைய குட்டைக்குள் சிக்கவைக்கும் ஒரு இடம் பணம் செய்தல் என்பதுதான் என்று புரிந்தது.

“என் மகனைப் பணம் ஈட்ட நான் தயார் செய்யத் தேவை யில்லை, அவன் நல்ல மனிதனாகவும், எல்லா வளங்களோடும் வாழத் தேவையானவைகளை இந்த பேரண்டம் கற்றுக் கொடுக்கும். கொடுத்தே ஆகவேண்டும். என் மகனின் ஆன்மா மேலும் வலிமைப்படவும், மேலும் அவன் உணர்ந்து, மனதால் பேரன்பை அடைய எது தேவையோ, அதற்கு பேரண்டம் அவனை அதுவே பழக்கும்” என்பதை ஏனோ மெதுமெதுவாய், ஆனால் மிக வலிமையாக நிலா உணர்ந்தாள்.

நிலாவின் வீட்டினரால் அவளுடைய முடிவுகளை ஒத்துக்கொள்ள முடியவில்லை. அவன் எதிர்காலம் என்னவாகும் என்று பயந்தார்கள். அவர்களின் பயங்கள் இருவரின் மேலும் அவ்வப்போது வழிந்தது. அலைப்பேசியின் மூலம் அவர்களைக் கேள்விகளால் நிரப்பினார்கள்.

ஒரு வாரயிறுதியில், நிலா தன் வீட்டை ஒட்டியிருக்கும் ஷெர்வுட் (Sherwood) காட்டு பகுதிக்குச் சென்றாள்.

கால்போன போக்கில் நடக்கையில், ஒரு இடத்தில் மேஜர் ஓக் (Major Oak) என்ற 1000 வருட மரம் இருந்தது. அதன் முன் அமர்ந்தாள். அந்த பெரும் மரத்தையேப் பார்த்துக்கொண்டிருந்தாள். இந்த மரம் சிறுவிதையாக இங்கு விழுந்த காலம் வரைப் பின்னோக்கி யோசித்தாள்.

சில நாட்களுக்கு முன் குக்கூ நிலாவிடம் “லண்டன் ஹாமர் (London Hammer)” பற்றி பேசிக்கொண்டிருந்தான்.

உலகம் தோன்றிய காலத்தை இன்றைய அறிவியல் ஆய்வாளர்கள் 4 யுகங்களாக (Eons) ஆகப் பிரித்தார்கள். ஹேடியன் (Hadean), ஆர்க்கியன் (Archaen), ப்ரோடெரொசோய்க் (Proterozoic), பேனரோசோய்க் (Phanerozoic) என்று சொல்கிறார்கள்.

அந்த யுகங்களை மேலும் காலங்களாகப் பிரித்ததில், நாம் இப்போது வாழும் காலமான பேனரோசோய்க்கை, மூன்று பாகமாகப் பிரிக்கிறார்கள். அதில் கடைசி காலமான பேலியோசோய்க் காலத்தை மேலும் ஆறு உட்பிரிவுகளாக்கி இருக்கிறார்கள். இவை எல்லாம் உலகமும், உயிரனங்களும் தோன்றிய பல மில்லியன் வருட காலத்தை உள்ளடக்கியது.

*1930*களில், அமெரிக்காவில் உள்ள டெக்சாஸில் ஓர்டோவிசியன் (Ordovician era) காலத்தை சேர்ந்த கல் ஒன்றை உடைத்ததில், அதற்குள் இப்போது நாம் உபயோகிக்கும் இரும்பு சுத்தியல் பொதிந்து இருந்ததைப் பார்த்திருக்கிறார்கள்.

*4.5* பில்லியன் வயதுடைய உலகத்தில், மனித இனம் தோன்றி வெறும் *200,000* ஆண்டுகள் ஆகிறது என்று அடித்துச் சொல்கிறார்கள் தொன்மவியல் அறிஞர்கள். அதிலும் நாகரீகம் தோன்றியது *10,000* ஆண்டுகளாக தான் என்கிறது இன்றைய விஞ்ஞானம்.

மனிதர்களேத் தோன்றாத பொழுதில், *400* மில்லியன் ஆண்டுக்கு முன் எப்படி இது போல இரும்பு ஆயுதம் உருவாகியிருக்கும். இது எப்படி சாத்தியம் என்று பலர் மூளையை உடைத்துக் கொள்கிறார்கள். டைம் ட்ராவல் சாத்தியக்கூறுகள் பற்றி பேசுகிறார்கள் என்று குக்கூ கூறினான்.

நிலா இத்தனை பில்லியன், மில்லியன் சைபர்களுக்குள் சிக்கித் திணறிக்கொண்டிருந்தாள்.

குக்கூவிடம், "நீ என்ன மோனா நெனைக்கிற? எப்படி அவ்வளவு மில்லியன் பழைய கல்லுக்குள்ள இந்த சுத்தியல் போயிருக்கும்." என்றுக் கேட்டாள்.

குக்கூ வெகு சுலபமாக, "earth is very smart, மீ." என்றான். "ஒரே ஒரு லாஜிகல் பதில் தான் இருக்கு. We are and will be carbon-based life forms at all time. மனுஷங்க இத்தனை பில்லியன் வருஷத்துல எத்தனை தடவை form ஆகி அழிஞ்சிருப்பாங்கன்னு யாருக்கு தெரியும்மீ. So, the only logical reasoning is அத்தனை மில்லியன் வருஷம் முன்னாடியும் மனுஷங்க இருந்திருக்கணும். அப்பவும், இதே மாதிரி எல்லாத்தையும் செஞ்சு இருப்பாங்க. அப்புறம் எல்லாம் அழிஞ்சு, திரும்ப எல்லா உயிரும், தொடக்கத்துல இருந்து க்ரியேட் ஆகும். நம்ம இப்ப இவ்ளோ pollute செஞ்சுட்டோம்ல. திரும்ப இந்த உலகத்தை. ஒரு அபோகெலிப்ஸ் (Apocalpyse) போல வந்துடும். எல்லாம் எரிஞ் சிரும். எறும்புல இருந்து ப்ளூ திமிங்கலம் வரை, நம்மளும், நாம கட்டியிருக்க எல்லா கட்டிடம், ஊர், சிட்டி எல்லாமும், எல்லா குப்பையும், all goods and bads, எல்லாம் அழிஞ்சுரும், like pressing a reset button. கடல் எல்லாம் நெலமாகிரும், நெலமெல்லாம்

கடலாகிரும். You know that is why we keep finding megalodon shark teeth in lands all over the world. It will all start over and over again." என்று வெகு சாதாரணமாகச் சொல்லிவிட்டு மீண்டும் அவனுடைய அறைக்குள் சென்று படுத்து மீண்டும் தூங்கிவிட்டான்.

அன்று குக்கூ பேசியதைக் கேட்டு, நிலா அவன் சொன்னது நிஜமாக இருக்குமோ என்று யோசித்தாள்.

நிலா இன்று இந்த மேஜர் ஓக் என்று பெரும் மரத்தின்முன் அமர்ந்திருந்தாள்.

"எல்லாமே கரைந்து காணாமல் போகும்போது, நீயும் காணாமல் போவாயோ?" என்றுச் சோகமாக அந்த படர்ந்த மரத்தைப் பார்த்துக் கேட்டாள்.

காற்று மரத்தின் எல்லா இலைகளையும் ஒரே பக்கமாக திருப்பி ஒரு கணம் சலசலக்கவைத்தது.

எல்லாமே முடியுமென்றால், ஏன் மக்களாகிய நாம் இப்படி இருக்கவேண்டும்?

உடல் வருத்தி, அடித்துப் பிடித்து வலியோடுப் பொருள் ஈட்டுதல் மட்டுமே வாழ்க்கை, அந்த பொருளுக்காக எதையும் எப்படியும் அழித்துக்கொள்ளலாம் என்று சிறு குலுக்கமோ, குற்றவுணர்சியோ இன்றி வாழ்கிறோம். தினம் தினம் அமைதியாக தன்னைச் சுற்றி வாழும் ஐம்பூதங்களையும், அதைச் சார்ந்த உயிரனங்களையும் தொல்லை செய்யாது, சேர்ந்து வாழ்ந்தால் போதும் என்று தோன்றியது.

க்ராஹாம் ஹேன்காக் (Graham Hancock) என்ற எழுத்தாளர் எழுதிய War God என்ற புத்தகத்தை நிலா படித்துக்கொண்டிருந்தாள்.

ஆஸ்டெக் நாகரீகம் பற்றிய புத்தகம் அது.

15ம் நூற்றாண்டில், 490 ஸ்பானிஷ் வீரர்கள் கோர்டெஸ் என்ற படைத்தளபதியின் தலைமையில், மெக்சிகோ நாட்டில் தொடங்கி க்யூபா வரை கிட்டத்தட்ட 200,000 ஆஸ்டெக் வீரர்களைக் கொன்றுக் குவித்து வென்றதைப் பற்றியது.

ஆனால் இந்த ஸ்பானிய படை வந்து மெக்சிகோவில் இறங்கும்வரை அங்கு மன்னராட்சி நடக்கிறது, ஆஸ்டெக்

மன்னர்கள் வழிவழியாக கடவுளின் பெயரில் மனிதர்களை நரபலி செய்துக்கொண்டிருந்ததைப் பற்றி க்ரஹாம் எழுதுகிறார்.

புத்தகத்தின் ஒரு இடத்தில், ஒரு ஆஸ்டெக் மன்னன், தனக்கு சக்தியும், அதிகாரமும், பெரும் வெற்றிகளும் வர வேண்டி செய்த பூஜையில், நான்கே நாட்களில், தேர்ந்தெடுக்கப்பட்ட 80,000 இளம் ஆண், பெண்களை உயிரோடு இருக்கும்போதே, நெஞ்சைப் பிளந்து, துடித்துக்கொண்டிருந்த அவர்களின் இதயத்தை வெட்டியெடுத்து நெருப்பில் போட்ட வரலாறைப் பற்றி சொன்னார்.

இப்படி பல நூறு ஆண்டுகளாக இப்படி கொடுங்கோல் ஆட்சியும், நரபலிகளும் செய்துக் கொண்டிருந்த ஆஸ்டெக், மாயன் நாகரீகத்தை, எங்கிருந்தோ ஸ்பானியர்கள் வந்து கொன்று குவித்தது வரலாறு.

எதுவோ எதையோ தின்றுக்கொண்டே இருக்கும் உலகம். எதுவும் மிச்சமில்லை.

1590களில் மெக்சிக்கோவில் 30 மில்லியன் மனிதர்கள் வாழ்ந்ததாகவும், ஸ்பானியர்கள் படையெடுத்த 40 வருடத்தில் வெறும் 1 மில்லியன் மக்கள் தான் மிஞ்சியதாகச் சொல்கிறார்.

தென் அமெரிக்காவில் வாழ்ந்த அத்தனை நாகரீகங்களையும், மொழி, எழுத்து, வழிபாடு எல்லாவற்றையும் துடைத்தழித்து ஒழித்து, எல்லோரையும் கிறுத்துவர்களாகவும், ஸ்பானிய மொழி பேசுபவராகவும் மாற்றிய மிக பெரிய இனப்படுகொலைகளைப் பற்றி ஆய்வு புத்தகம் அது.

அதிகாரமும், ஆதிக்கமும், பணமும் எப்போதும் ஒன்றுமில்லாது போகும் என்பதன் வரலாறு அது. உலகம் முழுக்க எத்தனை வரலாறு இதே போல.

அதே போல நல்ல கருத்துக்களோடும், நம்பிக்கையோடு ஒன்று தொடங்கப்பட்டாலும், மனிதர்களின் பேராசை அதை வேறொன்றாக மாற்றி எடுக்கிறது. எல்லா மதங்களும் அதற்கு சாட்சி!

காணாமல் சென்று மறைந்த எல்லா பண்டைய நாகரீகங்களும், சேர, சோழ, பல்லவர், எகிப்தியர், சுமேரியன்,

க்ரேக்கர், ரோமர், மாயன், ஆஸ்டெக் அரண்மனைகள் மட்டும் அல்லாது, நாடும், நாட்டு மக்களும், வீடு, வாசல், தோட்டம் துறவு, தங்க வைர வைடூரியம் எல்லாம் சொல்லிவைத்ததைப் போல சீட்டுக்கட்டு குலுக்கியது ஒரே போல மண்ணுக்குள் போய் பொதிந்து அழிந்தே போனது.

ஏதோ அங்கங்கே சில கோவில்களும், கல்மண்டபங்களும் அவர்கள் வாழ்ந்த அடையாளமாக மிஞ்சி நிற்கிறது. ஆனால் எப்படி எல்லாமே புதைந்தழிந்து போனது.

குக்கூ சொன்னதைப் போல, மனிதர்கள் புற்றீசல் போல பணம், புகழ், கடவுள், அதிகாரம், செறுக்கு, அன்பற்ற அறமற்ற வாழ்க்கை மிகும் போதெல்லாம், பூமி சிறு சிறு ரீசெட் பட்டன் தட்டுவதில், அந்த நாகரீகம் மொத்தமாக மண்ணுக்குள்ளோ, கடலுக்குள்ளோ, கொதித்து எழும் நெறுப்பு குழம்பிலோ அழிந்து தான் போயிருக்கிறது.

400 மில்லியன் ஆண்டுகளுக்கு முன் மனிதர்களே உருவாகவில்லை என்றால் அவர்கள் வாழ்ந்ததை கண்டுப்பிடிக்கும் அளவு ஆதாரங்களோ, அல்லது அறிவோ நமக்கு இல்லை என்று எடுத்துக்கொள்ளலாமா? லண்டன் ஹாமர் அதற்கான சான்றா?

இப்போது சுழலும் இந்த உலகமும், அதன் கண்டுப்பிடிப்புகளும், இன்னும் அதிவேகமாக பணத்தைப் பற்றிக்கொள்ள LKG முதலே சொல்லித்தரும் வாழ்க்கையும் எவ்வளவு நாள் நீடிக்கும் என்று சொல்லத் தெரியவில்லை.

அறிவுக்கும் ஞானத்திற்கும் எவ்வளவு வித்தியாசம்!

ஞானம் எப்போதுமே அறம் சார்ந்தது மட்டுமே.

நிலா பலமுறை யோசித்ததுண்டு.

எவ்வளவு ஐக்யூ நிறைந்த அறிவியல் மூளைகள் இதுவரை உலகில் வந்து போயிருக்கிறார்கள். ஆனால் சொல்லிவைத்தாற்போல அவர்களின் அறிவியல் எல்லாமே சென்று முடியும் இடம் பணம் செய்வதில். எத்தனை நல்நோக்கத்தில் ஒரு பொருள் கண்டுப் பிடிக்கப்பட்டாலும், மனிதனின் பேராசை அந்த அறிவை வைத்துக்கொண்டு, உலகின்

வளங்களைச் சுரண்டி ஆர்ப்பாட்டம் செய்து, பெரும்பணம் சம்பாதிப்பதில் போய்தான் முடிகிறது.

ஆனால் ஞானம் அமைதியாக இருக்கும் இடத்தில், தன்னிறைவோடு வாழ்ந்து அமைதியாக, இயற்கையோடு இயந்து வாழ்ந்துவிட்டு, யாருக்கும் தொந்திரவு தராது இறையிடம் சென்று சேர்கிறது.

உலகின் தோன்றியதில் இருந்து இன்றுவரையுள்ள பல மில்லியன் காலத்தை, ஒரு 24 மணி நேர நாட்கணக்கிற்கு மாற்றினால், மனிதர்கள் இவ்வுலகில் நடமாடத் தொடங்கி 3 அல்லது 4 விநாடிகள் தான் ஆவதாக இன்றைய அறிவியல் கூறுகிறது.

இந்த சிறிய காலக்கட்டதில் மனிதத்தின் மூளையால் எத்தனை அழிவு! எவ்வளவு கொலைகள்! எவ்வளவு வன்மம்! எவ்வளவு வலிகள்!

மகிழ்ச்சியின் சாவி, இந்த படிப்பு, இந்த வேலை, இந்த இடத்தில் இப்படியாக ஒரு வீடு, இவ்வளவு வங்கியிறுப்பு, என்ற இலக்குகளுக்குப் பின் என்று எறும்பு போல எல்லோரும் போகும் பாதையிலே போய் மறையும் வாழ்க்கை நிலாவுக்கோ, அவள் மகனுக்கோ வேண்டாம் என்று தெளிவான போது, மனதுக்குள் பெரும் பரவசமும், பயமும், உணர்வெழுச்சியும் உண்டானது.

இந்த நிமிடம் நிலாவுடைய மனமும், அதன் விழிப்பும் சரியான இடத்தில் தான் தொடங்கி இருப்பதாகத் தோன்றியது.

ஒரே ஒரு பாதை என்பதை அழித்துவிட்டதால், பல பாதைகளும், பல சாத்தியங்களும், பல வாய்ப்புகளும் திறக்கும் கதவின் முன் அம்மாவும், பிள்ளையும் நின்றிருந்தார்கள்.

உலகமே திறக்கும் சத்தம் அந்த மரத்தின் சலசலப்பில் கேட்டது.

சட்டென நிலா ஏன் இந்த தோணல் 10 வருடம், 20 வருடம் முன்பு வரவில்லை என்று நினைத்தாள்.

பண்டைய காலத்தில் எல்லா மன்னர்களுக்கும் ராஜகுரு இருந்ததாக கதைகள் சொல்கிறது. ஒரு சிறு பழத்தைச்

சாப்பிடுவது என்றாலும், அந்த பழம் எந்த நிமிடம் அதன் முழு உயிர்சத்தோடும், ஆற்றலோடும் இருக்கும் என்பதைக் குறித்து சொன்னால், குறிப்பிட்ட அந்த நிமிடம் சாப்பிட்டதாக நிலா படித்திருக்கிறாள்.

உலகின் எல்லாமே மின்காந்த, ஒலி, ஒளி ஆற்றலின் குவிப்பு நிலை என்கிறார் டெஸ்லா.

நிலாவும், அவள் எண்ணம் தோன்றும் சரியான இடமும் சமயமும் இது தான் என்று உணர்ந்தாள்.

பயணங்களோடு தொடங்கும் வாழ்க்கையின் முன் நிலா மண்டியிட்டு அமர்ந்திருக்கிறாள். மனதின் ஒவ்வொரு மூலையிலும் பயணமும், அன்பும், அறமும், அமைதியும் வேண்டி நிற்கிறாள்.

எதை நினைக்கிறோமோ அதையே தான் கொடுக்கிறது பேரண்டம்.

நிலாவின் வாழ்க்கையில் ஏன் இத்தனை வலிமிகுந்த நிகழ்வுகள் நடந்திருக்கிறது என்று யோசித்தாள்.

தெரிந்தோ, தெரியாமலோ வாழ்க்கை, அன்பு, வளம், பாதுகாப்பு, நிறைவு, அமைதியைப் பற்றிய பெரும்பயத்தோடு பிறந்ததில் இருந்து நிலா இருந்திருக்கிறாள் என்பது அவளுக்குப் புரிந்தது. இவ்வளவு கடினப்பாடுகளும் மனதை அமைதியாக மாற்றத்தான் என்று புரிகிறது.

அம்மாவும், மகனும் ஒத்த மனதுடைய, அன்புடைய, கருணையுடைய, கணக்கீடுகளோ மதிப்பீடுகளோ இல்லாத மனிதர்கள் சூழ வாழத் தொடங்கியிருக்கிறார்கள்.

இந்த விழிப்பு நிலாவிற்கு இப்போதுதான் வந்திருந்தாலும், இதுதான் சரியான நேரம் என்பதும் நிலாவின் பாதையில் எது மாறியிருந்தாலும், இன்றைய புரிதல் இருந்திருக்காதோ என்றுத் தோன்றியது.

எத்தனை வலிகளும், பயங்களும் இருந்தாலும், இதுவரை இருந்த நிலாவின் வாழ்க்கையில் அவள் தொலைந்த ஆட்டுக்குட்டியாக மாறிய நேரங்களில் எல்லாம், குக்கூ நிலாவிற்கு அற்புதவிளக்காகவும், குக்கூ ஆட்டுக்குட்டியாக

மாறிய சமயங்களில் நிலா அவனுடைய அற்புதவிளக்காகவும் மாறிக்கொண்டே இருந்தார்கள். இனியும் இருப்பார்கள்.

இதைவிட என்ன கிடைத்துவிட போகிறது இந்த வாழ்வில்?

நிலாவையும், குக்கூவையும் விடவும் உங்களின் வாழ்க்கை பொருளாதாரத்திலோ, உறவுகளிலோ, இழப்புகளோ மேலாகவோ, கீழாகவோ இருக்கலாம். எதுவாக இருந்தாலும், நிலையில்லாத வாழ்வு மட்டுமே நிஜம். அதனால் மனதில் அமைதியை மட்டும் வேண்டுங்கள்.

இனி உள்ள காலத்தில் நிலாவும், குக்கூவும் உங்களைக் கடக்க நேரிடலாம்!

இந்த புத்தகத்தை நீங்கள் கையில் ஏந்திய நொடி, உங்கள் கண்களின் முன் ஓடும் வரிகளின் வழியே இருக்கலாம்! ஒரே சாலையில், ஒரே கடைத்தெருவில், ஒரே ஊரில், ஒரே நாட்டில் ஒரே கோவிலுக்குள் அவர்கள் இருப்பது உங்களுக்கோ, நீங்கள் இருப்பது அவர்களுக்கோ தெரியாது கடந்துப்போகலாம்! உங்களை தாண்டிச் செல்லும் வாகனம் ஒன்றில் அம்மாவும், மகனும் இருக்கலாம்! நீங்களும் அவர்களும் இந்த பிரபஞ் சப்பாதையில் எந்த வகையிலும் intersect ஆகாதும் போகலாம்!

எதுவானாலும், என்றாவது, எப்படியாவது, எங்கேயாவது, அவர்களுடைய மௌனங்களேனும் உங்களோடு பல்லாயிரம் வார்த்தைகளால் பேசட்டும்! உங்களோடு எப்போதும் பேரன்பு பாராட்டட்டும்! உங்கள் வாழ்க்கையில் எப்போதும் அறமும் அமைதியும் தழைக்க வேண்டட்டும்!

இனி வரும் காலத்தில் நீங்கள் அவர்களுக்கோ, அல்லது உங்கள் வாழ்க்கையில் இருக்கும் வேறு யாருக்கேனும் மனம் விகசிக்கும் ஆட்டுக்குட்டியாகவோ, இதயம் விம்ம வைக்கும் மந்திர அற்புதவிளக்காகவோ வாழ்க்கைக்குள் நுழைந்து, அன்பைப் புகட்ட இறையை வேண்டுகிறோம்.

★ ★ ★